करवीर छत्रपती

इंदुमती राणीसाहेब

डॉ. सुवर्णा नाईक निंबाळकर

मेहता पब्लिशिंग हाऊस

Please contact us at **Mehta Publishing House Pvt. Ltd.**
✆ +91 020-24476924 / 24460313 / Mob. No. 9545000513
Email : production@mehtapublishinghouse.com
Website : www.mehtapublishinghouse.com

KARVEER CHHATRAPATI INDUMATI RANISAHEB by
Dr. SUVARNA NAIK NIMBALKAR

करवीर छत्रपती इंदुमती राणीसाहेब / इतिहासपर

author@mehtapublishinghouse.com

मराठी प्रकाशनाचे हक्क : मेहता पब्लिशिंग हाऊस प्रा. लि.

संस्थापक : सुनील अनिल मेहता

प्रकाशक : मेहता पब्लिशिंग हाऊस प्रा. लि.
१९४१, सदाशिव पेठ, माडीवाले कॉलनी, पुणे ४११०३०

मुद्रक : पार्कसन्स ग्राफिक्स

मुखपृष्ठ : मेहता पब्लिशिंग हाऊस प्रा. लि.

प्रथमावृत्ती : नोव्हेंबर, २०२२

किंमत : ₹ ३१०

P Book ISBN 9789395477666
E Book ISBN 9789395477673
E Books available on : amazonkindle Apple Books Google Play Books

---

छत्रपती प्रिन्स शिवाजी

श्रीमंत छत्रपती शाहू महाराज
श्रीमंत छत्रपती संभाजीराजे
श्रीमंत छत्रपती मालोजीराजे
यांना सस्नेह अर्पण

करवीर छत्रपती इंदुमती राणीसाहेब

ज्यांच्या शिस्तबद्ध संस्कारात करवीर छत्रपती इंदुमती राणीसाहेबांची जडण घडण झाली ते छत्रपती राजर्षी शाहू महाराज

मनोगत

माझे हे बारावे पुस्तक वाचकांच्या हाती देताना मला अत्यंत आनंद होत आहे. ऐतिहासिक स्त्री मालिकेतील हे सातवे पुस्तक. खरेतर छत्रपती शाहू महाराजांनी आपल्या सुनेला लिहिलेले पत्र मी तीन-चार वर्षांपूर्वी वाचले तेव्हापासून आदरणीय इंदुमती राणीसाहेबांविषयी मनात उत्सुकता निर्माण झाली. १०० वर्षांनंतर देखील ज्या छत्रपती राजर्षी शाहू महाराजांविषयीचे कुतूहल तसूभर देखील कमी झाले नव्हते, त्या राजर्षी शाहूंच्या सहवासात वाढलेल्या सुनेविषयीही मला कुतूहल होते. सासवडच्या जगताप घराण्यातील मुलगी सून म्हणून निवडली म्हणजे, त्यांच्यात काही विशेष गुण होते. त्याखेरीज छत्रपती शाहू महाराज, इंदुमती राणीसाहेबांची निवड करणे शक्य नव्हते. त्या काळातील रूढी, संकेत झुगारून महाराजांनी राणीसाहेबांना आपली सून म्हणून पसंत केले, तर आम्हालाही त्यांच्याविषयी कुतूहल का वाटू नये?

ज्या काळात स्त्रियांचे आयुष्य सर्वच बाजूंनी बंदिस्त होते. कित्येक शतकांच्या परंपरेने महिलांना शिक्षण नाकारले होते. त्यांना कोणत्याही सार्वजनिक ठिकाणी येण्याचे स्वातंत्र्य नव्हते. मग अर्थार्जनाचे स्वातंत्र्य असणे तर दूरच. त्या काळी एकत्र कुटुंब पद्धती अस्तित्वात होती, यामुळे निर्णयस्वातंत्र्य फक्त पुरुषालाच होते. खानदानी कुटुंबातील स्त्रीचे नखही दृष्टीस पडत नव्हते. स्त्रीच्या चारित्र्याचे, कुलीनतेचे रिवाज तर फार कठोर होते. या सर्व कुलप्रतिष्ठेला धक्का लागला तर समाजात टीकेची झोड उठत होती. या सर्व पार्श्वभूमीवर राजर्षी शाहूंचे व त्यांच्या सूनबाई इंदुमती राणीसाहेब या दोघांचेही कर्तृत्व आणि व्यक्तित्व काळाच्या मर्यादा ओलांडणारे होते, हे जेव्हा माझ्या लक्षात आले तेव्हा हे पुस्तक लिहिण्याकडे माझे मन जास्तच ओढ घेऊ लागले. राजर्षी शाहू महाराजांनी जमनाअक्कांची निवड फक्त बाह्य व्यक्तिमत्त्व पाहून न करता बुद्धीच्या निकषांवर केली होती. ती राणीसाहेबांनी पुढील आयुष्यात सार्थ करून दाखवली.

राणीसाहेबांचे ६५ वर्षांचे आयुष्य बघता थोडा आनंद आणि थोडी हळहळही वाटते. आनंद यासाठी की, राणीसाहेबांनी प्रतिकूलतेवर मात करत आणि वैफल्याला दूर सारत जीवन सार्थकी लावले. चांगले छंद जोपासले. कोणाविरुद्ध राग व्यक्त केला नाही, की स्वत:ला दु:खात बुडवून घेतले नाही. मर्यादेविरुद्ध हाकाटी केली नाही की, आक्रोश करून न्याय मागितला नाही. कुटुंबाला, समाजाला वा दैवाला दोष दिला नाही. त्यांनी जिद्दीने स्वत:चा विकास करून घेतला व इतरांनाही

मदतीचा हात दिला. तरीही हळहळ वाटते. हळहळ अशासाठीच वाटते की, राजर्षी छत्रपती शाहू महाराज आणखी काही वर्षे जगले असते तर राणीसाहेबांच्या कर्तृत्वाची विस्तारलेली क्षितिजे आपल्याला बघायला मिळाली असती. त्यांच्या सामर्थ्याचे आणि गुणसंपदेचे एक विलोभनीय झळाळते रूप आपल्याला आणखी विशाल अशा पार्श्वभूमीवर पाहायला मिळाले असते.

सासवडच्या जगताप घराण्यातील या लेकीला छत्रपतींची सून होण्याचे भाग्य लाभले; पण दुर्दैव असे की, लग्नानंतर थोड्याच दिवसांत त्यांचे प्रिय पती धाडसी, बद्धिमान म्हणून जनतेत लोकप्रिय झालेले राजपुत्र प्रिन्स शिवाजी महाराज यांचे अपघाती निधन झाले. यानंतर राजर्षी शाहू चार-पाच वर्षांतच निधन पावले. राजर्षींची प्रकृती विचारात घेतली तर ते एवढ्या कमी वयात जगाचा निरोप घेतील असे कोणालाच वाटले नव्हते. मध्यंतरी जी काही तीन-चार वर्षे मिळाली त्या अवधीत आपले दुःख बाजूला सारून इंदुमती राणीसाहेब यांना चांगले शिक्षण मिळावे, वाचनाची गोडी लागून त्या विचारसंपन्न बनाव्या व वैधव्याचे दुःख सहन करण्याचे सामर्थ्य त्यांना प्राप्त व्हावे, इतकेच नव्हे तर त्यांचे भावी आयुष्यही त्यामुळे सुखी व्हावे अशी व्यवस्था राजर्षींनी केली व या बीजारोपणाला इतकी मधुर फळे आली की छत्रपती शाहू महाराज आणखी काही वर्षे जगले असते, तर त्यांनाही फार मोठे समाधान झाले असते.

आपल्या सासऱ्यांच्या आत्म्याला समाधान व आनंद वाटावा असेच इंदुमती राणीसाहेब जगल्या. त्या इतक्या व्रतस्थ राहिल्या की भारत स्वतंत्र झाल्यावर निवडणुकीकरिता महाराष्ट्र काँग्रेसमध्ये राणीसाहेबांचे नाव प्रामुख्याने विचारात घेतले असताना राणीसाहेबांनी मात्र तो मोह कटाक्षाने टाळला व काँग्रेस श्रेष्ठींना साभार नकार देऊन राजकारणापासून अलिप्त राहिल्या. राणीसाहेब आधुनिक विचारांनी सुसंपन्न असूनही गीतेत श्रीकृष्णांनी सांगितल्याप्रमाणे स्थितप्रज्ञाचे जीवन जगल्या. शेवटी शेवटी तर त्यांनी आपले जीवन महिलांच्या शैक्षणिक कार्यासाठी खर्ची घातले व अनेक मुलींचे जीवन समृद्ध केले.

राणीसाहेब खरोखरच राणी होत्या. आचारविचारांतून त्यांचं राणीपण झळकत असे. स्त्रियांच्या, मुलींच्या शिक्षणाची अतोनात तळमळ, जे स्वतःला मिळाले नाही ते इतरांना मिळावे ही सदिच्छा; पण फक्त इच्छा असणे वेगळे व ती कृतीत आणणे वेगळे. राणीसाहेब कृतिशील होत्या. त्यांच्या ज्ञानलालसेची गौरवगाथा प्रगतिपथावर होती व त्याचा अनेकांना फायदा झाला. राणीसाहेबांचे जीवनचरित्र पाहता ते एक आदर्श, शिस्तबद्ध व स्फूर्तिदायक असेच आयुष्य होते. जुने संस्कार, अद्ययावत विचार व जीवनमूल्ये यांची सांगड कशी असावी, समाजाची खरी गरज ओळखून त्यासाठी निःस्पृह व अव्याहत कार्य कसे करावे हे गुणही त्यांच्यात होते. हे व्रत

त्यांनी जीवनाच्या अखेरपर्यंत जपले. राणीसाहेब अंत:करणानेही श्रीमंत व दयाळू होत्या. लहान-थोर, श्रीमंत-गरीब सर्वांशी त्या समतेने वागत. झाले बहु, होतील बहु, परंतु यासम हाच, अशा शब्दांतच राणीसाहेबांचे वर्णन करता येईल. अशा आदर्शवत राणींचे चरित्र लिहायची संधी मला मिळाली, हे मी माझे भाग्य समजते.

हे चरित्र लिहिण्यासाठी मला अनेकांची बहुमोल मदत लाभली. श्रीमंत छत्रपती संयोगिता राणीसाहेब आणि श्रीमंत छत्रपती मधुरिमा राणीसाहेब या दोघींच्या सहकार्याशिवाय पुस्तक लिहिणे शक्य नव्हते. या दोघींचे ऋण कोणत्या शब्दांत व्यक्त करणार? महाराणी शांतादेवी गायकवाड, तसेच कोल्हापूर येथील गृहशास्त्र शिक्षण संस्थेच्या प्राचार्य सौ. वर्षा अशोक सावंत मॅडमनी मला खूप मदत केली. त्यामुळे हे पुस्तक लवकरात लवकर पूर्णत्वास आले. मॅडमचे ऋण व्यक्त करण्यास शब्द अपुरे आहेत. शासकीय ग्रंथालयाच्या तांत्रिक साहाय्यक सौ. नम्रता कांबळे यांनी खूप मोलाची मदत केली. ज्येष्ठ साहित्यिक आदरणीय विश्वास पाटील यांचे वेळोवेळी मार्गदर्शन मिळाले, त्यांचे आभार कोणत्या शब्दांत व्यक्त करणार.

माझे पती श्री. कृष्णराव नाईक निंबाळकर, सून शिवांजली नाईक निंबाळकर, चि. शिवतेज नाईक निंबाळकर, डॉ. दीपक जगताप, सौ. वृषाली जगताप, कोल्हापूरच्या कवयित्री सौ. अपर्णा पाटील या सर्वांची मी खूप आभारी आहे. मेहता प्रकाशनाच्या आदरणीय रूपाताई मेहता, अखिल मेहता, योजना यादव, अंजली पटवर्धन व सर्व मेहता परिवार यांच्या ऋणातच राहणे मला आवडेल.

सर्व वाचकांची मी खूप आभारी आहे.

माझ्या खास मैत्रीण सहायक पोलीस आयुक्त आदरणीय रुक्मिणी आगलावे-गलांडे यांनी मला खूप मोलाचे मार्गदर्शन केले. त्या माझ्या लहान बहिणीसारख्या असल्यामुळे त्यांचे ऋण व्यक्त न करता मला त्यांच्या ऋणातच राहणे आवडेल.

– डॉ. सुवर्णा नाईक निंबाळकर

प्रस्तावना

साधारणतः तीन एक वर्षांपूर्वी मी पुण्यातील क्लिनिकमध्ये बसलो असताना एक फोन आला. तिकडून आवाज आला 'नमस्कार डॉक्टर, मी सुवर्णा नाईक निंबाळकर. मला माझ्या तब्येतीसाठी आपल्याला भेटायचे आहे. आपण कधी भेटू शकाल?' मी तत्काळ सांगितले, की आपण आजच सर्व रिपोर्टसहित मला भेटावयास या. नाव ऐकल्यानंतर कुठेतरी मनामध्ये आले, की मी विचार करतोय त्या याच इतिहासलेखिका तर नाहीत ना? आणि माझा अंदाज खरा ठरला. साक्षात सिद्धहस्त, प्रख्यात इतिहास संशोधक आणि लेखिका डॉ. सुवर्णाताई नाईक-निंबाळकर या माझ्यासमोर येऊन बसल्या होत्या. सुवर्णाताई म्हणजे राजस, खानदानी, आत्मविश्वासपूर्ण, जिद्दी व्यक्तिमत्त्व! फलटणच्या इतिहासप्रसिद्ध मुधोजीराव नाईक निंबाळकर घराण्याच्या स्नुषा! लग्नानंतर अकरावीपासूनचे शिक्षण! तिथून पुढे ग्रॅज्युएट, मग पोस्ट ग्रॅज्युएट आणि कळस म्हणजे चक्क पीएच.डी. पर्यंतचा अभ्यास! काय म्हणावं या जिद्दीला! परंतु खरं तर 'लग्नानंतर मला माझ्या पतीने खूप प्रोत्साहन दिलं, त्यामुळे मी एवढं शिक्षण पुढे घेऊ शकले,' हे सुवर्णाताईंनी आवर्जून नमूद केलं. त्यांची साहित्यसंपदा समृद्ध आहे. 'राजमाता जिजाऊसाहेब,' 'भद्रकाली ताराराणी,' 'महाराणी येसूबाई,' 'शिवपत्नी महाराणी सईबाई,' 'शोध झाडाझडतीचा', 'रणजित देसाई कथाविश्व,' 'गप्पा मंत्र्यांच्या पत्नींशी,' 'समाजक्रांतिकारक राजर्षी शाहू महाराज,' 'ज्ञानाई सावित्रीबाई फुले,' 'सरसेनापती उमाबाई दाभाडे'... केवढी अफाट ग्रंथसंपदा. याला अचाट म्हणावे की अजब म्हणावे हेच कळत नाही. अशा या सिद्धहस्त लेखिकेस मी एकदा विनंती केली, की ताई आपण इंदुमती राणीसाहेबांच्या बाबतीत लिखाण करायला हवे; परंतु मध्यंतरी विश्वव्यापी कोरोनाचे संकट ओढवले, यामुळे हा प्रकल्प त्यांच्या मनात असूनसुद्धा अडकून पडला; परंतु या वर्षाच्या सुरुवातीलाच सुवर्णाताईंनी मला सांगितले, की मी इंदुमती राणीसाहेबांवर लिखाण लवकरच सुरू करणार आहे. मला सासवडच्या शंकरराव खाशाबा जगताप, सरदार गोदाजीराव जगताप यांच्या- विषयी काही माहिती लागली तरी अत्यंत वस्तुनिष्ठ अशा प्रकारची माहिती आपण मला द्यावी अशी मागणी केली. मी तत्काळ होकार दिला आणि लिखित स्वरूपात माझ्याजवळ असणारी आणि सासवडमधून प्राप्त झालेली माहिती ताईंपर्यंत पोहोचविली. पुढे त्यांचे अनेक कोल्हापूर दौरे सुरू झाले. न्यू पॅलेस, कोल्हापुरातील अनेक इतिहासकार, उपलब्ध असणारे दस्तऐवज, कोल्हापूर आणि पुणे येथील माननीय कलेक्टर साहेबांच्या

अखत्यारीत असणारी दप्तरे अभ्यासून आज रोजी राणी इंदुमती साहेबांवर लिहिले गेलेले पहिलेवहिले पुस्तक तयार करून त्यांनी प्रस्तावनेसाठी माझ्या हाती दिले. या आनंदाचे वर्णन कुठल्या भाषेत करावे समजत नाही.

छत्रपती इंदुमती राणीसाहेब म्हणजे राजर्षी छत्रपती शाहू महाराजांच्या सूनबाई व प्रिन्स शिवाजीराजे यांच्या पत्नी या एकाच भूमिकेतून चरित्रनायिकेचा आढावा घेणे हाच केवळ लेखिकेचा हेतू नसून, करवीर घराण्याच्या गादीवर आलेल्या आत्तापर्यंतच्या छत्रपतींचे योगदान, त्यांचे स्वराज्यरक्षणाचे कार्य यांचाही सविस्तर लेखाजोखा या ग्रंथाच्या माध्यमातून वाचकांच्या समोर आणण्याचा प्रयत्न लेखिकेने केलेला दिसून येतो.

इंदुमती राणीसाहेब यांचे जीवन शोकांतिकेचा विषय ठरले. वयाच्या तेराव्या वर्षी आलेले वैधव्य व आधार देणाऱ्या सासऱ्यांचा मृत्यू, त्यामुळे जीवन जगण्याची अपरिहार्यता राणीसाहेबांच्या वाट्याला आली. राजर्षी शाहू महाराज अत्यंत हुशार व बुद्धिमान असले तरी त्यांच्या अकाली मृत्यूनंतर राणीसाहेबांच्या वाट्याला वनवासच आला. छत्रपती राजर्षी शाहूंच्या सूनबाई असूनदेखील इतिहासकारांनी इंदुमती राणीसाहेबांची उपेक्षाच केली.

या पार्श्वभूमीवर डॉक्टर सुवर्णा नाईक निंबाळकर यांनी लिहिलेले ‘करवीर छत्रपती इंदुमती राणीसाहेब’ हे पुस्तक एकूणच वाचकांसाठी प्रेरक व मार्गदर्शक ठरेल.

लेखिकेने इंदुमती राणीसाहेबांचा पट उलगडताना संपूर्ण करवीर घराण्याची वंशावळ, माहिती ऐतिहासिक संदर्भासह या पुस्तकाच्या पूर्वार्धात नोंदवली गेली आहे. या पार्श्वभूमीवर इंदुमती राणीसाहेबांचा यथार्थ परिचय लेखिकेने करून दिला आहे. प्रास्ताविकामध्ये छत्रपती शिवाजी महाराज, छत्रपती संभाजी महाराज आणि छत्रपती राजाराम महाराज यांच्यापासून सुरुवात करून संपूर्ण करवीर घराण्याची माहिती सूत्ररूपाने मांडलेली आहे.

इंदुमती राणीसाहेब या सासवडच्या जगताप घराण्यातील होत्या. सासवडकर जगतापांचे चांगले संस्कार आणि इंदुमती राणीसाहेबांची हुशारी यामुळे छत्रपती राजर्षी शाहूंनी त्यांना आपली सून म्हणून कसे निवडले याचे यथार्थ वर्णन लेखिकेने केले आहे. आपल्या सुनेला शिक्षण देताना छ.राजर्षी शाहूंना अनेक अडचणींना तोंड द्यावे लागले. कुटुंबामध्ये वादविवाद नको म्हणून राजर्षी शाहूंनी आपल्या सुनेला सोनतळी कॅम्पवर ठेवले. छत्रपती शाहू महाराजांनी आपल्या सुनेला शिकवण्यासाठी खूप प्रयत्न केले; परंतु आधार देणाऱ्या सासऱ्यांच्या मृत्यूनंतर राणीसाहेबांना अनेक संकटांना तोंड द्यावे लागले.

इंदुमती राणीसाहेबांची सोशिकता अनेक घटना-प्रसंगांतून लेखिका निंबाळकरांनी

सप्रमाण नोंदवलेली आहे. मन हादरवून सोडणाऱ्या अनेक घटना कुटुंबात घडल्यानंतर इंदुमती राणीसाहेबांचे शैक्षणिक योगदान लेखिकेने मांडलेले आहे. राणीसाहेबांचे जीवन संकटांनी आणि दुःखाने भरलेले आहे, या प्रसंगात सासऱ्यांनी समंजसपणे दिलेली साथसंगत, विश्वास राणीसाहेबांना सर्वार्थाने उपयुक्त ठरले. राजर्षी शाहूंनी केवळ साथच दिली नसून आपल्या सुनेला अनेक गोष्टी समजावून सांगितलेल्या आहेत आणि त्या प्रत्यक्ष करवून घेतल्या आहेत.

प्रिन्स शिवाजींच्या मृत्यूची बातमी समजल्यावर इंदुमती राणीसाहेबांच्या मनाला किती वेदना झाल्या असतील. अल्प वयातच वैधव्य प्राप्त झालेल्या इंदुमती राणीसाहेबांच्या समोरील संकटाचे वर्णन कोणत्या शब्दांत करावे? सकल सौभाग्य इंदुमती राणीसाहेबांचे सौभाग्य संपले हे सूत्र समजून घेताना राणीसाहेबांच्या भविष्याबद्दलचा करुण भाव लेखिकेने जागृत केला आहे. इंदुमती राणीसाहेबांच्या कर्तृत्वाची कसोटी, उरलेले आयुष्य भोगणे किती आव्हानात्मक होते; परंतु ते आव्हान स्थिर बुद्धीच्या संयमी राणीसाहेबांनी आपल्या सासऱ्यांच्या मदतीने समर्थपणे पेलले होते.

राजर्षी शाहूंच्या मृत्यूनंतर राणीसाहेबांची झालेली परवड या पुस्तकातून अधोरेखित झालेली आहे.

डॉक्टर सुवर्णा नाईक निंबाळकर यांचे हे अकरावे पुस्तक आहे. ऐतिहासिक स्त्रियांची चरित्रे रेखाटण्याचा त्यांचा यापूर्वीचा अनुभव व कार्यशैली पाहता या चरित्र ग्रंथास त्यांच्याकडून पुरेपूर न्याय मिळाला असेल याचा मला पूर्ण विश्वास वाटतो. महाराष्ट्रातील विविध राजघराण्यांतील स्त्रियांच्या देदीप्यमान चरित्रांची इतिहासाने योग्य दखल न घेतल्याने ती प्रकाशित होऊ शकली नाहीत.

ही वेदनाच या ग्रंथनिर्मितीच्या मुळाशी असल्याचे लेखिकेच्या मनोगतातून व्यक्त होते. छत्रपती राजर्षी शाहू महाराजांच्या अगदी लहान वयात वैधव्य प्राप्त झालेल्या सुनेची साधी दखलही घेतली गेली नाही. एकंदर तीस प्रकरणांत हा ग्रंथ साकारलेला आहे. करवीर राजघराण्यास मिळालेली वतने, जहागिरी, पदव्या यांचीही सविस्तर माहिती या ग्रंथात मिळते. मध्ययुगीन कालखंड व आधुनिक कालखंडातील या राजघराण्याची राजकीय, सामाजिक व सांस्कृतिक भूमिका व कार्य, तसेच राजघराण्यातील रीतिरिवाज, परंपरा, संस्कार यांचाही अगदी ठळकपणे आढावा लेखिकेने येथे घेतलेला असून, या माध्यमातून करवीर राजघराण्याची सविस्तर माहिती तमाम वाचकांना देण्याचे मोठे कार्य लेखिकेने केलेले दिसून येते.

भोसले राजघराण्याचा महाराष्ट्रातील उदय, विकास, शौर्य, पराक्रमाची परंपरा, त्यांचे नातेसंबंध यांचा सखोल परिचय या पुस्तकामधून झालेला आहे. छत्रपती शाहू महाराजांचे व्यक्तिमत्त्व, कार्य, पराक्रम, कोल्हापूर संस्थानात त्यांचे स्थान, अस्तित्व, नातेसंबंध व संघर्ष याबाबतचा विस्तृत पट वाचकांसमोर उभा राहतो. इंदुमती

राणीसाहेबांचे आपल्या सासऱ्यांप्रति पित्याप्रमाणे असणारे प्रेम म्हणजे केवळ राजघराण्यातील सासरे आणि सुनेचे संबंध नसून ते तमाम मराठी संस्कृतीतील वारसा जपणारे असावेत, ही जाणीव या ग्रंथातून पाहावयास मिळते. छत्रपती शाहू महाराजांनी आपल्या सुनेचा सांभाळ मुलीप्रमाणे केला. त्यांच्या व्यक्तिमत्त्वाचा प्रभाव इंदुमती राणीसाहेबांवर पडला होता. त्यामुळे राणीसाहेबांच्या व्यक्तिमत्त्वाला आणखी नवे पैलू पडले. राजांचा सहवास, प्रेम, शिकवण यातून राणीसाहेबांचं संघटन- कौशल्य, कौटुंबिक जिव्हाळा व जबाबदारी या सद्‌गुणांची जोपासना झाली. इंदुमती राणीसाहेबांच्या आयुष्याला खरी प्रेरणा व प्रोत्साहन त्यांच्या सासऱ्यांकडूनच मिळाले होते, याचे सविस्तर चित्रण या पुस्तकामध्ये आलेले आहे. अभ्यासपूर्ण विवेचन व राजघराण्याप्रति नितांत आदर, अभिमान आणि निष्ठेतून हे चरित्र साकारले असल्याने एक ऐतिहासिक दस्तऐवज म्हणून मराठी साहित्यात या ग्रंथाला उचित स्थान प्राप्त होईल असा मला विश्वास वाटतो.

या ग्रंथाच्या रूपाने एका ऐतिहासिक योगिनीचा सात्त्विक, सुसंस्कारित आणि त्यागपूर्ण जीवनसंघर्ष वाचकास सदैव प्रेरणा देत राहील. शंभर वर्षांपूर्वीचे असे हे अनमोल स्त्रीरत्न आज २१व्या शतकातही समस्त स्त्रीत्वाला प्रेरणादायी, आदर्शवत ठरेल याचीही मला खात्री वाटते.

ताराराणी, सईबाई, सावित्रीबाई फुले, उमाबाई दाभाडे आणि आता इंदुमती राणीसाहेब, या इतिहास घडविणाऱ्या प्रत्येक 'स्त्री'चे चरित्र स्वतंत्रपणे पुस्तकाद्वारे मांडण्याचा सुवर्णाताईंचा उपक्रम नक्कीच कौतुकास्पद आहे. या सर्वच महिलांनी आपापल्या दुःखांवर पांघरूण घालत, शत्रूंशी आणि समाजाशी दोन हात करत, काही वेळा तत्कालीन सामाजिक चालीरीतींचा बीमोड करत 'इतिहास' रचला! याच अनुषंगाने इंदुमती राणीसाहेबांनी वैधव्यावर मात करीत स्वतःच्या शिक्षणापासून ते करवीर संस्थानच्या मुलींच्या शिक्षणासाठी केलेले महान कार्य या पुस्तकाद्वारे सुवर्णाताईंनी उलगडले आहे. राणीसाहेबांचा बालवयापासून ते अखेरपर्यंतचा प्रवास त्यांनी उलगडला आहे. त्यामुळे एकदा हातात घेतलेले हे पुस्तक पूर्ण वाचून झाल्याशिवाय खाली ठेवावेसेच वाटत नाही. महाराष्ट्रातील तसेच देशातील मुलींना -मातांना -भगिनींना इंदुमती राणीसाहेबांचा इतिहास आयुष्याच्या वाटचालीकरिता प्रेरणादायी ठरेल यात शंकाच नाही.

मेहता प्रकाशनाने अत्यंत तत्परतेने आकर्षक मांडणीसहित ही ग्रंथनिर्मिती केली याबद्दल त्यांचे ऋण व्यक्त करावेसे वाटते.

महाराष्ट्रातील सर्वच इतिहासप्रसिद्ध, कर्तृत्ववान स्त्रियांचा इतिहास डॉ. सुवर्णाताई नाईक निंबाळकर यांच्या हातून लिहिला जावा, यासाठी त्यांना उत्तम दीर्घायुरोग्य प्राप्त व्हावे एवढीच आई अंबाबाई चरणी प्रार्थना!

या ग्रंथाच्या प्रस्तावना लेखनाच्या निमित्ताने मला व्यक्त होण्याची व 'करवीर छत्रपती इंदुमती राणीसाहेब' या आदर्श स्त्रीत्वाला आदरपूर्वक शब्दसुमनांजली अर्पण करण्याची सुवर्णसंधी डॉक्टर सुवर्णा नाईक निंबाळकर यांनी उपलब्ध करून दिली त्याबद्दल लेखिकेला मनःपूर्वक धन्यवाद! या चरित्रग्रंथास तमाम मराठी जनांचा उदंड प्रतिसाद मिळो व अशाच प्रकारे अनेक ऐतिहासिक स्त्रीचरित्रांची निर्मिती होवो, हीच प्रभुचरणी प्रार्थना.

– डॉ. दीपक जगताप
सासवड, पुणे

पार्श्वभूमी

कोल्हापूरच्या इतिहासात अनेक पराक्रमी, कर्तृत्ववान आणि उदार मनाच्या व्यक्ती होऊन गेल्या. ताराराणींनी राज्य स्थापन करताना सार्वभौमत्वाचा जो आग्रह धरला होता तो राज्य स्थापनेनंतर सतत शंभर वर्षे मोठ्या निकराने कायम ठेवला गेला. हे या राज्यांचे वैशिष्ट्यच मानावे लागेल. या शंभर वर्षांत संभाजी महाराज (करवीर) आणि शिवाजी महाराज (दुसरे) या दोघांच्याच कारकिर्दीचा समावेश आहे. एवढा प्रदीर्घ काल राज्यकारभार करण्याचे भाग्य फारच थोड्या महाराजांना लाभले असेल. या दोघांनीही प्रसंगी निजाम हैदरअली वगैरेंशी मैत्री केली आणि प्रसंगानुसार युद्ध आणि तहही केले; पण शेवटपर्यंत मोगलांचे किंवा इतर कोणाचे सार्वभौमत्व मान्य केले नाही. त्यांची कारकीर्द प्रामुख्याने राज्याच्या संरक्षणाच्या प्रयत्नातच खर्ची पडली.

करवीर छत्रपतींना प्रथम पहिले शाहू, पेशवे, पटवर्धन व सावंतवाडीकर, भोसले आणि शेवटी इंग्रज यांच्याशी सतत झुंज द्यावी लागली. या सर्वांच्या त्रासातून बाहेर पडण्यासाठी यांची सर्व शक्ती खर्ची झाली. त्यामुळे त्यांचे लक्ष फारसे राज्यकारभाराकडे गेले नाही. भाऊबंदकीमुळे पेशव्यांचे सामर्थ्य कमी होऊ लागले तेव्हा दुसऱ्या शिवाजी महाराजांनी आपली कारकीर्द गाजवली. दुसऱ्या करवीर छत्रपतींनी पटवर्धन, इचलकरंजीकर, घोरपडे, सावंतवाडीकर, भोसले पोर्तुगीज व कर्नाटकच्या नबाबांच्या राजवटीवर चांगलाच वचक बसवला. १९व्या शतकाच्या उदयापूर्वीच भारतात नवे शास्त्र आणि शस्त्र हाती घेऊन इंग्रजांनी एकेक प्रदेश पादाक्रांत करण्यास सुरुवात केली, तेव्हा पश्चिमेकडील त्या वादळात टिपूपासून पेशव्यांपर्यंत सर्वच राज्ये कोलमडून पडली. त्यामुळे या सर्व धांदलीत कोल्हापूरचा निभाव लागणे शक्यच नव्हते. म्हणूनच इ. स. १८१२ नंतरच्या करवीर रियासतीचा भाग प्रामुख्याने इंग्रजांच्या साम्राज्याखाली एक संस्थान बनण्याच्या प्रक्रियेचा काळ म्हणावा लागेल. यात बुवासाहेब व चिमासाहेब यांनी इंग्रजांना जोरदार टक्कर देण्याचा प्रयत्न केला; परंतु तो प्रयत्न फोल ठरला. इंग्रजांच्या हुशारीपुढे कोणाचाच तेथे निभाव लागला नाही. नागपूरकर भोसले, होळकर, शिंदे, निजाम, भोपाळ, म्हैसूर आणि पेशवे यांच्याप्रमाणेच कोल्हापूरचेही स्वतंत्र राज्य नष्ट झाले.

कोल्हापूरच्या इतिहासात काही स्त्रियांनीही उत्कृष्ट कामगिरी केली आहे. मुळात हे राज्य महाराणी ताराबाईंनी औरंगजेबाला शह देण्यासाठी निर्माण केले होते. त्याचप्रमाणे ताराराणींची सवत राजसबाई, छत्रपती संभाजी महाराजांची राणी जिजाबाई, तसेच दुर्गाबाई, सईबाई ऊर्फ दिवाणसाहेब यांच्या कर्तृत्वाचा संदर्भही या कालखंडात

उल्लेखला गेला व उजळून निघाला. कोल्हापूर राज्याला रामचंद्रपंत अमात्यांसारखे मुत्सद्दी पहिल्यापासूनच लाभल्यामुळे करवीर राज्य बरीच वर्षे सुरक्षित राहिले. रामचंद्रपंतांचा प्रदीर्घ अनुभव ताराराणींप्रमाणे संभाजी महाराजांनाही उपयोगी पडला. रामचंद्रपंतांप्रमाणेच यशवंतराव शिंदे, रत्नाकरपंत राजाज्ञा, हिंमतबहाद्दर प्रीतिराव चव्हाण, गुणाजीराव गायकवाड अशा अनेक सरदारांनी गाजविलेली तलवार कोल्हापूर राज्याची बांधणी पक्की करण्यास उपयुक्त ठरली. (करवीर रियासत - स. मा. गर्गे) त्यापैकी छत्रपती संभाजी महाराजांची कारकीर्द अत्यंत दुर्दैवी ठरली. छत्रपती संभाजी महाराजांची हत्या झाली व त्यांच्या कारकिर्दीला इतिहासकारांनी न्याय न दिल्यामुळे ती अजूनच दुर्दैवी ठरली. छत्रपती शिवाजी महाराज वगळता छत्रपती शंभूराजांइतका शूर व तेजस्वी पुरुष अगोदर कधी झाला नव्हता व नंतरही कधी झाला नाही. छत्रपती शंभूराजांच्या कारकिर्दीची सुरुवातच मुळी कटकारस्थानांनी झाली. संभाजी महाराजांचा हक्क डावलून राजाराम महाराजांना गादीवर बसवण्याचा कट केला गेला. त्यानंतर शंभू महाराजांना विषप्रयोग करून ठार मारण्यांचा घाट घातला गेला व त्यानंतर अकबराच्या साहाय्याने त्यांना पदावरून हटवण्याचे कारस्थान रचले. असे तीन कट त्यांच्या विरुद्ध झाल्याने संभाजी महाराजांचा स्वराज्यातील सर्व कारकुनांवरील विश्वास उडाला.

शंभूराजांनी कारस्थान करणाऱ्यांना भयंकर शिक्षा केल्या. खरंतर या शिक्षा पेशवेकाळातील शिक्षेपेक्षा खूपच सौम्य होत्या. त्या राजनीतीत बसणाऱ्याच होत्या; परंतु इतिहासकारांना त्याचे खूपच दुःख झाले. औरंगजेबाच्या आक्रमक फौजांपासून आपल्या राज्याचे संरक्षण करण्यात महाराजांची आठ-नऊ वर्षे गेली. महाराजांची हत्या झाली, तेव्हा शत्रूकडून हालहाल होत असतानाही तोंडातून शरणागतीचा एक शब्दही न उच्चारण्यात त्यांचा खरा मोठेपणा होता. छत्रपती संभाजी महाराजांची हत्या ही मराठ्यांच्या इतिहासाला काळिमा फासणारी मोठी दुःखद घटना होती. या घटनेमुळे मराठ्यांच्या स्वातंत्र्ययुद्धावर दूरगामी परिणाम झाला. आपल्या लाडक्या छत्रपतींच्या म्हणजेच शंभूराजांच्या निर्घृण हत्येमुळे सर्व मराठी समाज सुडाने पेटून उठला. अशा चिडलेल्या, गरम रक्ताच्या मराठ्याला चिरडून टाकणे, औरंगजेबाला अजिबात शक्य होणार नव्हते.

छत्रपती संभाजी महाराजांच्या कारकिर्दीप्रमाणेच छत्रपती राजाराम महाराजांच्या कारकिर्दीची सुरुवातही संकटांच्या मालिकांनी भरली होती. फरक एवढाच होता की, छत्रपती संभाजी महाराजांवरील संकटे स्वकीयांनी आणली होती, तर राजाराम महाराजांवरील संकटे शत्रूने आणली होती. छत्रपतींच्या हत्येने सर्व मराठा लोकांना जबरदस्त धक्का बसला. सर्व मराठे नाराज होते. या सर्व गोंधळात स्वराज्यात चहूबाजूंनी शत्रूने आपले हातपाय पसरण्यास सुरुवात केली होती. स्वराज्यातील गड

व किल्ले भराभर शत्रूच्या हाती पडू लागले. वतनदार सरदार मंडळी गुपचूप मोगलांना जाऊन मिळू लागली. राजधानीला वेढा पडला होता. येसूबाई राणीसाहेब, छत्रपती राजाराम महाराज, छत्रपती शाहू महाराज यांच्या जीविताची शाश्वती नव्हती. आपला जीव वाचवण्यासाठी राजाराम महाराजांना महाराष्ट्रातून कर्नाटकाकडे पळ काढावा लागला. इकडे महाराष्ट्रात रायगडाचा पाडाव होऊन येसूबाई राणीसाहेब व शाहूराजे मोगलांचे कैदी बनले; परंतु लवकरच मराठे या सर्व वाईट परिस्थितीतून सावरले. नाशिकपासून अर्कोटपर्यंत संताजी-धनाजींच्या नेतृत्वाखाली फौजा फिरू लागल्या. राजाराम महाराजांनी गनिमी काव्याने शत्रूस हैराण केले. शत्रूमध्ये दहशत निर्माण केली. गडकोट व आपले प्रदेश सोडवले. स्वराज्याचा कारभार थाटला. राजाराम महाराज संभाजी महाराजांसारखे शूर नव्हते, तरीही आपल्या मृदू व गोड स्वभावामुळे त्यांनी हाताखालच्या माणसांत आपल्याविषयी प्रेम व आदरभाव निर्माण केला. राजाराम महाराजांनी आपल्या सेनेकडून शौर्याची कामे करवून घेऊन सर्व पोकळी भरून काढली. स्वराज्य संपूर्ण लयाला गेले होते. तरी राजाराम महाराजांनी शत्रूशी संघर्ष सुरू ठेवून स्वराज्याची कल्पना जागृत ठेवली.

राजाराम महाराजांनी आपल्या कारकिर्दीच्या सुरुवातीसच रणनीतीने व राजनीतीने आपल्या शत्रूला जबरदस्त शह दिला. स्वराज्याची भूमी विजयी मोगल सैन्यांनी व्यापली असता महाराष्ट्रातून गुप्तपणे दूर जिंजीकडे कर्नाटकात निसटून त्यांनी तेथे राजधानी स्थापन केली आणि त्यामुळे कर्नाटकात दुसरी राजकीय आघाडी उभारली गेली. बादशहाला मोठ्या प्रमाणावर आपले लष्कर कर्नाटकात पाठवावे लागले. याचा परिणाम असा झाला की, महाराष्ट्रात स्वराज्यावर आलेला मोगली आक्रमणाचा दबाव एकदम कमी झाला. शत्रूचे चित्त द्विधा करण्यात मराठे यशस्वी झाले. इतकेच नव्हे तर त्यांच्या फौजांना नाशिक ते तंजावर असे नवे विस्तीर्ण रणमैदान धावपळीच्या व गनिमी काव्याच्या लढ्यासाठी खुले झाले.

हा जसा मराठ्यांनी मोगलांना दिलेला रणनीतीचा शह होता, तसा तो राजकीय शहही होता. राजाराम महाराज जर महाराष्ट्रात राहिले असते, तर ते शत्रूकडून पकडले जाण्याची फार मोठी शक्यता होती आणि तसे झाले असते तर रायगड पडल्यानंतर मराठ्यांचे आख्खे राजकुटुंबच औरंगजेबाच्या हाती पडून हिंदवी स्वराज्याचा डोलारा कोसळला असता.

राजाराम महाराज कर्नाटकात गेल्यानंतर रायगड शत्रूने जिंकून घेऊन सर्व राजपरिवारास कैदी बनवले. त्यामुळे सर्वत्र निराशेचा अंधकार पसरला. हिंदवी स्वराज्य बुडल्यातच जमा झाले. अशा अत्यंत वाईट परिस्थितीतून मराठे बाहेर पडले व त्यांनी अवघ्या सहा महिन्यांतच गेलेले गड-किल्ले ताब्यात घेण्यास सुरुवात केली. राजाराम महाराजांबरोबर संताजी घोरपडे व धनाजी जाधव यांनाही विजयाचे श्रेय द्यावे लागेल. मुत्सद्देगिरीमुळे राजाराम महाराजांनी यश खेचून आणले.

छत्रपती राजाराम महाराजांच्या निधनानंतर मराठी राज्याची धुरा सांभाळण्याची जबाबदारी महाराणी ताराराणींवर येऊन पडली. या वेळी औरंगजेबाने जीव तोडून मोहिमा हाती घेतल्या. स्वराज्यात सर्वत्र धुमश्चक्री चालू होती. काबूलपासून बंगालपर्यंत व काश्मीरपासून कावेरीपर्यंत पसरलेल्या अफाट प्रदेशाच्या सम्राटाशी महाराष्ट्रातील पंचवीस वर्षांची एक तरुण विधवा राणी संघर्ष करावयास उभी राहते, हेच स्वातंत्र्ययुद्धाच्या शेवटच्या पर्वाचे वैशिष्ट्य आहे. मराठी राज्य संपले असे वाटेपर्यंत मोगल-मराठा संघर्ष अधिकच तीव्र बनला आणि त्यांनी खुद्द औरंगजेबास संपवले.

मोगल-मराठा संघर्षात संभाजी महाराज, राजाराम महाराज व महाराणी ताराराणी अशा तीन राज्यकर्त्यांच्या नेतृत्वाखाली मराठे लढले, म्हणजे मराठ्यांच्या बाजूने दोन वेळा नेतृत्वात बदल झाला. याउलट मोगलांच्या बाजूने कोणताही बदल झाला नाही. औरंगजेब स्वत: सेनेचे नेतृत्व करत पुढे होऊन लढत होता. प्रदीर्घ लढाई लढण्यासाठी औरंगजेब अतिशय कष्टमय जीवन जगत होता. जिद्द, चिकाटी, शौर्य औरंगजेबाच्या रोमारोमांत भरले होते. ज्या चिकाटीने औरंगजेब लढत होता, त्याच्या दहा पट जिद्दीने, चिकाटीने मराठे लढत होते. मोगलही अत्यंत चिवट आणि पराक्रमी होते. औरंगजेबासारखा शूर नेता त्यांना लाभला होता. म्हणूनच तर ते तग धरून दक्षिणेत उभे ठाकले होते.

मोगल-मराठा संघर्षात संभाजी महाराज, राजाराम महाराज, महाराणी ताराराणी अशा तीन बलाढ्य नेतृत्वाबरोबर मराठे लढले. ज्या जिद्दीने औरंगजेब लढला त्याच जिद्दीने मराठे लढले. औरंगजेब वयोवृद्ध असला तरी कसलेला सेनानी होता. मराठेही कसलेले होते; परंतु वयाने तरुण होते. संभाजी महाराजांना युद्धाचा थोडाफार अनुभव तरी होता; परंतु राजाराम महाराज व ताराराणी यांना कसलाही अनुभव नव्हता. कोणताही अनुभव नसताना हे वीर औरंगजेबाबरोबर मुत्सद्देगिरीने व गनिमी काव्याने लढले होते. संभाजी महाराजांनी मोगल, पोर्तुगीज, सिद्दी व इंग्रज यांच्याशी संघर्ष केला. त्याच कर्तबगारीने राजाराम महाराज आठ वर्षे मोगलांशी प्रखरपणे लढले. औरंगजेबाचा मुलगा कामबक्ष व जुल्फिकारखान यांच्याशी अटीतटीचे राजकारण केले. राजाराम महाराजांनी जिंजी आपली राजधानी केल्यामुळे महाराष्ट्र व कर्नाटक असे लष्करी क्षेत्राचे अफाट साम्राज्य बनले. अशा प्रकारे कर्नाटकात जिंजी येथे आपली राजधानी थाटून मराठी नेतृत्वाने मोगली नेतृत्वाला शह दिला.

राजाराम महाराजांच्या मृत्यूनंतर महाराणी ताराराणीने असामान्य धैर्य दाखवले. त्यांनी मोगली फौजांना आपल्या आक्रमक पवित्र्याने बेजार करून टाकले. स्वत: कोणताही तह न करता औरंगजेबालाच तह करण्यास भाग पाडले. राज्यकारभार, लष्करी मोहिमांची आखणी, अंमलबजावणी, सेनानींची देखरेख व अंमल या बाबतीत ताराराणींनी आपले कर्तृत्व दाखवले. औरंगजेब अत्यंत साधा, धर्मनिष्ठ, शूर, धाडसी, धीरगंभीर, चिकाटी व मेहनती होता. तरीही औरंगजेबाचे लष्करी

नेतृत्व थिटे पडले. राज्यकर्ता म्हणून औरंगजेबाला कधीच यश आले नाही.

मोगलांचे साम्राज्य भरपूर होते. त्यामानाने मराठ्यांचे साम्राज्य अगदी तुटपुंजे होते. मराठी लष्कर एकदम साधे होते. मोगली लष्करासारखा डामडौल मराठ्यांकडे अजिबात नव्हता. पाऊस, ऊन, थंडी, अंधार काही न बघता मराठे घोड्यावर बसूनच भाकरी, चटणी, कांदे खात असत. जलद हालचाली करणे हे मराठ्यांचे आणखी एक वैशिष्ट्य होते. तिसरे वैशिष्ट्य म्हणजे गनिमी काव्याने लढणे. संपूर्ण स्वातंत्र्ययुद्धात मराठे मोगलांशी याच पद्धतीने लढले आहेत. हंबीरराव मोहिते, नेमाजी शिंदे, संताजी, धनाजी, हनमंतराव, राणोजी हे सर्वजण गनिमी काव्यानेच लढत होते. रात्रंदिवस मोगलांना मराठ्यांची खूप भीती वाटत होती. ताराराणींच्या कालखंडात लष्कराचा आत्मविश्वास वाढला होता. मोठ्या धाडसाने मराठे औरंगजेबाच्या छावणीवर धाडी घालत होते. मराठ्यांनी मोगलांना अनेक मोहिमांत हैराण केले होते.

संताजी घोरपडे तर मोगलांचा कर्दनकाळच होता. संतांजींच्या तडाख्यातून सुटले तर आपला पुनर्जन्म झाला असं मोगल मानत होते. अनेक मोहिमांत पाऊस, पूर, खराब रस्ते, धान्य, चारा यांची टंचाई, मराठ्यांचे हल्ले अशा संकटांना तोंड देत मोगल हैराण झाले होते. दक्षिणेच्या युद्धात प्रचंड वित्तहानी आणि जीवितहानी झाली होती. दरवर्षी मोगलांचे सुमारे लाखभर सैन्य, घोडे, हत्ती, उंट, बैल मरत होते. सतत सव्वीस वर्षे चाललेल्या या स्वातंत्र्ययुद्धात महाराष्ट्रात पराक्रमी पुरुषांची एक पिढीच निर्माण झाली.

नंतर राजाराम महाराजांचा मृत्यू झाला. सर्व मराठी राज्य दुःखात बुडाले. संभाजी महाराजांच्या मृत्यूनंतर बसलेला हा दुसरा प्रचंड मोठा धक्का होता. ज्या राष्ट्राने संभाजी महाराजांचा हालहाल करून केलेला मृत्यू पाहिला होता ते मराठे नक्कीच खचणारे नव्हते. राजारामांची राणी ताराबाई तेजस्वी व तडफदार होती. वैधव्याचे दुःख गिळून मराठी राज्याची ढासळलेली बाजू सावरण्यासाठी ती पदर खोचून सरसावली होती. हाती राजसूत्रे आणि तलवार घेऊन त्यांनी औरंगजेबाचे लष्करी आव्हान स्वीकारले. दक्षिणेतील एका छोट्या राज्याची पंचवीस वर्षांची विधवा मोगलांच्या अवाढव्य सैन्याविरुद्ध पदर खोचून लढायला तयार होऊन उभी राहिली होती. सतत सात वर्षे ती औरंगजेबास टक्कर देत होती. राणी लक्ष्मीबाई, राणी दुर्गावती, चाँदबीबी याच परंपरेतील महाराणी ताराबाई शूर आणि आक्रमक होत्या. औरंगजेबाशी अनेकवेळा युद्ध करून ताराराणींनी त्याला जेरीस आणले. महाराष्ट्राच्या मातीने औरंगजेबाला इथेच गाडून टाकले. संभाजी महाराज, राजाराम महाराज, महाराणी ताराबाई या सर्वांनी स्वातंत्र्यासाठी आपले प्राण दिले आहेत.

स्वातंत्र्ययुद्धाच्या काळात मराठे अधिकच आक्रमक बनले. मराठ्यांचे युद्ध हे लोकयुद्ध होते. म्हणूनच शेवटी त्यांना यश आले.

अनुक्रमणिका

१

शिवाजी महाराज करवीर (पहिले) (१७०० ते १७१४)

शिवछत्रपतींचे दोन पुत्र संभाजी महाराज व छत्रपती राजाराम महाराज. छत्रपती संभाजी महाराजांनंतर छत्रपती राजाराम महाराज मराठ्यांचे छत्रपती बनले. याच वेळी म्हणजे सन १६८९ साली छत्रपती संभाजी महाराजांच्या राणी येसूबाई व पुत्र शाहूराजे मोगलांचे कैदी बनले. छत्रपती राजाराम महाराजांचा मृत्यू सन १७०० साली झाला. त्यांना दोन पुत्र होते. महाराणी ताराराणींच्या पोटी जन्मलेले छत्रपती शिवाजी महाराज व राणी राजसबाईंच्या पोटी जन्मलेले संभाजी महाराज. छत्रपती राजाराम महाराजांच्या मृत्यूनंतर ताराराणींनी आपला पुत्र शिवाजी महाराज यांना गादीवर बसविले. सन १७०० पासून १७०७ सालापर्यंत हिंदवी स्वराज्याचा कारभार त्यांनी केला. पुढे औरंगजेबाच्या मृत्यूनंतर मोगलांच्या कैदेतून सुटून शाहू महाराज स्वराज्यात आले. त्यांचे व ताराराणींचे जोरदार भांडण झाले. त्यामुळे छत्रपती शाहू महाराजांनी साताऱ्यात गादी स्थापन केली.

पुढे महाराणी ताराराणींनी पन्हाळ्यास राजधानी करून दक्षिणेकडील प्रदेशात आपला अंमल जारी केला. त्यांचे हे राज्य 'करवीरचे राज्य' अथवा 'कोल्हापूरचे राज्य' म्हणून प्रसिद्धीस आले. या राज्याचा कारभार करीत असतानाच सन १७१४ साली पन्हाळ्यावर क्रांती होऊन ताराबाई व त्यांचा पुत्र सत्तेवरून उतरले व त्यांच्या जागी ताराराणींची सवत राजसबाई व छत्रपती संभाजी महाराज हे आले. सन १७१४ सालापासून सन १७६० सालापर्यंत या संभाजी महाराजांनी राज्य केले. ते 'करवीर संभाजी' म्हणून इतिहासात प्रसिद्ध आहेत.

छत्रपती शाहू महाराज व ताराराणी यांच्यात सत्तास्पर्धेचे राजकारण चालूच होते.

कधी या पक्षाला तर कधी त्या पक्षाला विजय मिळत होता. हे विजय तात्पुरत्या स्वरूपाचे असत. शाहू महाराजांचे सेनापती चंद्रसेन, ताराराणींना येऊन मिळाले. चंद्रसेन जाधवांच्या जिवावर ताराराणी वरचढपणा करत होत्या. जुन्या सरदारांनाही त्या तुच्छ मानू लागल्या. ताराराणींच्या तेजस्वी व्यक्तिमत्त्वापुढे जुन्या सरदारांचे तेज फिके पडू लागले. चंद्रसेनांच्या जिवावर आपण काहीही करू शकू, असे ताराराणींना वाटू लागले. त्यामुळेच शाहूंच्या सत्तेला शह देण्याच्या कल्पना त्या आखू लागल्या.

या योजनेला चंद्रसेन जाधवांनी पहिला शह दिला. ताराराणींना व त्यांचे पुत्र शिवाजीराजेंना राजसबाईंच्या कैदेत पडावे लागले. या नाट्यपूर्ण घडामोडीनंतर राजसबाईंचे पुत्र संभाजीराजे कोल्हापूर राज्याच्या गादीवर बसले व नवी राजवट सुरू झाली. या संघर्षामुळे राज्यकारभारात काहीही बदल न होता, कारभार सुरळीत चालू होता. पन्हाळ्याच्या राजवाड्यात घडलेल्या या घटनेला 'रक्तशून्य सत्तांतर' असेही म्हटले गेले. हे सत्तांतर अनेक अर्थाने महत्त्वाचे ठरले.

हे सत्तांतर फार महत्त्वाचे आणि मोठे होते. ताराराणींच्या विरुद्ध जाऊन त्यांच्या हातातील सत्ता हस्तगत करणे हे सोपे काम नव्हते. सत्तांतराविषयी किंचित जरी शंका आली असती तरी, यात भाग घेणाऱ्यांना ताराराणींनी कडक शासन केले असते; परंतु इथे उलटाच प्रकार घडला होता. अचानकपणे सर्व पारडे फिरावे, पारड्यातील वजन दुसऱ्या पारड्यात जाऊन पडावे आणि हे सारे केव्हा व कसे घडले यासंबंधी फक्त आश्चर्य वाटावे, अशी सत्तांतराची ही घटना घडली.

शिवाजीराजे पन्हाळ्याला राज्य करू लागल्यापासून जेमतेम तीन-चार वर्षांतच त्यांचा कारभार आटोपला. त्या वेळचे त्यांचे वय पाहता राज्यकारभाराची सर्व सूत्रे महाराणी ताराराणीच पाहत असाव्यात हे स्पष्ट होते. या तीन-चार वर्षांतील सर्व पत्रव्यवहार, आज्ञापत्रे मात्र शिवाजीराजांच्या नावानेच दिली जात होती.

शिवाजीराजे यांच्या काळात अनेक सनदा देण्यात आल्या होत्या. धार्मिक संस्था, मठ, साधूसंत इत्यादींना अनेक सनदा दिलेल्या आढळून येतात. अशा सनदा देण्याची परंपरा छत्रपती थोरले शिवाजीराजे यांच्या काळापासून सुरू होती. एका सनदेत तुळजापूरच्या देवीस इनाम दिल्याचा उल्लेख आहे. तसेच पाटगावच्या मौनीबाबास इनाम दिल्याचा उल्लेख आहे. चाफळच्या मंदिराचा जीर्णोद्धार करण्यात आला. तसेच चिंचवडच्या देवस्थानास कोणत्याही प्रकारचा उपसर्ग होऊ नये असे आज्ञापत्र देण्यात आले. याच संदर्भात पैठणचे एकनाथ स्वामी यांचे नातू उद्धव गणेश यांना 'मौजेवाठार' सुभाप्रांत पन्हाळा हा गाव इनाम दिला. तीच परंपरा ताराराणी पुत्र शिवाजीराजे यांनी सुरू ठेवली होती. धार्मिक कारणाप्रमाणे, लढाईत शौर्य गाजविल्याबद्दलही गावे इनाम देण्यात आली होती. एकनिष्ठ सेवा चाकरी करणाऱ्यासही इनाम देण्यात येत होते. रयतेकडून जमीनधाऱ्यासंबंधी आलेल्या

तक्रारींची यथायोग्य दखल शिवाजीराजे घेत होते. एवढेच नव्हे तर लढ्यांसारख्या प्रकरणांनी शेतीची जी नासधूस झाली, ती लक्षात घेऊन शिवाजीराजे यांनी रयतेस महसुलाच्या बाकीची माफी केल्याचे पत्रात नमूद केले आहे. 'रयत कष्ट-कामास लावणे यापरीस रयतेस कोणी जेवण तूप कोंबड़े मागू नये, वेठबिगारीचा तगादा देऊ नये', अशी आज्ञा केली आहे. हा उल्लेख तत्कालीन परिस्थितीच्या संदर्भात अभ्यसनीय आहे. जमीनदारीत सुधारणा करून रयतेचे समाधान झाले पाहिजे, या अर्थाची पत्रे शिवाजीराजांनी दिलेली सापडतात. हा रयतेची काळजी घेणारा राजा फार कमी वेळ रयतेला लाभला होता.

प्रकरण १

१. मराठेशाहीचा मागोवा - डॉ. जयसिंगराव पवार - पृ. क्र. ७
२. महाराणी ताराबाई - डॉ. जयसिंगराव पवार - पृ. क्र. ६
३. शिवपुत्र छत्रपती राजाराम - डॉ. जयसिंगराव पवार - पृ. १८
४. शिवपुत्र छत्रपती राजाराम - डॉ. जयसिंगराव पवार - पृ. क्र.९
५. मराठेशाहीचा मागोवा - डॉ. जयसिंगराव पवार - पृ. क्र. १७

२

छत्रपती संभाजी महाराज करवीर (१७१४ ते १७६०)

सातारा व करवीर अशी दोन मराठी राज्ये स्थापन झाल्यापासून या दोन्ही राज्यांत बरीच वर्षे सतत संघर्षाचीच भावना राहिली. ताराराणीच्या कारकिर्दीतील करवीरकरांचे संघर्षाचे धोरण सत्ताबदल होऊन संभाजी महाराज गादीवर आले तरी बदलले नाही. या दोन्ही राज्यांचा चालू असलेला संघर्ष दीर्घ काळ चालला आणि याचा निकाल वारणा नदीच्या तीरावर सन १७३० सालच्या लढाईने लागला. शाहू महाराजांचा पक्ष विजयी होऊन संभाजी महाराजांना माघार घेत पन्हाळ्याकडे परतावे लागले. शेवटी उभय राजबंधूंत दिलजमाई होऊन सन १७३१ साली 'वारणेचा तह' झाला. या तहाने वारणेच्या दक्षिणेकडील तुंगभद्रेच्या मुलखात संभाजी महाराजांनी राज्य करून आपला अंमल चालवावा असे ठरले; परंतु तुंगभद्रेपर्यंत राज्य वाढविण्याची स्वतंत्र हिकमत संभाजी महाराजांजवळ नव्हती. नवनवीन सरदारांना प्रोत्साहन देऊन त्याच्यावर राज्यविस्ताराची कामगिरी सोपवली आणि त्यांच्याकडून आपल्या सत्तेची वाढ करून घ्यावी, हा शाहू महाराजांच्या जवळचा महत्त्वाचा गुण त्यांच्याकडे नव्हता. उलट, राज्याच्या सीमेवरील पटवर्धन, इचलकरंजीकर, कागलकर घाटगे, सावंतवाडीकर इ. सरदारांच्या कारवाया मोडून काढण्यातच त्यांची बरीच शक्ती खर्च झाली. शाहू महाराजांच्या राज्यात मात्र एकापेक्षा एक कर्तबगार सरदार उदयास येत. त्यांनी त्यांची सत्ता नर्मदेच्या पलीकडे यमुनेपर्यंत वाढवली. पुढे तर मराठ्यांचा झेंडा अटकेपार गेला, तो शाहू महाराजांच्या सरदारांच्या नेतृत्वाखालीच. असा पराक्रम करवीर संभाजीच्या अथवा त्यांच्या सरदारांच्या हातून झाला नाही. ते आपले पूर्वापार राज्य सांभाळत राहिले. इकडे साताराचे राज्य वाढत गेले खरे; पण राज्याचे

मुख्य सत्ताकेंद्र म्हणजे छत्रपतींचे स्थान, हे मात्र शाहू महाराजांनंतर दुबळे बनले. साताऱ्याच्या राज्याची सर्व सत्ता त्यांच्या पेशव्यांच्या हाती जाऊन पुणे हीच मराठी राज्याची खरी राजधानी बनली. छत्रपती केवळ नामधारी, निर्माल्यवत झाले. अशी अवस्था करवीर छत्रपतींची झाली नाही. त्यांनी आपली स्वतंत्र सत्ता व स्थान, ते छोटे का असेना, पण टिकवले. एक काळ असा आला की, सातारकरांच्या पेशव्याने हे करवीरचे राज्यच गिळंकृत करण्याचा डाव टाकला होता; पण हा डाव उधळून टाकून करवीरचे राज्य तगून राहिले. करवीरचे असे स्वतंत्र अस्तित्व तगवून धरणारी पराक्रमी व्यक्ती म्हणजेच संभाजी महाराजांच्या चौथ्या पत्नी जिजाबाई.

संभाजीराजांची एकंदर सात लग्ने झाली होती. त्यातल्या चौथ्या क्रमांकाच्या राणी म्हणजे जिजाबाई. जिजाबाई या तोरगलकर शिंदे या घराण्यातील होत्या. जिजाबाई या सर्व राण्यांत श्रेष्ठ तर होत्याच, शिवाय त्या तेजस्वी व्यक्तिमत्त्वाच्या होत्या. त्यांच्या ठिकाणी बुद्धिचातुर्य व शहाणपणाचे गुण होते. या गुणांच्या जोरावरच त्यांना पुढे संभाजी महाराजांच्या कारभारात प्रमुखपण प्राप्त झाले. संभाजी महाराजांना राज्यकारभारात त्यांच्या मातोश्री राजसबाईंचे साहाय्य मिळत होते; पण आपल्यापेक्षाही हुशार, गुणवत्ता असणारी सून जिजाबाईंच्या रूपाने मिळाल्यावर त्यांनी कारभारातून आपले लक्ष काढून घेतले. राजसबाईंचे निधन झाल्यानंतर करवीरची सर्व सूत्रे जिजाबाईंच्या हाती आली.

संभाजीराजांनी अधिकार हाती घेतला तेव्हा त्यांचे वय सुमारे सोळा वर्षांचे होते. त्यापैकी बराच काळ त्यांना ताराराणींच्या बंदीतच राहावे लागले. त्यामुळे प्रत्यक्ष कारभाराचा अनुभव किंवा एखादी मोहीम हाती घेण्याची संधी त्यांना मिळाली नाही. कारभाराचा सर्व भार रामचंद्रपंत अमात्य यांच्यावरच होता.

सातारा आणि कोल्हापूर या दोन राज्यांच्या दरम्यान एकमेकांविरुद्ध चढाईचे प्रसंग चालू होते. याच सुमारास रामचंद्रपंत अमात्यांचे निधन झाले. त्यांच्या निधनाने संभाजी महाराजांचे फार मोठे पाठबळ नाहीसे झाले. अमात्य, सल्लागार, मुख्य कारभारी आणि मार्गदर्शक अशा अनेक नात्यांनी रामचंद्रपंतांचा संभाजी महाराजांना आधार होता. मृत्यूसमयी त्यांचे वय ६६ वर्षांचे असावे.

पंतांसारख्या अनुभवी राज्यकर्त्याच्या ज्ञानाचा उपयोग छत्रपती संभाजी महाराजांना जेमतेम दोन वर्षेच झाला. पंतांचे निधन झाले त्याच सुमारास साताऱ्याकडे बाळाजी विश्वनाथासारखा कर्तबगार कारभारी आपल्या पराक्रमाने एकेक क्षेत्र काबीज करत होता. या संदर्भात कोल्हापूर राज्याच्या दृष्टीने रामचंद्रपंतांचे निधन व त्यामुळे निर्माण झालेली पोकळी अधिकच जाणवल्याशिवाय राहत नाही. पाच छत्रपतींची राजवट पाहिलेले एकमेव मुत्सद्दी रामचंद्रपंत अमात्य हे होते. नंतर संभाजीराजांच्या साहाय्याने चंद्रसेन जाधवांनी सभोवतालच्या प्रदेशात चांगलाच जम बसवला. छत्रपतींच्या दोन

घराण्यांत राज्याची विभागणी व्हावी, अशी संभाजीराजांची सुरुवातीपासूनच इच्छा होती. सुरुवातीच्या काळात त्याकडे लक्ष गेले नाही आणि मग त्यातूनच दोन्ही राजवटीचे वाद वाढत गेले. संभाजीराजांनी चंद्रसेन जाधवांच्या मार्फत निजामाशी दोस्ती करून आपला हेतू साध्य करण्याचे ठरवले. चंद्रसेन जाधवांचा आणि शाहू महाराजांचा यापूर्वीच झगडा झाला होता आणि त्यांनीही निजामाशी मैत्री जोडून शाहू महाराजांना गादीवरून काढण्याची प्रतिज्ञा केली होती. निजामाने दक्षिणेची सूत्रे हाती घेतल्यापासून मराठ्यांच्या राज्याला दुर्बल करायचे बेत रचले होते. चंद्रसेन जाधवांप्रमाणेच रावरंभा निंबाळकर, दाभाडे आणि पिलाजी गायकवाड यांच्याशी निजामाने चांगले संबंध ठेवले होते. संभाजीराजे यांच्या मनामध्ये वाटणीसंबंधी असंतोष आहे हे हेरून त्याचा फायदा घेण्याचे त्याने ठरवले. दोन्ही राजघराण्यांचे भांडण तेवत ठेवून (दोन्ही राजघराण्यांमधील तेढ कायम ठेवून) त्याला आपली सुभेदारी पक्की करावयाची होती.

पालखेडच्या लढाईनंतर शाहू महाराज आणि संभाजीराजे यांचे भांडण विकोपाला गेले. या संघर्षाची कारणे छत्रपती शाहू महाराज मोगलांच्या बंदीतून दक्षिणेत आल्यापासून वाढत होती व त्यात वर्षानुवर्षे भरच पडत होती. या सर्व कारणांचे फलित म्हणजे वारणाकाठची लढाई होय. या लढाईची तीव्रता संभाजीराजे व निजाम यांच्या मैत्रीमुळे अधिकच वाढत गेली. ही मैत्री संभाजीराजांना फायद्याची ठरली नाही. पालखेड येथे निजामाचा सपशेल पराभव झाला व त्याला ६ मार्च, १७२८ रोजी बाजीरावाशी तह करावा लागला. हा तह म्हणजे मुंगी शेवगावचा तह. वारणा तहाप्रमाणे शाहू महाराज आणि संभाजी महाराज यांच्या राज्याच्या सीमा निश्चित झाल्या. वारणेचा तह झाल्यानंतर अपेक्षा अशी होती की, सातारा आणि कोल्हापूर ही दोन्ही राज्ये आपापल्या क्षेत्रात निर्वेधपणे कारभार करू शकतील; परंतु कोल्हापूरच्या दृष्टीने तसे स्वास्थ्य लाभले नाही. त्यामुळे संभाजी महाराजांना वेळोवेळी शाहू महाराजांकडे तक्रारी कराव्या लागल्या. अशा तक्रारी केवळ शेजारच्या राज्याच्या उपद्रवासंबंधी असत असे नव्हे, तर सेनापती घोरपडे, पंत अमात्य, उदाजी चव्हाण, सर्जेराव घाटगे या सर्वांचा उपद्रव करवीर राज्याला होत असे.

पुढे शाहू महाराजांच्या मृत्यूनंतर कोल्हापूर-सातारा या गाद्या एक होऊन त्यावर संभाजीराजांनी राज्य करावयाचे, हा करार झाल्यामुळे करवीरकरांचे व पेशव्यांचे संबंध सलोख्याचे राहिले होते. स. १७४५नंतर साताऱ्याचा वारस प्रश्न परत चर्चेस येऊ लागला. अनेक पक्षांचे विविध मनसुबे चालू असताना ताराराणींनी सर्वांनाच हादरवून टाकणाऱ्या गोष्टीचा स्फोट केला. रामराजे नावाचा आपल्या मुलाचा पुत्र, म्हणजे आपला नातू गुप्तपणे अस्तित्वात असल्याचे ताराराणींनी सर्वांना सांगितले. शाहू महाराजांचा ताराराणींच्या या वक्तव्यावर प्रथम विश्वास बसला नाही. शेवटी

भगवंतराव अमात्यास बोलवून त्याची शपथेनिशी साक्ष घेतली गेली. रामराजे हे ताराराणींचे नातू आहेत ही गोष्ट सत्य असल्याचे त्यांनी कृष्णेचे उदक हाती घेऊन सांगितले. ताराराणींनी रामराजेंना दर्याबाई नाईक-निंबाळकर यांच्याकडे पानगाव येथे पाठवले. दर्याबाई नाईक - निंबाळकर या रामराजेंची बहीण होत्या. रामराजांच्या खरेपणाविषयी शाहू महाराज समाधानी झाले व त्यांना गादीवर बसवण्याचा निर्णय घेण्यात आला.

शाहू महाराजांच्या अंतिम काळात सातारा राज्याच्या वारसाचा प्रश्न किचकट बनला होता. छत्रपती शाहू महाराजांच्या पत्नी सकवारबाई यांना संभाजीराजे वारस म्हणून पसंत होते, तर महाराणी ताराबाई यांनी आपले नातू रामराजे यांना दत्तक घ्यावे असा आग्रह शाहू महाराजांकडे धरला. अखेर रामराजांना वारस घ्यायचे ठरले व शाहू महाराजांनी मृत्यूसमयी यासंबंधीचे हुकूम देऊन नानासाहेब पेशव्यांना कारभाराचे प्रमुखपद वंशपरंपरेने दिले. या वेळी संभाजीराजे सैन्य घेऊन साताऱ्याला निघाले होते; पण त्यांच्या सुज्ञ पत्नी जिजाबाईंनी त्यांना रोखले. १७४९मध्ये छत्रपती शाहू महाराज निधन पावले. १७५० -५१ नंतर संभाजीराजांनी राज्यकारभारातून हळूहळू आपले लक्ष कमी कमी केले. त्यांच्या शिस्तप्रिय राणी जिजाबाई याच कोल्हापूर राज्याचा कारभार पाहू लागल्या.

संभाजीराजे यांनी तब्बल ४६ वर्षे राज्य केले. एवढा प्रदीर्घ काळ राज्य करण्याची संधी यापूर्वी छत्रपती घराण्यात कोणालाही मिळाली नव्हती. शककर्ते छत्रपती शिवाजी महाराजांनी सहा वर्षे राज्य केले आणि राज्य विस्ताराच्या अनेक महत्त्वाकांक्षा मनात असतानाच त्यांचे आयुर्मान संपले. संभाजी महाराजांनी नऊ वर्षे सत्ता गाजवली आणि त्यानंतर त्यांना शत्रूच्या हाती पडून हौतात्म्य पत्करावे लागले. छत्रपती राजाराम महाराजांना गादीवर बसण्याची शक्यता व संधी असूनही ते शेवटपर्यंत गादीवर बसलेच नाहीत. अत्यंत प्रतिकूल परिस्थितीत त्यांना अकरा वर्षे राज्यकारभार केला. ते मराठ्यांचे अनभिषिक्त छत्रपती होते. त्यांच्यानंतर ताराराणी यांचे पुत्र दुसरे शिवाजी गादीवर बसले. ते कोल्हापूर गादीचे पहिले छत्रपती होत. चौदा राज्यं त्यांच्या आधिपत्याखाली होती. त्यानंतर त्यांना व महाराणी ताराराणींना पन्हाळ्यावर नजरकैदेत राहावे लागले. संभाजी महाराजांनी मात्र इ.स. १७६०पर्यंत राज्य केले. या कालखंडात त्यांना रामचंद्रपंत अमात्यांसारख्या मुरब्बी मुत्सद्यांचे मार्गदर्शन लाभले. त्यांच्या मातोश्री राजसबाई याही कारभारात लक्ष घालत असत.

राजसबाईंच्या वृद्धापकाळी संभाजीराजे यांच्या कारभाराला महाराणी जिजाबाई यांनी विशिष्ट वळण लावले. त्यांचा दरारा व शिस्त कोल्हापूर राज्याची अधिसत्ता बळकट करण्यास उपयुक्त ठरली. संभाजीराजे जिजाबाईंच्या धोरणाबाहेर फारसे जात नव्हते. छत्रपती शाहू महाराज यांच्या निधनानंतर संभाजीराजे यांनी साताऱ्याकडे

फौजा वळवल्या; पण जिजाबाईंच्या सल्ल्यावरून त्यांनी आपला मोर्चा मागे वळवला. या प्रसंगाच्या अगोदर नानासाहेब पेशवे व संभाजीराजे यांच्यात इ.स. १७४०मध्ये जो इतिहासप्रसिद्ध करार झाला, त्या वेळीही जिजाबाई त्यांच्याबरोबर साताऱ्यास होत्या. त्यांना या कराराची चांगलीच माहिती होती. त्यांनी नानासाहेब पेशवे व सदाशिवरावभाऊ पेशवे यांना जी पत्रे लिहिली, त्यात त्या कराराची आठवण दिली आहे. ज्या वेळी छत्रपती संभाजीराजे साताऱ्यास जात असत त्या वेळी जिजाबाई त्यांच्याबरोबर असत.

संभाजीराजे अत्यंत धार्मिक वृत्तीचे होते, हे त्यांनी मंदिरांना आणि साधुसंतांना दिलेल्या सनदा-पत्रांवरून दिसून येते. इ. स. १७२८ साली ते निजामाबरोबर गोदावरीच्या खोऱ्यात लष्करी मोहिमेवर होते, तेव्हा यांनी अंबाजोगाई येथील दत्तभक्त आणि प्रसिद्ध कवी दासोपंत यांच्या समाधीसाठी इनाम दिलेले आहे. तसेच वेदशास्त्रसंपन्न देवदत्त परमानंद कविंद्र या धर्मनिष्ठ विद्वानास गाव इनाम दिलेला आहे. हिंदू साधूंप्रमाणे मशिदींनाही गाव इनाम दिल्याच्या नोंदी आढळतात.

छत्रपती संभाजीराजे यांच्या कारकिर्दीत करवीरनिवासिनी महालक्ष्मीची पुन्हा स्थापना झाल्याचा महत्त्वाचा उल्लेख सापडतो. छत्रपती संभाजी महाराजांनी इ. स. १७३२ साली सिंहगडावर छत्रपती राजाराम महाराजांच्या समाधीवर छत्री बांधली. २० डिसेंबर, १७६० रोजी छत्रपती संभाजीराजे कोल्हापूरजवळच्या टोप या गावी मरण पावले. पंचगंगेच्या काठी त्यांचे अंत्यसंस्कार झाले. पन्हाळ्यावर जिजाबाईंनी त्यांची समाधी बांधली.

संभाजी महाराजांच्या मृत्यूनंतर कोल्हापूरचे छत्रपती घराणे सुरक्षित ठेवण्याची सर्व जबाबदारी महाराणी जिजाबाई यांच्यावर येऊन पडली. ती जबाबदारी त्यांनी तब्बल बारा वर्षे जिद्दीने पार पाडली.

३

छत्रपती शिवाजी महाराज दुसरे (१७६२ ते १८१३)

कोल्हापूरचे छ. संभाजीराजे १७६०च्या डिसेंबरमध्ये निधन पावल्यानंतर त्यांच्या पत्नी राणी जिजाबाई यांनी खानवटकर घराण्यातील एक पुत्र दत्तक घेऊन त्यांचे नाव शिवाजीराजे असे ठेवले. छ. संभाजीराजे यांच्या मृत्यूनंतर कोल्हापूरचे छत्रपती घराणे सुरक्षित ठेवण्याची सर्व जबाबदारी महाराणी जिजाबाई यांच्यावरच पडली होती आणि ती जबाबदारी सुमारे बारा वर्षे मोठ्या जिद्दीने त्यांनी पार पाडली.

संभाजीराजे यांच्या निधनानंतर जिजाबाई व पेशवे यांचे संबंध बिघडले. पेशव्यांना धोरणासंबंधी वारंवार जी शंका येत असे तिचे प्रत्यंतर त्यांना त्या वेळी आले. पेशव्यांनी कोल्हापूरच्या गादीवर आपल्या प्रभावाखालील दत्तक वारस बसविण्याचा घाट घातला. जिजाबाईंना तो बेत मान्य नसल्यामुळे त्यांनी पेशव्यांना कडाडून विरोध दर्शवला. या विरोधाला उत्तर म्हणून पेशव्यांनी कोल्हापूरचे राज्य जप्त करायचे ठरवले. महादजी भोसले - मुंगीकर यांचे धाकटे भाऊ उमाजी यास राजा करावे व कारभार जिजाबाईंनी करावा. पन्हाळा व रांगणा हे किल्लेही द्यावेत. कबूल केल्यास उत्तम, नाहीतर जप्ती करावी. ज्या किल्ल्यावर जिजाबाई असेल त्या किल्ल्याभोवती वेढा घालून बसावे असे त्यांनी ठरवले.

परिस्थिती निकराची झाल्यामुळे जिजाबाईंपुढे मोठाच पेचप्रसंग निर्माण झाला. नानासाहेब पेशवे यांनी वेळोवेळी दिलेली वचने व आश्वासने खोटीच ठरली. पेशव्यांच्या कृतीबद्दल जिजाबाईंनी तीव्र नापसंती व्यक्त केली. आपण ज्यांना बंधू म्हटले त्यांनीच विश्वासघात करावा याबद्दल खेद व्यक्त केला. पेशव्यांनी संभाजीराजे यांच्याशी केलेले करार मोडले, याविषयी निषेध व्यक्त केला. पेशव्यांनी मैत्रीची

वचने देऊन ती मोडली. एवढेच नव्हे तर छत्रपती संभाजीराजे यांच्यानंतर कोल्हापूरचे राज्य मोडण्याचे कृत्य आरंभले. ही घटना कोणालाही संतापजनक वाटावी अशीच होती. विशेषत:, संभाजीराजे यांची धाकटी पत्नी कुसाबाई राणीसाहेब गरोदर असताना पेशव्यांनी असे वर्तन करावे ही गोष्ट जिजाबाईंसारख्या राज्यकर्त्या स्त्रीला जिव्हारी लागावी यात वावगे काहीच नव्हते. छत्रपती संभाजीराजे यांच्या मृत्यूनंतर राजघराण्याचा परामर्श घेऊन सांत्वन करण्यासाठी पंतप्रधान पेशव्यांनी स्वत: यावे अशी कोणाचीही अपेक्षा होती; पण तसे न घडता उलट त्यांनी फौजा पाठवल्या. यावरून पेशव्यांचा हेतू स्पष्ट झाला.

एकीकडे जिजाबाईंनी, पेशव्यांनी फौज माघारी घ्यावी म्हणून प्रयत्न चालवले, तर दुसरीकडे, अचानक फौज पाठवून पेशव्यांचा पराभव केला. २५ मे, १७६१ रोजी कुसाबाई प्रसूत झाल्या. त्यांना मुलगी झाली. कुसाबाईंना मुलगी झाल्यामुळे कोल्हापूर राज्यासाठी दत्तक घेण्याचा प्रश्न पुन्हा उपस्थित झाला. संभाजीराजांनी मृत्युपूर्वी आज्ञा केली, "शरीफजींच्या वंशातील शहाजीराजे भोसले, खानवटकर इंदापूर परगण्यात राहत होते. त्यांचा मुलगा माणकोजी यांना दत्तक घ्यावे." त्या आज्ञेला अनुसरून दत्तक घेतले पाहिजे असा आग्रह जिजाबाईंनी धरला होता. जिजाऊंचा हा विचार सर्वांना मान्य झाला. त्याप्रमाणे खानवटकर घराण्यातून माणकोजी भोसले यांना दत्तक घेतले. दत्तकविधान सभारंभ मोठ्या थाटाने पार पाडला. २२ सप्टेंबर, १७६२मध्ये दत्तकविधी पार पडून मुलाचे नाव शिवाजी छत्रपती असे ठेवण्यात आले. पाच दिवसांनी, म्हणजे विजयादशमीच्या मुहूर्तावर शिवाजीराजे सिंहासनारूढ झाले. महाराज सिंहासनाधीश्वर होईपर्यंत आईसाहेबांच्या नावे शिक्कामोर्तब व कागदपत्र होत होते ते बंद झाले. नंतर छत्रपती शिवाजी महाराजांच्या नावे राज्यकारभार सुरू झाला.

जिजाबाईंनी निरनिराळ्या सरदारांकडून आपण कोल्हापूरच्या राजघराण्याशी एकनिष्ठ राहू, अशा स्वरूपाची इमानपत्रे लिहून घेतली. जिजाबाईंनी आपल्या राज्याच्या सुरक्षिततेसाठी चालवलेले प्रयत्न एवढ्यावरच थांबले नाहीत. त्यांनी खुद्द पेशव्यांशीही निरनिराळ्या प्रसंगी करार करून साल राज्याच्या सीमेवरील उपद्रव थांबविण्याच्या दृष्टीने प्रतिबंधक अटी नमूद करून घेतल्या. या करारामुळे माधवराव पेशवे आणि कोल्हापूरचे छत्रपती यांचे संबंध पुढे चांगले राहिले आणि माधवरावांच्या कारकिर्दीत कोल्हापूरच्या गादीला पेशव्यांकडून विशेष उपद्रव झाला नाही.

पुढे १८ नोव्हेंबर, १७७२ रोजी माधवराव पेशवे यांचे, तर १७ फेब्रुवारी १७७३ रोजी जिजाबाई यांचे पन्हाळा येथे निधन झाले. जिजाबाई अणि माधवराव पेशवे यांच्या निधनानंतर मराठ्यांच्या राजकारणातील दोन प्रभावी व्यक्ती जवळजवळ एकाच वेळी अंतर्धान पावल्या. दक्षिण महाराष्ट्रात जिजाबाईंनी कोल्हापूरचा दरारा

बसवला होता. संभाजीराजे यांच्या निधनानंतर जवळ जवळ बारा वर्षे जिजाबाईंनी राज्य केले. मोठ्या कष्टाने, जिद्दीने आणि चिकाटीने कोल्हापूरच्या सत्तेत जम बसवला. एवढेच नव्हे तर पेशव्यांनाही दत्तक प्रकरणी आपल्या इच्छेप्रमाणे वर्तन करण्यास परावृत्त केले.

जिजाबाईंच्या मृत्यूनंतर दुर्गाबाईसाहेब मुख्यत्वेकरून कारभार पाहत होत्या. १७७९ मध्ये दुर्गाबाई मरण पावल्या व त्यानंतर छत्रपती शिवाजीराजे यांचा अंमल चालू झाला. १७७५मध्ये इचलकरंजीकर घोरपडे व पटवर्धन यांनी एक होऊन कोल्हापूरच्या मुलखात आगळिकी चालू केल्या होत्या. त्याचा बंदोबस्त करण्यासाठी शिवाजीराजे यांनी यशवंतराव शिंदे यांना फौज देऊन पाठवले होते. मागोमाग भवानराव प्रतिनिधी यांनी कोल्हापूर राज्यातील वडगाव लुटले. कोल्हापूरहून चालून आलेल्या यशवंतराव शिंदे यांना मोड करता आला नाही. कोल्हापूरचे सैन्य दुबळे झालेले पाहून कुरुंदवाडच्या कोन्हेरराव पटवर्धनांनी मोठे सैन्य घेऊन कोल्हापूरला वेढा घातला व करवीर जगद्गुरूंचा मठ लुटून त्याला आग लावून दिली. हे सर्व सरदार पेशव्यांच्या पाठिंब्यानेच कोल्हापूरवर आक्रमण करीत होते.

कोन्हेरराव पटवर्धनांचा कोल्हापूरच्या सैन्याने पराभव करताच पेशव्यांचे कारभारी नाना फडणवीस यांनी महादजी शिंदे यांना कोल्हापूरवर आक्रमण करण्यास पाठवले. या आक्रमणाच्या वेळी शिवाजीराजे व मातोश्री दुर्गाबाई यांच्या स्वाऱ्या कोल्हापुरातच होत्या. मोठ्या कुमकेसह महादजी शिंदे यांनी कोल्हापुरास वेढा घातला. तीन महिने वेढा चालू होता. सुमारे तीस हजार फौज महादजींच्या बरोबर होती. एवढ्या मोठ्या फौजेशी सामना देणे शक्य होणार नाही हे छत्रपतींच्या लक्षात आले. यामुळे काही अटींवर छत्रपतींना नमते घ्यावे लागले.

महादजी शिंद्यांच्या फौजा परत गेल्यावर काही काळाने छत्रपती शिवाजीराजांनी तहात गेलेला मुलूख परत मिळवण्यास सुरुवात केली. काही काळातच कागल ताब्यात घेतले. १७८१मध्ये छत्रपती शिवाजीराजांनी भुदरगडचे बंड मोडून काढले; पण पेशव्यांच्या दडपणामुळे भुदरगड परशुरामभाऊ पटवर्धन यांच्या ताब्यात द्यावा लागला. रांगणा किल्ल्यालाही वाडीच्या सावंतांनी वेढा घातला. पोर्तुगिजांच्या साहाय्याने छत्रपती शिवाजीराजांनी हा वेढा उठवला. १७८३मध्ये सेनापती यशवंतराव शिंदे मरण पावल्यानंतर कोल्हापूरच्या रक्षणाची जबाबदारी गुणाजीराव गायकवाड, प्रीतिराव चव्हाण व रत्नाकरपंत राजाज्ञा यांनी उचलली. परशुरामभाऊ पटवर्धनांचे पुत्र रामचंद्र अप्पा यांचा आळते गावानजीकच्या लढाईत कोल्हापूरच्या सैन्याने पराभव केला. जखमी अवस्थेत कोल्हापूरकरांच्या हाती सापडलेल्या रामचंद्र अप्पांच्या जखमा बऱ्या होईपर्यंत त्यांना कोल्हापूरला ठेवून त्यांची सन्मानाने पाच गावे देऊन छत्रपती शिवाजीराजांनी परत पाठवणी केली. या पराभवाने संतापून परशुरामभाऊंनी

आक्रमण करून कोल्हापूरला वेढा घातला. त्यांच्या बलाढ्य सैन्यासमोर कोल्हापूरकरांची ताकद कमी पडल्याने अखेर दहा लाख रुपये देऊन छत्रपती शिवाजीराजांनी हे संकट निवारले.

यशवंतराव शिंदे हे जिजाबाईंच्या माहेरचे तोरगलकर शिंदे घराण्यातील होते. ते जिजाबाईंच्या विश्वासातील असल्यामुळे त्यांच्यावरच कारभाराची सारी भिस्त असे. त्यांनी जिजाबाईंच्या निधनानंतर सुमारे दहा वर्षे राज्याच्या सुरक्षिततेच्या दृष्टीने प्रयत्न केले. महादजी शिंदे यांनी कोल्हापुरास वेढा दिला तेव्हा अतिशय शौर्याने व चातुर्याने त्यांनी त्या संकटातून सुटका केली. यशवंतराव हे स्वतंत्रपणे मोहिमा काढून कारभाराची सूत्रे स्वीकारत होते. येसाजी शिंदे यांच्या मृत्यूनंतर छत्रपतींनी ५ जून, १७८३ रोजी रत्नाकरपंत अप्पा यांच्याकडे प्रधानकीची वस्त्रे देऊन त्यांच्याकडे राज्यकारभाराची सूत्रे सोपवली. त्यांनी २५ वर्षे मोठ्या निष्ठेने, शौर्याने, मुत्सद्देगिरीने कोल्हापूरचा कारभार चालवला. त्यांच्या निष्ठेविषयी व कर्तृत्वाविषयी शिवाजी महाराजांना संपूर्ण विश्वास होता. त्यांनी छत्रपतींचा विश्वास संपादन करून दाखवला.

पुढे गुणाजीराव गायकवाड, प्रीतिराव चव्हाण यांचेही वर्चस्व स्वराज्यात वाढत गेले. प्रीतिराव चव्हाण यांना २३ फेब्रुवारी, १७८४ रोजी हिंमत बहादुरीची वस्त्रे देण्यात आली होती. पटवर्धन आणि महादजी शिंदे यांच्या बरोबरच्या लढाईत त्यांनी पराक्रम गाजवला होता. शिवाजी महाराजांच्या यापुढच्या पंचवीस-तीस वर्षांच्या कारकिर्दीत प्रामुख्याने रत्नाकर पंत अप्पा आणि प्रीतिराव चव्हाण या दोन सरदारांची कामगिरी प्रामुख्याने नजरेत भरत होती.

येसाजींच्या नंतर कारभाराची घडी बसते न बसते तोच बावड्याच्या गडकऱ्यांनी १७८४मध्ये बंड केले. गुणाजी गायकवाडांना छत्रपतींनी बावड्यास रवाना केले. फौजेने किल्याला वेढा दिला; परंतु पंधरा दिवस वाट पाहूनही गडकऱ्यांकडून काही बोलणे न झाल्यामुळे स्वतः छत्रपती फौजेनिशी बावड्याकडे रवाना झाले. मल्हारपेठ, साळवणास पंधरा दिवस मुक्काम केला. पंधरा दिवसांत काहीच बोलणे झाले नाही, त्यामुळे छत्रपती परत बावड्यास निघून गेले. किल्ल्यावरून परत तोफा सोडल्या; परंतु त्यानंतर छत्रपतींनी शेणवी आणि प्रमुख बंडवाल्यांना अभयपत्रे देऊन समेट घडवून आणला. इ. स. १७८८ साली पन्हाळ्याहून राजधानी कोल्हापूरला आणली. बावड्याचा किल्ला गडकऱ्यांनी महाराजांकडे देण्याचे मान्य केले व त्याप्रमाणे त्यांना कळविण्यात आले. गुजाजीराव गायकवाड, नारायणराव पाटणकर यांच्याशी बोलणी करून महाराज स्वतः बावड्याला गेले. प्रीतिराव चव्हाण हिंमतबहादूर व रत्नाकरपंत राजाज्ञा हेही होते. महाराजांनी सुबराव पंत अमात्य यांनाही राशिवड्याहून बोलावून आणले व बावड्याचा किल्ला त्यांच्या स्वाधीन केला.

करवीर आणि इंग्रज यांचे संबंध सलोख्याचे असत. ते १७९२मध्ये बिघडले.

करवीरच्या आरमाराचा इंग्रजांच्या व्यापारी जहाजास उपद्रव होऊ लागला. चाचेगिरीमुळे इंग्रज व्यापारी कंपनीकडे वारंवार तक्रारी करू लागले. त्यांचा बंदोबस्त करण्यासाठी इंग्रजांनी सिंधुदुर्गावर हल्ला करण्याचे ठरविले. त्यातून वाद वाढत गेला. खरेतर इंग्रजांना पश्चिम किनाऱ्यावर आपली अधिसत्ता प्रस्थापित करावयाची होती. त्याला करवीरच्या राज्याचा आणि सिंधुदुर्गचा मोठाच अडथळा होता. मुंबईहून पश्चिम किनाऱ्यावरील चाचे लोकांचा मोड करण्याकरिता फौज रवाना केली. फौज समीप येताच महाराजांनी सलोख्याची बोलणी सुरू करून माफी मागितली आणि मागील बाकी व हल्ली झालेले नुकसान भरून देण्याचे कबूल केले. इंग्रजांशी तह झाल्यामुळे करवीर छत्रपतींची मानहानी होऊन आर्थिक नुकसानही झाले. इंग्रजांना वखारी घालण्याची परवानगी द्यावी लागली.

आपल्या राजधानीत वखार घालण्याची परवानगी दिल्यामुळे छत्रपतींना वाईट वाटणे साहजिकच होते. पुण्यात चाललेल्या राजकीय उलथापालथींचा कोल्हापूरचे छत्रपती शिवाजीराजे यांनी फायदा घेतला नसता तरच नवल. सवाई माधवरावांच्या काळात कोल्हापूरच्या राजाची सर्व बाजूंनी कोंडी करण्यात आली होती. तिच्यातून बाहेर पडण्यासाठी छत्रपती संधी शोधतच होते. छत्रपतींनी पटवर्धनांच्या ठाण्यावर हल्ला करण्याचे ठरवले. भुदरगड किल्ला पटवर्धनांच्या ताब्यात होता. तो परत मिळवण्यासाठी छत्रपती योजना आखत होते. घोरपडे आणि घाटगे यांनी किल्ला सर करण्यासाठी विशेष प्रयत्न केले. हैबतराव गायकवाड यांनी किल्ला मिळवण्यात विशेष प्रयत्न केले म्हणून त्यांना 'विश्वासराव' हा किताब देण्यात आला.

भुदरगडनंतर कोल्हापूरच्या फौजा चिकोडीच्या दिशेने निघाल्या. या स्वारीबरोबर स्वत: शिवाजीराजे होते. चिकोडीनंतर राजेंनी मनोळी हस्तगत केले. शिवाजीराजे यांनी तासगाव आणि त्याभोवतालचा प्रांत ताब्यात घेतला. तासगावमधील परशुरामाचे वाडे जाळून टाकले आणि कृष्णेपर्यंत आपली ठाणी वसवली. रत्नाकरपंतांनी जमखिंडीभोवती बंदोबस्त ठेवून शहराचा ताबा मिळवला, त्यामुळे छत्रपतींनी त्यांना 'राजाज्ञा' हे पद दिले. शाहू महाराज आणि छत्रपती संभाजीराजे यांच्या दरम्यान झालेल्या वारणेच्या तहाप्रमाणे कृष्णेपासून तुंगभद्रेपर्यंत सर्व प्रदेश कोल्हापूरकरांच्या मालकीचा होता; परंतु पटवर्धन अणि छोटे छोटे सरकार, ठाणेदार यांनी या प्रदेशात धुमाकूळ घातल्यामुळे छत्रपतींना वरील पाऊल उचलावे लागले.

वरील घटनेनंतर सहा महिन्यांनी खुद्द छत्रपती गोकाकपर्यंत आले. गोकाक हे सधन आणि व्यापारविषयक प्रसिद्ध असे शहर होते. हे शहर मूळचे कित्तूरकर देसायांचे असले तरी गेली काही वर्षे ते परशुरामभाऊंच्या ताब्यात होते. किल्ल्यावर परशुरामभाऊंचा दारूगोळा आणि इतर सरंजाम होता. ९ जानेवारी, १७९८ रोजी गोकाकला वेढा दिला. तीनच दिवसांत प्रीतिराव चव्हाण यांनी गोकाक काबीज केले.

१७ जानेवारी रोजी गोकाकचे मजबूत ठाणे करवीरच्या ताब्यात आले. गोकाकपासून करवीरकरांनी सव्वा लक्ष रुपये खंडणी वसूल केली.

पुढे १७९८च्या फेब्रुवारीत हुबळीला वेढा दिला. हुबळीच्या तटाभोवती करवीरच्या फौजा तीन आठवडे वेढा देऊन बसल्या होत्या. किल्लेदार राघोपंत गोडबोले यांनी शहर आणि किल्ला वाचवण्याचे खूप प्रयत्न केले. कोल्हापूरच्या फौजेनेही मोठ्या शर्थीने टक्कर दिली आणि किल्ला हस्तगत केला व कित्तूरकर देसायांच्या ताब्यात दिला. हुबळी हे अतिशय सधन व्यापारी शहर असल्यामुळे कोल्हापूरकर छत्रपतींना भरपूर संपत्ती मिळाली. कित्तूरकरांकडून दोन लक्ष रुपये आणि हुबळीतून तीन लक्ष रुपये मिळाले. कर्नाटकच्या मोहिमेतील हा यशस्वी टप्पा गाठल्यामुळे छत्रपतींना अधिकच उत्साह आला.

छत्रपती शिवाजीराजे यांनी ५० वर्षे राज्य केले. त्यांची राजवट अनेक नाट्यपूर्ण घटनांनी भरलेली होती. पेशवे, पटवर्धन, सावंतवाडीकर भोसले, निपाणीकर देसाई, इचलकरंजीचे घोरपडे या सर्वांशी अनेकदा निकराचे प्रसंग आलेले आहेत. स्वत: छत्रपती मोहिमेवर जात असत. पटवर्धनांशी झालेल्या लढायांत छत्रपतींनी स्वत: भाग घेतला होता. सावंतवाडी, इचलकरंजी, भुदरगड इत्यादी ठिकाणी झालेल्या लढाईत त्यांनी भाग घेतला होता. ते स्वत: छावणीत राहून परिश्रमपूर्वक मोहीम यशस्वी करत होते. त्यामुळे त्यांना भोवतालच्या लहान-मोठ्या सरदारांचा सतत होणारा उपद्रव यशस्वीरीत्या दूर करणे शक्य झाले. कोल्हापूर शहराला पटवर्धनांच्या आणि महादजी शिंद्यांच्या फौजांचा वेढा पडला असताना शिवाजीराजे काही दिवस शहरातच होते. पन्हाळ्याच्या भोवती पटवर्धनांनी केलेल्या नाकाबंदीत छत्रपतींनी मार्ग काढलेला आहे. कागलकर, सावंतवाडीकर यांच्याशी अनेक लढाया करून हल्ले मोडून काढले होते.

छत्रपती शिवाजीराजे यांनी कोल्हापूरच्या संरक्षणासाठी हैदर, टिपू आणि इंग्रज यांची वेळोवेळी मदत घेतली. साताऱ्यावर पटवर्धन आणि रास्ते यांनी हल्ला केला, त्या प्रसंगी साताऱ्याच्या मदतीसाठी छत्रपतींनी कोल्हापूरवरून फौजा पाठवल्या होत्या. छत्रपतींनी आपल्या कार्यकाळात पन्हाळ्याहून कोल्हापूरला राजधानी आणली. शिवाजीराजे यांनी इ.स. १७७० साली करवीर शहरी पंचगंगेच्या काठी संभाजीराजे यांच्या दहनभूमीवर देवालय बांधले. त्यांच्या व्यवस्थेची जबाबदारी राणोजी घोरपडे सेनापती यांच्याकडे दिली. देवालयाच्या पूजाअर्चा - खर्चाबद्दल परगणे कागल तर्फे रुकडे येथील सरनाईकीचे वतन करून दिले. शिवाजीराजे यांची देवादिकांवर आणि साधुसंतांवर अतिशय श्रद्धा होती.

कोल्हापूरच्या नागरिकांना पिण्यास पाणी मिळावे म्हणून शिवाजीराजे यांनी पन्हाळे तलाव बांधून विस्तीर्ण केला. बांधकाम चालू असताना मधून मधून ते

पाहण्यासाठी जात असत. एके दिवशी काम पाहून आल्यावर महाराजांना अतिशय ज्वर आला, काही दिवसांनंतर ज्वर खूपच विकोपाला गेला. या आजारातून आपण वाचत नाही, असे लक्षात आल्यानंतर महाराजांनी राजाज्ञांना बोलावून घेतले. त्यांना जवळ बोलावून बोलले की, "पुढे विचार नीट दिसत नाही. या दुखण्यातच आमचा परिणाम होणार. उभयता चिरंजीव लहान आहेत. चिकोडी व मनोळी तालुके निपाणकरांनी घेतले आहेत. ते शत्रूसन्निध आहेत. यास्तव कोणत्या समयी काय अपाय होईल याचा नेम नाही, तर किल्लेकोटाचा बंदोबस्त करून सरंजामी व शिलेदार यांस करकीरी आणून हुशारीने बंदोबस्त करावा."

एवढी सर्व निरवानिरव केल्यानंतर छत्रपती शिवाजीराजे २४ एप्रिल, १८१३ रोजी निधन पावले. शिवाजीराजे यांना दोन पुत्र होते, त्यांपैकी वडीलपुत्र शंभू ऊर्फ आबासाहेब आणि धाकटे पुत्र शहाजी ऊर्फ बुवासाहेब. सतत अर्ध शतक राज्य करून शिवाजी महाराजांनी दक्षिण महाराष्ट्र, कर्नाटक, पश्चिम किनारा इत्यादी प्रदेशात चांगलाच दरारा बसवला होता. जात्याच शूर व धोरणी असून कर्त्या व पराक्रमी पुरुषांना संग्रही ठेवण्याची दृष्टी असल्यामुळेच शिवाजी महाराजांना पेशव्यांशी शेवटपर्यंत टक्कर देता आली. शिवाजी महाराजांच्या सत्तेचा अर्धशतकाचा इतिहास हा खऱ्या अर्थाने करवीर राज्याच्या सत्तेचा उत्कर्षबिंदू गाठणारा कालखंड होय. शेवटी इंग्रजांशी इ.स. १८१२मध्ये तह करावा लागला. त्यातच त्यांची पन्नास वर्षांची शौर्यशाली कारकीर्द संपली. तशीच शंभर वर्षे चाललेली करवीर छत्रपतींची उज्ज्वल परंपराही उतरणीला लागली. यानंतरच्या काळात कोल्हापूर हे 'स्वतंत्र राज्य' राहिले नाही. ते इंग्रजी सत्तेच्या संरक्षणाखाली एक संस्थान बनले.

संदर्भ

१. ऐतिहासिक टिपणे : २.१६, करवीर रियासत, पृ.३००
२. करवीर रियासत- स. मा. गर्गे - पृ. २९६
३. मराठ्यांची धारातीर्थे - प्रवीण भोसले, पृ. ६५१
४. मराठ्यांची धारातीर्थे, पृ. ६५२
५. करवीर रियासत - स. मा. गर्गे, पृ. ३५०
६. करवीर रियासत- स. मा. गर्गे, पृ. ४२७

४

छत्रपती संभाजी महाराज ऊर्फ आबासाहेब (१८१३ ते १८२१)

छत्रपती शिवाजीराजे यांच्या निधनानंतर त्यांचे ज्येष्ठ पुत्र शंभूराजे ऊर्फ आबासाहेब महाराज गादीवर बसले. वडीलकीच्या नात्याने गादीचा वारसा शंभूराजे यांच्याकडे येणे क्रमप्राप्त होते. खरेतर त्यामुळे कोणाच्या मनात शंका येण्याचेही कारण नव्हते; परंतु दरबारातील काही लोकांनी राजघराण्यांत सापत्नभाव जागृत करून कलहाची बीजे रुजविण्याचा प्रयत्न केला. शिवाजीराजे यांच्या अंतकाळात त्यांच्या आज्ञेप्रमाणे रत्नाकरपंत राजाज्ञा यांनी राजवाड्यात आणि बाहेर बंदोबस्त ठेवला व कारभाराची सूत्रे हाती घेतली; पण काही मंडळी कारभारात निष्कारण ढवळाढवळ करून अंत:पुरातही भांडणं लावण्याचे प्रयत्न करत आहेत, असे त्यांच्या लक्षात आले. त्यामुळे ते कारभारातून पूर्णत: निवृत्त झाले.

राजाज्ञा यांनी कारभारातून हात काढताच लगेच नवीन कारभाऱ्यांच्या कलहाला प्रारंभ झाला. श्री बाबा महाराज आणि हैबतराव गायकवाड यांनी कमळजाबाई राणीसाहेब आणि सुंदराबाई राणीसाहेब यांच्या मनात एकमेकींविषयी विकल्प निर्माण व्हावा असा पवित्रा घेतला. शिवाजी महाराजांनी शेवटच्या काळात उभयता राजपुत्रांना जवळ घेऊन त्यांच्याकडून सर्वांना विडे देवविण्याची प्रथा चालू केली होती. बाबा महाराज आणि हैबतराव गायकवाड यांनी एके दिवशी रात्री कचेरी भरवून आबासाहेब महाराजांकडून सर्वांना विडे देवविण्याची मसलत केली. त्याप्रमाणे त्यांनी राजमाता सुंदराबाई यांचीही संमती मिळविली. त्याचप्रमाणे रात्री सर्व समारंभ पार पाडला. विडे देवविले. किल्लेकोटास आज्ञापत्रेही पाठवली.या प्रकारामुळे कमळजाबाई राणीसाहेबांना

डिवचल्यासारखे झाले. तो अधिकार अधिकाऱ्यांनी हिरावून घेतला आणि एक प्रकारे आपला अपमान केला आहे, अशी यांची समजूत झाली. त्यांनी संतप्त मन:स्थितीत अकांडतांडव केले. राजाज्ञांनी कमळजाबाईंची मन:स्थिती लक्षात घेऊन त्यांना समजावण्याचा खूप प्रयत्न केला. 'एखाद्या अल्पबुद्धीच्या माणसाची गोष्ट ऐकून दौलतीस अपाय करून घेणे अप्रशस्त आहे. महाराजांनी जशी आज्ञा केली आणि ज्यांचे जसे चालविले तसेच चालवावे हे योग्य असे आम्हास वाटते,' असे सांगितले; पण कमळजाबाईंची समजूत अजिबात पटली नाही.

सुंदराबाई राणींनी झालेली चूक मान्य करून माफी मागितली; परंतु कमळजाबाईंनी कोल्हापूर सोडून जाण्याचा निर्धार केला. कमळजाबाईंचा हा निर्धार पाहून सर्वांची पाचावर धारण बसली. आबासाहेबांनी पण पाय धरून माफी मागितली. सर्वांनीच कमळजाबाई राणींची माफी मागितली. अंत:पुरातील ही भांडणे कदाचित राज्याच्या अस्तित्वाला धोका पोहोचवतील याविषयी कल्पना देऊन ठेवली. क्षमा करून राग शांत ठेवा, असे सुचवले. महाराज आपण जे सांगाल ते ऐकतील असे सांगितले. नंतरच कमळजाबाई शांत झाल्या.

राजवाड्यातील हे सर्व अंतर्गत प्रकरण पार पडले आणि राज्याच्या बाहेरच्या प्रकरणांना तेव्हापासून सुरुवात झाली. या प्रकरणात इंग्रज, सावंतवाडीकर, सिधोजी नाईक-निंबाळकर, निपाणीकर इत्यादींचा प्रामुख्याने संबंध येतो. तोही राज्याच्या दृष्टीने अनेक पेचप्रसंग निर्माण करण्यासाठी. या परिस्थितीला तोंड देण्यासाठी खंबीर आणि अनुभवी व्यक्ती राज्यकारभारात राहिली नव्हती. गादीची सूत्रे बाळराजांच्या हाती असल्यामुळे नव्या कारभाऱ्यांना आणि राज्याभोवतीच्या शत्रूंनाही चांगलीच संधी मिळाली. या सर्व गोष्टीचा फायदा इंग्रजांनी घेतला नसता तरच नवल. राज्याच्या इतिहासात संभाजीराजांच्या कारकिर्दीचा आरंभ म्हणजे एका अर्थाने अतिशय अडचणीचा आणि बिकट असाच म्हटला पाहिजे. या बिकट प्रसंगाला आरंभ झाला तो वाडीकर सावंताच्या प्रकरणाने.

सावंतवाडीचा बराचसा भाग कोल्हापूर राज्याचा असताना तो वाडीकर सावंत यांनी जबरदस्तीने घेतला आणि यामुळे राज्याचे फार मोठे नुकसान झाले. इंग्रजांशी करार केल्यानंतर आपला प्रांत परत घ्यावा अशी कोल्हापूर राज्याच्या महाराजांची इच्छा होणे स्वाभाविक होते. याप्रमाणे त्यांनी इंग्रजांच्या पुण्यातील वकिलाकडे आपल्या वकिलामार्फत मागणी केली. शिवाजीराजे यांच्या निधनाच्या चारच दिवस अगोदर म्हणजे २० एप्रिल, १८१३ रोजी कोल्हापूरचे पुण्यातील वकील स्वरूपजी क्षीरसागर यांना महाराजांनी पत्र पाठवले होते आणि त्यात सावंतवाडीकरांनी बळकावलेला प्रदेश परत मिळविण्यासाठी कसून प्रयत्न करावेत असे सुचवले होते. पत्रात म्हटले होते, की वाडीप्रांत हा हुजूर निसबत असता देशकत यांनी जबरी करून तो प्रांत

घेतला. त्यामुळे छत्रपतींचे सर्व राज्य आकर्षण झाले. इंग्रजांशी दोस्ती केली आहे. म्हणून त्यांनी छत्रपतींचा प्रांत परत मिळवून द्यावा. ही सारी परिस्थिति तुम्ही तेथे इंग्रज वकिलाला समजावून सांगावी आणि पूर्ववत प्रमाणे वाडीकर सावंतांच्याकडे चौघास चहूकडे कामगिरीस म्हणोन रवाना करून फुटाफूट करावी आणि जाबसाला समयी अमुक नाहीत म्हणावे आणि तूर्त श्रींचे यात्रेस जातो म्हणोन निघोन जावे, या प्रकारे मतलब होतील याची कल्पना छत्रपतींच्या वतीने क्षीरसागर यांना देण्यात आली आणि या कामी एल्फिन्स्टन यास सावध करावे. कामकाजाचे नीट बसवावे. सर्व गोष्टींचा लवकर उलगडा करावा. (करवीर रियासत, गो. स. सरदेसाई, पृ. क्र. ४४२) इत्यादी सूचना केलेल्या आहेत.

बाबा महाराज, नाना महाराज आणि भाऊ महाराज यांना छत्रपती शिवाजीराजे यांनी वेळोवेळी इनाम गावे आणि जमिनी दिल्या होत्या. बाबा महाराज पंडितांचे हे घराणे छत्रपतींनी गुरूघर मानलेले होते. या घराण्यावर छत्रपती शिवाजीराजे यांची अनन्यसाधारण भक्ती होती; पण महाराजांच्या निधनाने तर गुरू घराण्यातील वडील मंडळींच्या मनात स्वार्थ बळावला. आबासाहेब महाराज अज्ञान आणि इंग्रजांनी अद्याप पूर्णपणे कारभार हाती घेतला नव्हता, अशा मधल्या काळातील ही परिस्थिती आहे. या काळात इंग्रजांचे लक्ष बाजीराव पेशव्यांची सत्ता हस्तगत करण्याकडे गुंतलेले होते. तसेच एकमेकांविषयी अविश्वास, फंदफितुरी, स्वार्थ यांचे प्राबल्य सर्वत्र होते. राणोजीराव घोरपडे यांचा ओढा प्रामुख्याने निपाणीचे सिदोजीराव नाईक निंबाळकर सरलष्कर यांच्याकडे असल्यामुळे त्यांचा सल्ला घेतल्याशिवाय राणोजी सेनापतिपदाची वस्त्रे स्वीकारण्यास तयार नव्हते. सिदोजीरावांचे आणि छत्रपतींचे संबंध बिघडलेले होते. सिदोजीरावांनी अनेकदा छत्रपतींच्या राज्यात चढाई केली आणि अनेक गावे आपल्या ताब्यात ठेवून घेतली. त्यांच्या बाजूने नेसरीकर शिंदे आणि मानसिंगराव घोरपडे हसूरकर हेही छत्रपतींच्या विरुद्ध करवीर प्रांतात उपद्रव करीत असत.

छत्रपतींनी राणोजीराव यांना सेनापतिपदाची वस्त्रे दिली होती. तरी त्यांची अपेक्षा पूर्ण झाली नाही. ज्या-ज्या वेळी महाराजांना सेनापतीच्या साहाय्याची गरज लागत असे त्या वेळी त्यांनी सरंजामसुद्धा हुजूर येणेची आज्ञा करण्यात आली; पण त्याचा उपयोग झाला नाही. त्यामुळे सेनापतींची जागा छत्रपतींच्या दृष्टीने तरी निरुपयोगीच ठरली. सिदोजीरावांना सामील होऊन राणोजीराव राज्याला उपद्रवच करत असत. हा उपद्रव सतत तीन वर्षे चालू होता. नंतर बरोबर एक वर्षाने राणोजीराव घोरपडे यांचे सेनापतिपदाचे अधिकार काढून घेऊन ते संताजी घोरपडे यांना देण्यात आले. सेनापतींच्या प्रकरणातून महाराज मोकळे होतात न होतात तोच त्यांना इचलकरंजीकर घोरपडे यांच्याशी सामना देण्याचा प्रसंग आला.

संभाजीराजे ऊर्फ आबासाहेब महाराज यांच्या आयुष्याचा शेवट अनपेक्षित

आणि विपरीत पद्धतीने झाला. भर दोन प्रहरी सयाजी मोहिते नावाच्या इसमाने त्यांचा खून केला. आबासाहेब महाराज आपल्या आठ वर्षांच्या छोट्याशा कारकिर्दीत पूर्वीचा दबदबा कायम ठेवाण्यात यशस्वी होऊ लागले तोच त्यांचा मृत्यू ओढवला. मुनसफी कोर्ट स्थापन करून राज्यकाभारात त्यांनी काही नव्या प्रथा सुरू केल्या होत्या. त्यांच्या काळात इंग्रजी सत्तेचे वर्चस्व खूपच वाढले होते. पेशव्यांची सत्ता जवळजवळ इंग्रजांच्या छत्राखाली गेल्यामुळे महाराष्ट्रातील मध्यवर्ती सत्ताकेंद्रही नष्ट झाले होते. इंग्रजी सत्तेने या परिस्थितीचा फायदा घेतला नसता तरच आश्चर्य. कोल्हापूरसारखी लहान राज्ये इंग्रजांना आपल्या नियंत्रणाखाली ठेवण्याची चांगली संधी त्यामुळे मिळाली. अर्थात कोल्हापूरच्या महाराजांच्या सत्तेलाही मर्यादा पडू लागली. त्यातच जुने हेवेदावे वाढू लागले. किरकोळ भांडणांनाही गंभीर प्रकरणाचे स्वरूप येऊ लागले. अशाच एका प्रकरणात आबासाहेब महाराजांचा खून झाला.

खून झाला त्याच्या दुसऱ्या दिवशी मातोश्री महाराणी सुंदरा आईसाहेब यांनी कमिशनर चॅपलीन यास पत्र पाठवून खुनाची हकिकत कळविली. पत्रात म्हटले होते, की राजश्री राजे आबासाहेब छत्रपती यांनी कैलासवास केला. वरकड मजकुराची आज्ञा राजश्री बापूजी शिवराम यास केली आहे. (करवीर छत्रपती घराणे, पृ. ३४) निधनासमयी आबासाहेब महाराजांचे वय वीस वर्षे, तीन महिने, चोवीस दिवसांचे होते. त्यांनी आठ वर्षे, दोन महिने चोवीस दिवस राज्य केले. आबासाहेब महाराजांची कारकीर्द फक्त नऊ वर्षांची होती. त्यांपैकी जेमतेम शेवटची तीन-चार वर्षे आबासाहेब महाराज कारभारात लक्ष घालू लागले तोच त्यांचा वध झाला. गुणांचा प्रकाश पडण्यापूर्वीच त्यांची प्राणज्योत मालवल्यामुळे त्यांच्या कारकिर्दीविषयी तपशिलाने काही सांगण्यासारखे नाही. फक्त दोन घटनांचा मात्र प्रामुख्याने उल्लेख करावा लागेल. पहिली गोष्ट म्हणजे इचलकरंजीकराशी झालेला तह आणि चिकोडी व मनोळी हे तालुके परत मिळवणे.

आबासाहेब महाराजांच्या काळात महाराष्ट्रात, किंबहुना, भारतात घडलेली सर्वांत मोठी राजकीय घटना म्हणून पेशवाईच्या अस्ताचा उल्लेख करावा लागेल. इ. स.१८१८च्या सुरुवातीपासून इंग्रज आणि बाजीराव पेशवे यांचे वैमनस्य विकोपाला गेले आणि ११ फेब्रुवारी रोजी इंग्रजांनी बाजीराव पेशव्यांविरुद्ध युद्ध घोषित केले. १९ फेब्रुवारी, १८१८ रोजी आष्टीच्या लढाईत पेशव्यांचे शूर सेनापती बापू गोखले धारातीर्थी पडले आणि पेशवाईचे उरलेसुरले सामर्थ्य संपले. त्याच दिवशी सातारचे छत्रपती प्रतापसिंह यांना इंग्रजांनी आपल्यापुढे वळवून घेतले. बाजीराव पेशवे आपल्या तुटपुंज्या सरंजामानिशी मध्य भारतात गेले. तिथेच ३१ मे, १८१८ रोजी त्यांची व जनरल माल्कमची भेट झाली. या भेटीत बाजीरावांनी ३ जून रोजी इंग्रजांपुढे संपूर्ण शरणागती पत्करली. त्याच दिवशी पेशवाईची व पर्यायाने त्या वेळच्या मराठ्यांच्या मध्यवर्ती सत्तेची इतिश्री झाली.

५

छत्रपती शहाजी महाराज ऊर्फ बुवासाहेब (१८२१ ते १८३८)

संभाजी ऊर्फ आबासाहेब महाराजांचा अनपेक्षितपणे अत्यंत विपरीत परिस्थितीत वध झाल्यामुळे राज्यात अनेक नवीन प्रश्न उद्‌भवले. लोकांच्या मनात भीतीची आणि अस्थिरतेची भावना उत्पन्न झाली. सामान्य शिलेदाराने भर राजवाड्यात महाराजांचा वध करण्याचे साहस करावे आणि त्या प्रसंगी त्याचा प्रतिकार होऊ नये, ही घटनाच लोकांना भयभीत करणारी होती. एवढेच नव्हे, तर वध करणारा मोहिते सर्व शहरावर दहशत बसविण्याइतका शिरजोर व्हावा व त्याने घातलेल्या अटीवर सर्व सरदारांना आणि कारभाऱ्यांना त्याच्याशी तडजोड करण्यास भाग पाडावे ही गोष्टही कारभाराचा ढिलेपणा, कारभाऱ्यांचा आपापसातील बेबनाव आणि छत्रपतींचा धाक राहिला नसल्याची लक्षणे होती.

संभाजीराजे ऊर्फ आबासाहेब महाराज यांना निधनसमयी पाच वर्षांचा पुत्र होता. आबासाहेबांच्या कारकिर्दीत भाऊ महाराज, हैबतराव गायकवाड, दिनकरराव गायकवाड, आबाजीराव पन्हाळकर, बळवंतराव चिटणीस, मोरोपंत चिटणीस इत्यादी प्रमुख मंडळी कारभार पाहत असत. त्यांच्याच हातात जवळजवळ सर्व सत्ता होती. महाराज निधन पावल्यानंतर ही सत्ता कायम राहावी अशी त्यांची इच्छा असणे स्वाभाविक होते. त्यासाठी त्यांनी बाळराजे आणि त्यांच्या आजी सुंदराबाई यांना हाताशी धरून राजकारण सुरू केले. यात प्रामुख्याने यशवंतराव घाटगे, सर्जेराव कागलकर आणि महिपतराव पारसनीस हे तिघेजण होते. तसेच आबासाहेब महाराजांचे धाकटे बंधू शहाजी ऊर्फ बुवासाहेब महाराज यांचा विरोधही जाणवू नये, म्हणून बंदोबस्त करण्याचे ठरवले. यशवंतराव घाटगे व महिपतराव पारसनीस यांचा व

बुवासाहेब महाराजांचा अतिशय लोभ होता. ते दोघेही बुवासाहेबांच्या मर्जीतले होते.

घाटगे आणि पारसनीस यांची अशी इच्छा होती की, आबासाहेब महाराजांचे अल्पवयी पुत्र बाळासाहेब यांच्या सदरेस बुवासाहेबांनी बसावे आणि प्रमुख कारभाऱ्यांना विडे वाटून सर्व कागदपत्रांवर बुवासाहेबांनीच सह्या कराव्यात. आबाजीपंत फडणीस यांच्याकडे फडणिशीचे काम देण्यात यावे, हैबतराव गायकवाड याने फौज सांभाळावी, नानासाहेब पाटणकरांनी कारभारासंबंधी सल्लामसलत द्यावी आणि सुंदराबाईसाहेब व भाऊ महाराज यांनी सर्वांवर देखरेख ठेवावी (अ. ह. मोडक, को. प्रा. अ. इ., पृ.१३) या योजनेला बुवासाहेब महाराजांची संमती होती.

वस्तुतः, आबासाहेबांच्या निधनानंतर वारसासंबंधीचा वाद उपस्थित होण्याचे कारणच नव्हते; पण युवराजांच्या कारभाराची सूत्रे कोणाच्या हाती असावी यावरूनच दोन गट पडले. आबासाहेबांचे निधन होऊन दहा दिवस उलटत नाहीत तोच राजवाड्यात कलह सुरू झाले. सुंदराबाई वडीलधारी राजघराण्यातील व्यक्ती असल्यामुळे युवराजांच्या पालकत्वाची जबाबदारी त्यांच्याकडे आली. त्यामुळे त्यांच्याकडे असणाऱ्या कारभाऱ्यांचे पारडे जड होऊ लागले. त्यासाठी त्यांनी प्रथम यशवंतराव घाटगे यांच्याविरोधात कट रचला.

यशवंतराव घाटगे हे कै. आबासाहेब महाराजांचे मेहुणे होते. यशवंतरावांना त्यांच्या लग्नाच्या वेळी शिवाजीराजे यांनी जे गाव आंदण दिले होते, ते आबासाहेब महाराजांनी जप्त केले. त्यामुळे यशवंतराव घाटगे व आबासाहेब महाराज यांच्या मनात एकमेकांविषयी वैमनस्य होते. या गोष्टीचा फायदा घेऊन सुंदराबाईंच्या पक्षाने आबासाहेब महाराजांचा वध आणि यशवंतराव घाटगे, सर्जेराव घाटगे यांचा संबंध जोडण्याचे प्रयत्न सुरू केले. महाराजांचा वध करणारे मोहिते व घाटगे आप्तसंबंधी होते. महाराजांचा वध झाल्यानंतर मोहित्यांना राजवाड्यातून सुरक्षितपणे गडावर पोहोचविण्यासाठी घाटगे यांनी आपल्या तैनातीतील अरबांची तुकडी दिली होती. या सर्व घटनेचा अर्थ सुंदराबाईंनी असा लावला की, महाराजांच्या वधाच्या कटात घाटगे यांचा हात असावा. त्यामुळे त्यांनी ता. २९ जुलै, १८२१ रोजी घाटग्यांना राजवाड्यात बोलावून कैदेत ठेवले.

राजवाड्यात सुंदराबाई आणि बुवासाहेब यांच्यादरम्यान चाललेल्या या अटीतटीच्या राजकारणाला अनपेक्षितपणे परंतु चमत्कारिक पद्धतीने कलाटणी मिळाली. युवराज बाळासाहेब ३ जानेवारी, १८२२ रोजी गोवर येऊन अचानक कापशी येथे निधन पावले.

शिवाजी ऊर्फ बाळासाहेब महाराज निधन पावल्यामुळे गादीचे वारस बुवासाहेब महाराज बनले; परंतु सुंदराबाईंनी यामागे कटकारस्थान सुरू केले. कोणत्यातरी निमित्ताने कटकारस्थाने करून कारभार हाती घ्यावा असे सुंदराबाईंना वाटू लागले.

बुवासाहेबांनी गादीवर बसल्यानंतर आपल्या विरोधात कारवाया करणाऱ्यांवर जरब बसवण्याचे ठरवले. या प्रयत्नांचाच एक भाग म्हणून गव्हर्नर एल्फिन्स्टनला कोल्हापूरला येण्याचे निमंत्रण दिले. गव्हर्नर कोल्हापूरला आले व त्यांनी सुंदराबाईंना समजून सांगितले की, महाराज दौलतीचे मालक आहेत. त्यांनी राज्यपदी आरूढ होऊन कारभार चालवावा. श्री. भाऊ महाराज आणि इतर मंडळी चुकीचा सल्ला देऊन राज्यात विनाकारण तंटे उपस्थित करतात. त्यांचे न ऐकता महाराजांच्या विचारे चालावे. (मोडक, को. प्रा. अ. इ., पृ. १३)

शहाजी महाराज ऊर्फ बुवासाहेबांच्या हाती अधिकार आल्यानंतर पहिले प्रकरण उद्‌भवले ते इचलकरंजीकर घोरपड्यांचे. आबासाहेबांच्या निधनानं तर त्यांनी राज्यातील अंतर्गत अव्यवस्था पाहून आपले राज्य स्वतंत्र असल्यासारखे वर्तन सुरू केले. त्यांनी कोल्हापूर राज्याची काही गावे आपल्या ताब्यात घेण्यास सुरुवात केली. त्यावर मुंबईच्या गव्हर्नरकडून ताकीद करण्यात आली. बुवासाहेब महाराज गादीवर बसल्यानंतर या सर्व गोष्टींना आळा बसला. बुवासाहेब महाराजांनी राज्यकारभाराला सुरुवात केल्यानंतर सावंतवाडीकर व कोल्हापूरकर यांच्यात बरेच दिवस वाद चालू होता.

बुवासाहेब महाराजांचा विवाह १८२३च्या फेब्रुवारीमध्ये बजाजीराव खानविलकर यांच्या कन्येशी झाला. याच दरम्यान धारवाड सुभ्याचे कमिशनर थॅकरे मिरजेहून कोल्हापूरला आले. त्यांच्या भेटीनिमित्त दरबार भरविण्यात आला. त्यांनी बुवासाहेब महाराजांना राज्यकारभाराच्या काही सूचना केल्या.

याच सुमारास कित्तूरचे प्रकरण उद्‌भवले. त्यात बुवासाहेब महाराजांनी इंग्रज सत्तेविरुद्ध भाग घेतला. त्यामुळे त्यांच्यावर इंग्रजांची अवकृपा होऊन ती त्यांना शेवटपर्यंत भोवली. कित्तूरचे राजे शिवलिंग रुद्र सर्जा निधन पावले. त्यांना संतान नसल्यामुळे त्यांनी घेतलेल्या दत्तकाला इंग्रजांनी विरोध केला. त्यामुळे राज्यावर संकट ओढवले. कित्तूरच्या फौजेने राणी चन्नम्माच्या शौर्यशाली नेतृत्वाखाली मोठ्या निकराने लढा दिला. जवळपासचे लहान-मोठे संस्थानिक, जहागीरदार संघटित होऊन त्यांना मदत करत असत.

अशा वेळी कोल्हापूरच्या महाराजांनीसुद्धा चन्नमाच्या मदतीला जाण्याचे ठरवले. त्यांनी पाच हजार स्वार आणि एक हजार घोडेस्वार बरोबर घेऊन कित्तूरच्या दिशेने कूच केले. महाराजांनी प्रथम आपल्या उद्देशाचा सुगावा लागू दिला नाही; पण धूर्त इंग्रज अधिकाऱ्यांच्या लक्षात वस्तुस्थिती यायला वेळ लागला नाही. २९ नोव्हेंबर रोजी धारवाडचा पोलिटिकल एजंट चॅपलिनने मुंबईच्या गव्हर्नरकडे बुवासाहेब महाराजांची तक्रार केली. ३ डिसेंबर, १८२४ रोजी इंग्रजांनी कित्तूरवर जोरदार हल्ला केला. त्यात राणी चन्नमाचे शौर्य प्रकट झाले; परंतु फितुरीमुळे घात झाला व राणी

व त्यांचे काही सेवक इंग्रजांच्या हाती लागले.

कित्तूरच्या प्रसंगानंतरही बुवासाहेब महाराजांच्या लष्करी स्वाऱ्यांना आळा बसला नव्हता. महाराजांच्या लष्करी स्वाऱ्यांना आळा घालण्यासाठी इंग्रजांनी कोल्हापूरकडे फौजा पाठविण्याचे ठरवले. फौजेचा एकंदर रागरंग आणि तयारी पाहून महाराजांनी नमते घेण्याचे ठरवले. आपल्या अधिकाऱ्यांमार्फत बोलणी करून शेवटी हे प्रकरण मिटवले. पुढे कागलकर घाटगे व छत्रपती यांचे राजकीय संबंध बिघडले. बुवासाहेबांनी कागलकरांवर स्वारी करण्याची मोहीम हाती घेतली. स्वारी कागलला गेली व ठाण्यास वेढा दिला. बाहेरून तोफा लावून ठाण्यातील तोफा काढल्या. लढता लढता ठाणे जेरीस आले, तेव्हा घाटगे ठाण्यातून निघून गेले. नंतर महाराजांनी गाव लुटला, तालुक्यात अंमल बसवला व स्वारी कोल्हापुरास आली.

तोरगलचे शंकरराव शिंदे आणि लक्ष्मणराव शिंदे यांनी छत्रपतींच्या विरुद्ध वर्तणूक केली म्हणून त्यांचा बंदोबस्त करण्याकरिता बुवासाहेब फौजेनिशी तोरगलला रवाना झाले. तोरगलच्या किल्ल्याला वेढा देऊन प्रमुख लोकांना भेटीस बोलावले. तोरगलकर शिंदेंनी बुवासाहेबांचा आदेश न मानल्यामुळे ही मोहीम पुढे सहा-सात महिने चालू राहिली. त्यानंतर तोरगलकरांनी पडते घेण्याची तयारी दर्शवली.

बुवासाहेब महाराजांची कारकीर्द अतिशय धामधुमीची आणि अनेक उलथापालथी घडवून आणणारी होती. त्यांच्या कारकिर्दीत कोल्हापूर राज्याला फार मोठे आघात सोसावे लागले आणि शेवटी इ. स. १८२९च्या कराराने या राज्याचे स्वतंत्र अस्तित्वच नाहीसे झाले. आबासाहेबांच्या कारकिर्दीत चिकोडी आणि मनोळी हे दोन तालुके इंग्रजांकडून परत मिळाल्यामुळे छत्रपतींच्या सत्तेभोवती स्वतंत्र सत्तेचे वलय कायम राखण्याची जाणीव शाबूत होती; पण बुवासाहेबांच्या कारकिर्दीत ते दोन तालुके तर इंग्रजांनी परत घेतलेच, याशिवाय कोल्हापूर राज्याची सर्व लष्करी सत्ता काढून घेतली आणि पन्हाळा व कोल्हापूर येथे इंग्रजांनी सैन्य आणून ठेवले. कोल्हापूर राज्याची म्हणून जी काही थोडी फौज शिल्लक राहिली होती, तिच्यावर अनेक नवे निर्बंध घालण्यात आले. याशिवाय कोल्हापूर राज्यातील सर्व किल्ले आणि मोक्याच्या जागा इंग्रजांनी आपल्या ताब्यात ठेवल्या. तोफा आणि शस्त्रे यांच्या ने-आणीवर बंधने घातली. लष्करी सामर्थ्य खच्ची करण्याबरोबरच राज्याचा मुलकी कारभारही आपल्याच हातात राहावा अशी इंग्रजांनी तरतूद करूनच ठेवली. बुवासाहेबांच्या कारकिर्दीत राजकीय सत्तेस अशा प्रकारे अनेक निर्बंध पडले आणि तेवढ्या प्रमाणात इंग्रजांची सत्ता बळकट होत गेली.

बुवासाहेब अतिशय शूर व प्रसंगी जीव धोक्यात घालूनही एखादे काम पार पाडण्याइतके जिद्दी होते. ते पट्टीचे शिकारी होते, तसेच उत्कृष्ट घोडेस्वारही होते. बुवासाहेबांच्या काळात कोल्हापूर शहर आणि राज्यातील काही ठिकाणी महत्त्वाची

बांधकामे झाली. १८३० साली रंकाळ्याचे पाणी नळाद्वारे आणले. महाराजांच्या सावत्र मातोश्री उमाबाई यांचे वृंदावन ब्रह्मपुरीनजीकच्या ओढ्याच्या संगमाजवळ होते. वृंदावनाजवळ गंगेला घाट बांधण्याची बुवासाहेब महाराजांची इच्छा होती. त्याप्रमाणे त्यांनी १८३०मध्ये घाट बांधला आणि वृंदावनाभोवती देवालयही बांधले.

बुवासाहेबांच्या कारकिर्दीतील एक महत्त्वाचे कार्य म्हणून नगारखान्याच्या इमारतीचा उल्लेख करावा लागेल. हे बांधकाम १८३४च्या ऑक्टोबरमध्ये पूर्ण झाले. उत्तर हिंदुस्थानातून बरेच कसबी पाथरवट या बांधकामासाठी मुद्दाम आणले होते. त्यांना दरमहा कोणास पंचवीस, कोणास तीस रुपये असा मेहनताना दरमहा देऊन ठेवले. ''या नगारखान्यातील दिवाणखान्याचे बांधकामही उत्तम प्रकारे व्हावे यासाठी घोटीव दगड उपयोगात आणावा अशी बुवासाहेबांची इच्छा होती. अशा प्रकारचा दगड ज्योतिबाच्या डोंगरावर मिळू शकेल असे पाथरवटांचे मत पडले. अर्थात ते दगड कोल्हापूरला आणणे बरेच कष्टाचे काम होते; पण ते हाती घेण्याचे बुवासाहेबांनी ठरवले. त्यासाठी ते स्वत: पाच हजार लोकांसह जोतिबांच्या डोंगरावर गेले. तेथे त्यांनी आपल्या देखरेखीखाली दगड काढण्यास सुरुवात केली. हे सर्व बांधकाम बुवासाहेबांच्या हयातीतच पूर्ण झाले. (मोडक - को. प्रां. अ. इ. पृ.५९, ६०)

थोरले छत्रपती राजाराम महाराज यांच्या चौथ्या राणीसाहेब अंबिकाबाई राणीसाहेब विशाळगडावर सती गेल्या. इ. स. १७००मध्ये त्या जागी बुवासाहेब आले आणि देवालय बांधले आणि कायमचे स्मारक बांधले. बुवासाहेब महाराज ज्योतिबाच्या डोंगरावर असतानाच बडोद्याचे महाराज सयाजीराव गायकवाड यांचे व्याही यादव श्री महालक्ष्मीच्या दर्शनासाठी कोल्हापुरात आले होते. श्रींचे दर्शन घेतल्यानंतर ते महाराजांचे दर्शन घेण्यासाठी जोतिबाच्या डोंगरावर गेले, त्या वेळी महाराजांनी त्यांना रणधीरबहाद्दर असा किताब दिला.

अशाच प्रकारे श्री क्षेत्र वाडी आणि शिरोळ येथे काही लहान-मोठ्या वास्तू बुवासाहेबांनी बांधून घेतल्या. ही दोन्ही ठिकाणे दत्तात्रयाच्या उत्सवासाठी प्रसिद्ध असल्याने तेथे महाराज वरचेवर दर्शनास जात असत आणि उत्सवासाठी बराच मोठा खर्चही करत असत. बुवासाहेबांनी राज्यातील अनेक देवस्थानांना देणग्या दिल्याने त्या काळच्या पत्रव्यवहारात उल्लेख सापडतात. तुळजापूरच्या भवानी देवीसाठी महाराजांनी हस्तिदंती शयनासन, तसेच एक सिंहासन आणि कलाकुसरीचे दागिने करून पाठवले होते. बुवासाहेबांच्या काळात कारभाराच्या दृष्टीने दोन महत्त्वाचे उल्लेख सापडतात. एक उल्लेख कोल्हापूर शहराच्या सफाईसाठी केलेल्या व्यवस्थेसंबंधी असून, दुसरा त्यांनी राज्यातील न्यायदानाच्या कामात घालून दिलेल्या एका विशिष्ट पद्धतीचा आहे. (क. छ. घ. इ. सा., लेखक -गुजर, भाग ६, पृ. १४६)

शहर सफाई आणि इतर कामांवर देखरेख करण्यासाठी वीस कारकुनांची नेमणूक केलेली होती. त्यांना चार आणे मुशाहिरा दिला जात होता. त्यांच्या हाताखालच्या शिबंदीचे जासूद आणि शिपाई १६ होते. त्यांना दरमहा प्रत्येकी चार रुपये मिळत असत. दप्तर खर्च, रोषणाई खर्च दरमहा आठ रुपये, याशिवाय रस्ते झाडणारे, केर भरणारे आणि त्यांचे वाहक व इतर सामान खर्च वेगळाच होता. उभे रस्ते पेठेचे आहेत यास आपापल्या दारापुढून दररोज झाडून रस्ता स्वच्छ राखावा अशी ताकीद होती. एक-दोनदा ताकीद करावी, तरीही नाही ऐकले तर त्यांच्याकडून चार आणे गुन्हेगारी वसूल करावी.

बुवासाहेब महाराजांच्या कारकिर्दीत न्यायदानाच्या पद्धतीत सुधारणा झाली होती. इंग्रजांच्या कार्यपद्धतीचा त्यात समावेश करण्यात आला होता. जुन्या परंपरागत न्यायपद्धतीला विशिष्ट नियमांची आणि कार्यपद्धतीची जोड देण्यात आली होती. (मोडक, को. प्रां. अ. इ., पृ. ६०)

बुवासाहेबांना आठ राण्या होत्या. १) अप्पाजीराव नाईक-निंबाळकर यांच्या कन्या अंबिकाबाई २) दौलतराव मोहिते यांची कन्या सकवारबाई ३) जीवनराव शिर्के यांची कन्या सगुणाबाई ४) जोत्याजीराव पाटणकरांची कन्या आनंदीबाई ५) मन्याजीराव खानवेलकर यांची कन्या राजसबाई ६) माधवराव घाटगे यांची कन्या नर्मदाबाई ७) यशवंतराव घाटगेंची कन्या उमाबाई ८) मन्याजीराव इंगळे यांची कन्या कमळजाबाई.

पावसाळा संपल्यावर ऑक्टोबरमध्ये राजवाड्यातील श्रींचा नवरात्र महोत्सव संपल्यानंतर तुळजापूरला स्वारींची तयारी झाली. कोटीतीर्थ, अर्जुनवाड, मिरज, मालगाव या ठिकाणी महाराजांचा मुक्काम झाला. भालगावच्या मुक्कामात महाराजांची तब्येत बिघडली. तसेच ते पंढरपुरात आले. वाटेत मुक्कामी प्रकृती अधिकच बिघडली. २९ नोव्हेंबर, १८३८ रोजी बुवासाहेब महाराज निधन पावले.

६

छत्रपती शिवाजी महाराज तिसरे (१८३०-१८६६)

बुवासाहेब महाराज यांचे निधन झाले तेव्हा त्यांच्यामागे पाच राण्या, तीन पुत्र व दोन कन्या असा परिवार होता. त्याशिवाय बाबासाहेब महाराजांच्या दोन राण्या सईबाई ऊर्फ दिवाणसाहेब आणि जिजाबाई हयात होत्या. या सर्व परिवारात वयाने आणि वडीलकीच्या मानाने दिवाणसाहेब सर्वांत मोठ्या होत्या. बाबासाहेबांचे युवराज शिवाजी महाराज ऊर्फ बाबासाहेब हेच गादीचे वारस असल्यामुळे वारसा हक्कासंबंधी वाद निर्माण होण्याचे काहीच कारण नव्हते. तरीही दिवाणसाहेब आणि त्यांचे सल्लागार यांनी बाबासाहेबांना गादी मिळाल्यानंतर सुरुवातीची चार-पाच वर्षे तरी वाद उपस्थित केले आणि वडीलकीच्या नात्याने सत्ता स्वत:कडे राहावी असाही प्रयत्न केला. त्या काळी इंग्रजांचे वाढते वर्चस्व लक्षात घेता राजघराण्यातील अशा वादातून प्रत्यक्ष वारसांना अथवा संबंधित लोकांना काही अधिक मिळण्याऐवजी त्यांचे सत्ताक्षेत्र मात्र नियंत्रित होऊन राज्यावर इंग्रजांची सत्ता अधिक वाढत असे. बुवासाहेब महाराजांच्या निधनानंतर कोल्हापूरच्या राज्यालाही हाच अनुभव आला. बाबासाहेब महाराज केवळ आठ वर्षांचे असल्यामुळे त्यांच्या अज्ञान अवस्थेचा आणि राजघराण्यातील मतभेदांचा फायदा इंग्रजांनी घेतला नसता तरच नवल.

बुवासाहेबांना एकंदर आठ बायका होत्या. त्यापैकी आनंदीबाई ऊर्फ ताराबाई, सकवारबाई, सगुणाबाई, उमाबाई आणि कमळजाबाई अशा पाच बायका हयात होत्या. त्यापैकी युवराज बाबासाहेब महाराज यांच्या मातोश्री आनंदीबाई ऊर्फ ताराबाई यांचे वय त्या वेळी ३३ वर्षांचे होते. त्यांना दोन पुत्र आणि दोन कन्या अशी चार अपत्ये होती. त्यापैकी वडीलपुत्र शिवाजी महाराज ऊर्फ बाबासाहेब यांचा जन्म १६

डिसेंबर, १८३० रोजी झाला. ताराबाईंना आणखी एक मुलगा होता. त्याचे नाव राजाराम होते.

बुवासाहेबांच्या आणखी एक राणी नर्मदाबाई यांना शाहू ऊर्फ चिमासाहेब नावाचे पुत्र होते. बाबासाहेब आणि चिमणाबाईसाहेब यांच्या वयात केवळ दोन आठवड्यांचे अंतर होते. नर्मदाबाई निधन पावल्या तेव्हा चिमासाहेब पाच महिन्याचे होते.

बुवासाहेबांच्या निधनानंतर राजघराण्यातील सर्व परिवारात अनुभवाने आणि विचाराने पोक्त असे कोणीही नव्हते. बुवासाहेबांची थोरली भावजय दिवाणसाहेब यांच्याकडे वडीलकीच्या नात्याने पाहिले जात होते; पण प्रत्यक्ष राजमातेचा मान ताराबाईंना दिला जाणे क्रमप्राप्त होते आणि त्यामुळेच त्या दोघींमध्ये एक प्रकारची असूया आणि मत्सर निर्माण झाला.

कोल्हापुरात अंतर्गत राज्य व्यवस्थेसंबंधी ताराबाई आणि दिवाणसाहेब यांची स्पर्धा चालू होती आणि त्याचवेळी इंग्रज सरकारने या राज्याच्या सत्तेवर आणि सामर्थ्यावर निर्बंध लादण्याचे प्रयत्न चालू केले. त्यांच्या विश्वासातील रामराव देसाई, बुवासाहेब यांच्या शेवटच्या काळात राज्यकारभार पाहत होते. त्यांनी राजघराण्यातील तंटेबखेडे लक्षात घेऊन अंतर्गत अधिकारांची वाटणी करण्याचे ठरवले. दिवाणसाहेब काहीशा प्रभावी व कारस्थानी असल्यामुळे त्यांना काहीतरी अधिकार मिळाल्याशिवाय त्या गप्प बसणार नव्हत्या.

चिमासाहेबांचा ओढा दिवाणसाहेबांकडे लागावा व त्यांना मातृसुखाचा अल्प प्रमाणात का होईना लाभ व्हावा अशी तरतूद बुवासाहेबांच्या काळातच करण्यात आली होती. त्यामुळे चिमासाहेबांचा पक्ष घेऊन दिवाणसाहेब व त्यांचे सल्लागार यांना राज्यात बखेडा माजविण्यास वाव मिळू नये, या दृष्टीने दिवाणसाहेबांकडे काहीतरी अधिकाराचे क्षेत्र ठेवणे आवश्यक होते.

ताराबाईंच्या पक्षालाही काही कारभारी मंडळी सामील झालेली होती. विशेषत:, जीवराव जाधव, हवालदार, हिंदुराव गायकवाड, रताजिराव चव्हाण हिंमतबहादूर, मोरोपंत हुजूरबाजार, श्रीपतराव पारसनीस इत्यादी कारभारी मंडळी ताराबाईंच्या पक्षाची होती. राज्याच्या आणि राजघराण्यातील स्त्री यांच्या नावाचा उपयोग करून दोन्ही पक्षांच्या कारभाराने आपापल्या सत्तेचा आणि वजनाचा उपयोग कसोशीने केला. ही ओढाताण थांबविण्यासाठी रामराव देसाई यांनी एक तडजोड सुचवली. दोन्ही पक्षांना कारभार मिळाल्याचे समाधान वाटावे, असा या तडजोडीचा हेतू होता. या तडजोडीप्रमाणे दिवाणसाहेबांना वडीलकीची सर्व मानमर्यादा मिळावी आणि त्यांच्या तर्फे दिनकरराव गायकवाड यांनी कारभार पाहावा. बाबासाहेब महराजांच्या वतीने जीवराव जाधव आणि मोरोपंत हुजूरबाजार यांनी कारभार पाहावा. वरील चार

कारभारी म्हणजे राज्यकारभाराचे मुख्य कारभारी मंडळ. त्याशिवाय १८ कारखान्यांचे काम हुजूरबाजार यांच्याकडे होते, ते हिंदुराव गायकवाड यांच्याकडे सोपविण्यात आले. इतर खात्यांची विभागणी पुढीलप्रमाणे ठेवण्यास कळविण्यात आले.

पन्हाळगड आणि इतर लहान-मोठे किल्ले यांच्या गडकऱ्यांना आणि मामलेदारांना पूर्ववत व्यवस्था ठेवण्यास कळविण्यात आले.

बुवासाहेबांच्या कारकिर्दीत झालेल्या तहाप्रमाणे कोल्हापूर राज्याने फक्त पायदळ आणि स्वार ठेवावे असे ठरले होते; पण बुवासाहेबांनी त्याची अंमलबजावणी काटेकोरपणे कधीच केली नव्हती. त्यामुळे इंग्रज अधिकारी बुवासाहेबांना वरचेवर खलितेही पाठवीत असत. त्या वेळी कोल्हापुरात नऊ भागांत एकंदर दोन हजार घोडे होते. त्याशिवाय पंचवीस-तीस हत्ती आणि उंटही पुष्कळ होते. पागा आणि पीलखाना यांची व्यवस्था त्या वेळी बुवासाहेब सरनोबत आणि आबासाहेब जाधव यांच्याकडे होती, तरी त्यावर खुद्द बुवासाहेब महाराजांची देखरेख असे.

बाबासाहेब महाराजांच्या कारकिर्दीच्या सुरुवातीला निरनिराळ्या घाटांतून चोरटे घाटमाथ्यावर येऊन लुटालूट करू लागले. तसेच, वर घाटी लोकही घाटाखाली जाऊन कोकणातील इंग्रजांच्या ठाण्यावर हल्ले करू लागले. त्यांचा बंदोबस्त करण्यासाठी इंग्रजांकडून वरचेवर सूचना येऊ लागल्या. मालवणच्या तिजोरीवर रहमानखान पठाण आणि त्याच्या चोरट्या टोळीने धाड घातली. त्यापैकी काही जण गोळीबारात ठार झाले, काही जण वेगवेगळ्या मार्गाने पळून गेले. काहीजण निरनिराळ्या घाटांनी आणि मार्गांनी घाटमाथ्यावर पळून येतील किंवा घाटात कोठे लपून राहतील त्यांचा शोध करून आणि मार्गावर चौक्या बसवून चोरट्यांची धरपकड करावी व हुजूराकडे पाठवावी, अशी आज्ञा केली होती.

त्याप्रमाणे व्यवस्था केल्याचे प्रतिनिधींनी छत्रपतींना कळविले.

बुवासाहेब महाराज वारले त्या वेळेस राज्याला सुमारे साडेसहा लाख रुपये कर्ज होते. त्यापैकी १८४२पर्यंत फक्त एक लाख रुपये कर्जफेड होऊ शकली. बुवासाहेब महाराजांचा मुख्य सावकार जोत्याजीराव नाईक-निंबाळकर हा होता. त्याने १८२७ सालापासून महाराजांना कर्ज दिले होते. त्याचे हिशेब करावे असे इंग्रज अधिकाऱ्याकडून अनेकदा कळवण्यात आले होते; पण त्याचा काही उपयोग झाला नाही. शेवटी त्याने इंग्रजांकडे आपल्या कर्जाची मागणी केली. अशा प्रकारे आणखी कितीतरी तक्रारी इंग्रजांकडे जाऊ लागल्या. कोल्हापूरचे जैन व लिंगायत लोक यांनी आपली धर्मकृत्ये चालविण्यास ब्राह्मणासच बोलवावे, अशी त्यांच्यावर सक्ती करण्यात आली तेव्हा त्यांनीही इंग्रजांकडे तक्रार केली. मध्यंतरी खजिन्यावर दरोडा पडला असा बोभाटा करून जमादारखान्यातील दागिने कारभाऱ्यांनीच नाहीसे केले, असे इंग्रज अधिकाऱ्यांना कळले. ताराबाईंच्या पक्षाकडील लोकांची इनामे जप्त

करण्यात आली तेव्हा त्यांनीही आपल्यावर अन्याय झाल्याचे इंग्रज अधिकाऱ्यांना कळविले. नव्या कारभाऱ्यांतही हवे तेवढे एकमत नव्हते. त्यामुळे मोरोपंत हुजूरबाजार यांनी आपल्या जागेचा राजीनामा दिला, राजाज्ञांच्या हाताखाली दुय्यम नात्याने काम करण्यास ते राजी नव्हते. त्यांनी अधिकार सोडल्यावर रामचंद्रपंत बापूसाहेब राजाज्ञा आणि हिंदुराव ऊर्फ बाबासाहेब गायकवाड हे दोघेच कारभार पाहू लागले. रामचंद्रपंत राजाज्ञा हे रत्नाकरपंत राजाज्ञा यांचे नातू आणि नारायणराव राजाज्ञा यांचे चिरंजीव होते. हिंदुराव गायकवाड हे दिनकरराव गायकवाड यांचे पुतणे होते.

राजाज्ञांनी कशा प्रकारे कारभार करावा यासंबंधी इंग्रज अधिकाऱ्यांनी सूचना लिहून ठेवल्या होत्या. महाल मक्त्याने देण्याची पद्धत बंद करावी, तसेच कर्जफेडीसाठी जे महाल किंवा गावे सावकाराकडे दिली असतील ती त्यांच्याकडून घ्यावीत आणि आम्हाला त्यांच्या कारभारावर मामलेदार म्हणून नेमावे, अशी एक महत्त्वाची सूचना त्यात होती.

बुवासाहेबांच्या कारकिर्दीत जे सरदार, या ना त्या कारणांनी दुखावले होते किंवा बुवासाहेबांच्या हालचालीवर नियंत्रणे बसविण्यासाठी इंग्रजांनी ज्या सरदारांना व जहागीरदारांना हाताशी धरले होते त्यांनी बाबासाहेब महाराजांच्या कारकिर्दीच्या आरंभी छत्रपतींच्या सत्तेविरुद्ध डोके वर काढायला सुरुवात केली. कोल्हापूर राज्याच्या सत्तेविरुद्ध बंडे उभारली किंवा इंग्रजांकडे आपले स्वतंत्र राजेपण मान्य व्हावे अशी इच्छा व्यक्त केली. त्याबरोबरच मनोहरगड, भुदरगड इत्यादी किल्ल्यांवरील गडकर यांनी हे बंडाचे झेंडे उभारले. ही अस्थिर परिस्थिती बाबासाहेब महाराजांच्या राजवटीच्या आरंभापासूनच उद्भवू लागली. शेवटी तिची परिणती इ.स. १८४४च्या मोठ्या उठावात झाली. या उठावाने इंग्रजांना छत्रपतींच्या सत्तेत संपूर्ण हस्तक्षेप करण्याची जणू सर्रास मुभाच मिळाली.

कोल्हापूर राज्याचा काहीही अधिकार नाही, अशा कैफियती इंग्रज अधिकाऱ्यांकडे पाठविल्या जाऊ लागल्या. महाराज अल्पवयीन होते आणि कारभाऱ्यांचे मतभेद वाढत होते. त्यातच इंग्रजांना छत्रपतींच्या उरल्यासुरल्या सत्तेत हस्तक्षेप करण्याची संधी हवी होती. अशा सर्व परिस्थितीचा फायदा घेऊन सरदार, जहागीरदार आपले स्वतंत्र अस्तित्व प्रस्थापित करण्याचा प्रयत्न करू लागले. त्यांनी कोल्हापूर राज्याच्या सत्तेविरुद्ध बंड उभारले किंवा इंग्रजांकडे आपले स्वतंत्र राजेपण मान्य व्हावे अशी इच्छा व्यक्त केली, याबरोबरच मनोहरगड, भुदरगड इत्यादी किल्ल्यांवरील गडकऱ्यांनीही बंडाचे झेंडे उभारले. ही अस्थिर परिस्थिती बाबासाहेब महाराजांच्या राजवटीच्या आरंभापासूनच उद्भवू लागली.

बाबामहाराजांच्या कारकिर्दीच्या आरंभापासूनच मनोहरगडच्या गडकऱ्यांनी छत्रपतींविरुद्ध वर्तणूक सुरू केली होती. हे प्रकरण बुवासाहेबांच्या शेवटच्या

कारकिर्दीतच उद्भवले होते; पण ते थोडा वेळ थांबले आणि पुन्हा बाबासाहेबांच्या कारकिर्दीच्या आरंभाबरोबरच गडकऱ्यांनी डोके वर काढले. मनोहरगडच्या या बंडातून आणखीही काही कटकटी निर्माण झाल्या.

मनोहरगडचे बंड मोडले आणि तेथील बंदोबस्त पूर्ववत करण्यासाठी रावजी वाकणीस यांना गडावर पाठवण्यात आले. मनोहरगडाप्रमाणे भुदरगडच्या गडकऱ्यांनी बंड करावे, असा प्रयत्न १८४०च्या डिसेंबरमध्ये केला होता; पण गडावरील मामलेदाराला त्याची कुणकुण लागताच त्याने बंडातील असामींना धरून कैद केले. कोल्हापूरहून आनंदराव पंडित यांना गडाच्या बंदोबस्तासाठी पाठवले. ते तेथे पोचल्यावर गडकरी शरण आले आणि त्यांनी इमानेइतबारे सेवाचाकरी करण्याचे आश्वासन दिले. प्रतारणा करणार नाही याची खात्री पटविण्यासाठी बेलभंडारा उचलला आणि अशा प्रकारे भुदरगडचे होऊ पाहणारे बंड वेळीच थांबले.

इंग्रजांच्या हाती कारभार जाऊ लागल्यामुळे त्यांच्या पद्धतीने राज्यकारभारात काही नव्या सुधारणा अमलात येऊ लागल्या तसतसा निरनिराळ्या वर्गांचा विरोधही वाढू लागला. ज्यांच्या हक्कावर गदा येऊ लागली ते नवा कारभार झुगारून देण्याचा प्रयत्न करू लागले. राजाज्ञांनी या परिस्थितीत एक वर्ष कारभार केला. ताराबाईंना कारभार मंडळाचे प्रमुख नेमावे आणि आपल्याला आणखी अधिकार मिळावेत अशी खटपट मुंबईच्या गव्हर्नरांकडे केली. ही गोष्ट पोलिटिकल एजंट टाउनसेंड यास पसंत पडली नाही. त्यांनी राजाज्ञाच्या राज्यकारभारावर टीका सुरू केली. राजाज्ञानेही हिशेब तयार केले नाहीत. प्रांताची जमाबंदी केली नाही. वाढता खर्च कमी केला नाही. जैन आणि लिंगायत यांनी ज्या तक्रारी केल्या होत्या त्यांची दखल घेतली नाही. पंत अमात्यांना कोल्हापुरास आणून महाराजांबरोबर त्यांचा अभ्यास चालवावा, अशी केलेली सूचनाही लवकर अमलात आणली नाही. असे अनेक खरे-खोटे आरोप राजाज्ञांच्या कारभाराबद्दल करण्यात आले. कोल्हापूरचा संपूर्ण कारभार आपल्या विश्वासातील माणसाकडे सोपवावा असाही कदाचित या तक्रारीमागे हेतू असावा.

या परिवर्तनाला काही चांगला अर्थ होता. नव्या सुधारणा आणि नवे विचार यांचे स्वागत करण्याची संधी होती; पण त्याबरोबरच कोल्हापूरच्या प्रजेच्या स्वाभिमानावर आघात करणारे अर्थही त्या परिवर्तनातून निघत होते. जवळजवळ दीडशे वर्षे स्वतंत्रपणे वागणाऱ्या कोल्हापूरच्या सरदारांना आणि वतनदारांना नव्या परिवर्तनाच्या काळात वरचेवर निर्बंध मान्य करण्यात काहीही मिळण्यासारखे नव्हते. सैन्यातील लोकांनाही आपल्या जुन्या निष्ठा नव्या प्रशासनाशी जुळविणे अशक्य वाटणारे होते. सर्वसामान्य प्रजेलाही नव्या सुधारणांचे फायदे दिलेले नव्हते; पण आपली राजनिष्ठा आणि त्याबरोबर स्वाभिमान इंग्रजांकडून हिरावून घेतला जात आहे इतपत जाणणे

शक्य होते. थोडक्यात नव्या कालखंडाची प्रतिक्रिया बहुतेक करून समाधानाने होऊ लागली आणि यातून काही महिन्यांतच कोल्हापूर राज्यात सर्वत्र उठाव होत गेले. समाजाच्या असमाधानाचा तो सामुदायिक आविष्कार होता. या उठावाला प्रेरणा देणाऱ्या प्रमुख व्यक्तींत बाबासाहेब महाराजांच्या राणी सईबाई ऊर्फ दिवाणसाहेब होत्या. त्यांना कोल्हापूरहून हलवून इंग्रजांनी पुण्यात ठेवले आणि नंतर तेथूनही त्यांची रवानगी अहमदनगरला करण्याचा घाट इंग्रजांनी घातला. बंदिवान साहेबांच्या करारीपणामुळे इंग्रजांना ते शक्य झाले.

कोल्हापूरच्या प्रजेने केलेल्या उठावाचे परिणाम फार दूरगामी झाले. इंग्रजांजवळ शिस्तबद्ध फौज होती आणि कोल्हापूरच्या निरनिराळ्या करारांमुळे कोल्हापूरची सत्तासूत्रे इंग्रजांच्याच हाती होती. त्यातच बाबासाहेब महाराज स्वतंत्रपणे धोरण आखण्यास समर्थ नव्हते. उठाव करणाऱ्यांना पाठीशी घालून त्यांना इंग्रजांच्या फौजेपासून वाचविण्याची शक्ती त्यांच्याजवळ नव्हती. त्यामुळे इंग्रजांना उठाव मोडून काढणे आणि त्यानंतर अनेक लोकांचा अनन्वित छळ करणेही शक्य झाले. कोल्हापूरच्या छत्रपती घराण्यासंबंधी प्रजेच्या मनात एक विशिष्ट राजनिष्ठा आणि इंग्रजांच्या वाढत्या अधिकार प्रसाराबरोबर तिला गेलेले तडे यांचाही परिणाम उठावाच्या वेळी लोकांच्या मन:स्थितीवर झालेला दिसून येतो. कोणत्या ना कोणत्या तरी निमित्ताने इंग्रजांनी नेमलेले बाहेरचे अधिकारी राज्यात येत आहेत आणि त्यांच्यामुळे राज्याच्या जुन्या अधिकाऱ्यांच्या सत्तेचा संकोच होत आहे, ही गोष्ट लपण्यासारखी नव्हती. त्याबरोबरच, फौजेतून सुटलेल्या लोकांची बेरोजगारी वाढली. त्यांना नवे कार्यक्षेत्र मिळाले नाही. त्यामुळे त्यांच्या मनात असंतोष बळावत गेला. या सर्व कारणांची त्या वेळच्या इंग्रज अधिकाऱ्यांनी थोडी सहानुभूतीपूर्वक छाननी केली असती, तर त्यांना लोकांच्या मनाचा योग्य कानोसा घेता आला असता आणि मग उपाययोजनाही सौम्य करता आली असती; पण परकीय सत्तेकडून एवढ्या उदार वागणुकीची अपेक्षा करता येत नाही. इंग्रज अधिकाऱ्यांनी त्या वेळी अपराधी आणि निरपराधी यांची विशेष बारकाईने चौकशी न करता आपल्या सत्तेचा दरारा वाढवण्यासाठी जे अनन्वित प्रकार केले त्यातून वरकरणी शांतता प्रस्थापित झाली तरी लोकांच्या अंतर्यामी मात्र कटुता वाढत गेली.

कोल्हापूरच्या बंडानंतर इंग्रज सरकारला राज्याच्या कारभारात हस्तक्षेप करण्यासाठी फार मोठे कारण सापडले. या बंडाची धामधूम संपली आणि बंडाशी संबंधित असलेल्या किंवा बंडात सामील असलेल्या अनेक लोकांची धरपकड झाली. अनेकांना तुरुंगात डांबून ठेवण्यात आले. काही प्रमुख सरदारांनाही निरनिराळ्या किल्ल्यांवर बंदिस्त ठेवले आणि राज्याचा कारभार इंग्रजांनी आपल्या ताब्यात घेतला. त्या वेळी बाबासाहेब महाराजांचे वय १४ वर्षांचे होते. त्यामुळे ते प्रत्यक्ष

बंडात सामील असतील किंवा बंडखोरांना प्रोत्साहन देऊ शकतील, अशी शंका येण्यासारखी परिस्थिती नव्हती. त्यामुळे बंडाच्या संकटातून त्या वेळी तरी कोल्हापूरचे राज्य सहीसलामत राहू शकले. इंग्रजांच्या सत्तेविरुद्ध इ.स. १८४४ साली कोल्हापूर राज्यात जागोजागी झालेले उठाव त्या सत्तेच्या नव्या सामर्थ्यामुळे तोकडे पडले व ते एका अर्थाने इ.स. १८४८ साली शमले. इंग्रजांनी ते कायमचे शमवण्यासाठी जे अनेक प्रयत्न केले त्यात दोन गोष्टींचा प्रामुख्याने उल्लेख करावा लागेल. प्रथम, त्यांनी राज्यातील सर्व प्रमुख किल्ल्यांची तटबंदी पाडून टाकली. पन्हाळा, विशाळगड आणि बावडा या तिन्ही किल्ल्यांचे महत्त्वाचे दरवाजे व इतर प्रतिबंधात्मक सोयी उद्ध्वस्त केल्या आणि त्यानंतर इ.स. १८४८ साली कोल्हापूर शहरात पहिला तुरुंग बांधला.

बाबासाहेब महाराज आणि चिमासाहेब यांच्या मुंजी १८४० साली झाल्या. त्यानंतर लगेच त्यांच्या शिक्षणाची व्यवस्था करावी, असे पोलिटिकल एजंटकडून सुचविण्यात आले होते; पण त्याकडे कारभाऱ्यांनी द्यावे तेवढे लक्ष दिले नाही. त्यामुळे शिक्षणाचा गाडा तसाच अडून राहिला. शिक्षणासाठी खास शिक्षक नेमावेत असे ठरविण्यात आले. आरंभी शिक्षकाच्या नेमणुकीसंबंधी बरेच मतभेद झाले. त्यानंतर १८४२मध्ये इंग्रजी शिकवण्यासाठी शिक्षकांची नेमणूक झाली. महाराजांसाठी इंग्रजी शिकविण्याचे साहित्य, पुस्तके, टेबल-खुर्ची इत्यादी पाठवून देण्यासंबंधी कारभाऱ्याकडून पत्र गेले.

त्या वेळी महाराजांना शिकविण्यासाठी प्रसिद्ध मराठी व्याकरणकार दादोबा पांडुरंग यांची नेमणूक १८४०मध्ये केली होती. त्यांना दरमहा १२० रुपये पगार देण्याचे ठरले होते. पुढे एलफिन्स्टन कॉलेजातील एक हुशार पदवीधर केशव नरसिंह देशपांडे यांची महाराजांचे शिक्षक म्हणून नेमणूक झाली. ते १८४४ पर्यंत महाराजांना व चिमासाहेबांना इंग्रजी आणि इतर विषय ते शिकवीत असत; पण त्या वर्षी कोल्हापूर राज्यात जे बंड झाले त्याचा तडाखा केशव नरसिंह देशपांडे यांनाही मिळाला. बंडवाल्यांनी छत्रपतींच्या या गुरुजींना पकडून बराच चोप दिला. त्यातच ते आजारी पडले. बंडाच्या धामधुमीत कोल्हापुरात राहणे त्यांना धोक्याचे वाटले असावे, त्यामुळे ते रजा घेऊन गेले ते परत आलेच नाहीत.

बाबासाहेब महाराजांचे लग्न २६ एप्रिल, १८४७मध्ये सातारचे जहागीरदार खाशाजीराव पाटणकर यांची कन्या सुंदराबाई यांच्याशी झाले. त्याच वेळी महाराजांचे धाकटे बंधू चिमासाहेब यांचा दुसरा विवाहही नरसिंगराव शिंदेनेसरीकर यांच्या कन्येशी झाला.

बाबासाहेब महाराजांचा दुसरा विवाह १८५४ साली बडोद्याचे गणपतराव महाराज गायकवाड यांची कन्या खाशीबाई यांच्याशी झाला. खाशीबाई यांचा जन्म

१८३९ साली झाला. त्यांच्या आईचे नाव गजराबाई. त्यांना वडिलांनी चोळी-बांगडीसाठी दरसाल वीस हजारांचे कायमचे उत्पन्न करून दिले होते. हे लग्न कोल्हापूर राज्याला झेपणार नाही म्हणून प्रथम नकार दिला होता. तेव्हा गायकवाडांनी आपण सर्व खर्च करून लग्न करतो असे कळविले होते. तेव्हा त्याच बाबासाहेब महाराजांची कबुली असल्यास लग्न ठरवावे, असा मुंबई सरकारचा ठराव झाला. लग्न ठरले व त्याप्रमाणे इ.स. १८५४मध्ये सुमारे दोन हजार माणसांसह महाराजांची स्वारी कोल्हापूरहून बडोद्याला निघाली. १७ मे रोजी अतिशय थाटामाटात लग्न पार पडले. गायकवाडांनी महाराजांना चार लाख रुपये हुंडा दिला व आपल्या कन्येच्या खर्चासाठी चांगली तरतूदही करून दिली. त्या नव्या राणीसाहेबांचे नाव अहिल्याबाई असे ठेवले.

बाबासाहेब महाराज इ.स. १८६६च्या सुरुवातीपासूनच मधून मधून आजारी पडू लागले. त्यांना मुतखड्याचा विकार झाला होता. शेवटी आजार बळावला आणि ४ ऑगस्ट, १८६६ रोजी ते निधन पावले. त्या वेळी त्यांचे वय ३६ वर्षांचे होते. त्यांचा कालखंड अतिशय धामधुमीचा गेला आणि शेवटी राज्याची मुखत्यारी मिळून जेमतेम दोन वर्षे कारभार करतात न करतात तोच तरुणपणीच त्यांचे देहावसान झाले. १८४४मध्ये परकीय सत्तेविरुद्ध गडकऱ्यांनी केलेला उठाव व १८५७ साली चिमासाहेबांच्या अप्रत्यक्ष उत्तेजनाने कोल्हापूरच्या स्वातंत्र्यइच्छुक सैनिकांनी इंग्रजांची सत्ता झुगारून देण्याचा केलेला प्रयत्न, या दोन्ही घटना बाबासाहेब महाराजांच्या कारकिर्दीत झाल्या.

या घटना त्या वेळेच्या कोल्हापूरच्या प्रजेची मानसिक अस्वस्थता दिग्दर्शित करणाऱ्या होत्या, तशाच इंग्रजांच्या कोल्हापूरच्या सत्तेत वाढता हस्तक्षेप करण्यास कारणीभूत ठरणाऱ्याही होत्या. त्यातून एकीकडे इंग्रजांचे राजकारण बळावत होते, तर दुसरीकडे कोल्हापूर राज्यात नव्या शैक्षणिक व आर्थिक सुधारणाही अमलात येत होत्या. अशांतता व असुरक्षितता कमी होत होती आणि शाळा, दवाखाने, तारयंत्रे, टपालव्यवस्था यांचा प्रसारही वाढत होता.

बाबासाहेब महाराजांच्या काळात सरकारी खर्चाने शाळा चालवून प्रशिक्षण देण्याची प्रथम सोय करण्यात आली. शिक्षणप्रसाराचे कर्तव्य सरकारने पार पाडले पाहिजे याची जाणीवही त्याच कारकिर्दीपासून प्रामुख्याने होऊ लागली. प्रथम १८४८ साली कोल्हापुरात दोन सरकारी मराठी शाळा स्थापन झाल्या. त्यापूर्वी केवळ काही खासगी पाठशाळांतून शिक्षण देण्याची प्रथा होती व त्याचा फायदा समाजातील काही सुखवस्तू व पुढारलेल्या वर्गांनाच मिळत असे. सरदार-दरकदारांच्या मुलांसाठी एक खास शाळाही सुरू केलेली होती. इंग्रजी शिक्षण १८४८पर्यंत सुरू झालेले नव्हते. म्हणूनच मराठी शाळेच्या उपक्रमाला तत्कालीन संदर्भात महत्त्व देणे

आवश्यक आहे. ‘त्या वेळी फार थोड्या सरदारांना आपली सही करता येत होती. यावरून सर्वसामान्य प्रजेच्या शिक्षणाची निराळी माहिती देण्याची गरज नाही.’ मोडी लिहिता येणे आणि हिशेबठिशेब ठेवणे एवढाच त्यावेळच्या शिक्षणाचा अर्थ होता. त्या वेळी भुदरगड, बावडा आणि विशाळगड या पश्चिम घाटाशी निगडित असलेल्या प्रदेशाचा जंगलभाग वगळून कोल्हापूर राज्याच्या इतर भागात १२२ खासगी पाठशाळा होत्या आणि त्यात १८२८ विद्यार्थी शिकत होते. अर्थात ही संख्या कायम नसावी. हंगामाप्रमाणे त्याचे प्रमाण कमी-अधिक होत असे. १८४८ नंतर कोल्हापूर शहरात बाबासाहेबांनी एक वाचनालय सुरू केले आणि १८५२ साली पहिला छापखाना स्थापन झाला. या छापखान्यात ‘ज्ञानसंग्रह’ नावाचे पहिले मासिक सुरू केले. १८५३ साली कोल्हापूर येथे पहिली इंग्रजी शाळा सुरू झाली आणि त्याच सुमाराला बाहेरगावीही आठ महालांच्या प्रमुख ठिकाणी मराठी शाळा सुरू करण्यात आल्या. पन्हाळा, कागल, बावडा, शिरोळ, गडहिंग्लज, भुदरगड, आळते आणि मलकापूर ही त्या वेळेची आठ शाळांची ठिकाणे होती. या शाळांवर देखरेख करण्यासाठी नारायण रामचंद्र करंदीकर यांना डेप्युटी इन्स्पेक्टर नेमले. इंग्रजी शाळेचे प्रमुख कृष्णराव चाफाजी यांच्याकडे प्रथम ते काम दिले होते.

१८५३ साली कोल्हापूर शहरात मुलींची पहिली शाळा स्थापन झाली आणि त्याच साली कृष्णराव चाफाजी यांच्या संपादनाखाली ‘वर्तमानसंग्रह’ नावाचे पहिले वर्तमानपत्र सुरू झाले.

शिक्षणाप्रमाणेच इतर क्षेत्रांतील सुधारणाही १८४८ नंतर होऊ लागल्या. यात दवाखान्याचा उल्लेख प्रामुख्याने करावा लागेल. मेजर ग्रॅहम याने १८४८ साली कोल्हापुरातील पहिला सरकारी दवाखाना स्थापन केला. गरिबांना फुकट औषधे देण्याची सोय येथे करण्यात आली. याशिवाय तुरुंगातील कैद्यांसाठी एक व कोल्हापूर इन्फंट्रीतील शिपायांसाठी एक असे आणखी दोन दवाखाने सुरू करण्यात आले. महाराष्ट्रात आणि कर्नाटकातही अशा प्रकारच्या सुधारणा यापूर्वीच सुरू झाल्या होत्या. त्या धर्तीवरच कोल्हापूर राज्यातही घडून येऊ लागल्या. उदाहरणार्थ, शहर सफाईची कामे आणि तत्सम इतर सुधारणांसाठी कोल्हापुरात १८५४ साली नगरपालिका स्थापन करण्यात आली. नगरपालिकेच्या कारभाराची सूत्रे पोलिटिकल सुपरिंटेन्डेन्टच्या मार्गदर्शनाखाली मुख्य कारभाऱ्यांकडे होती, त्याशिवाय शहरातील सहा प्रतिष्ठित नागरिक व्यवस्था समितीत समाविष्ट करण्यात आले होते.

अशाच धर्तीवर सहा पेठांच्या प्रमुख ठिकाणी डिस्ट्रिक्ट कमिट्या स्थापन करण्यात आल्या होत्या.

कोल्हापूर शहरात १८५४ साली पहिले तार ऑफिस स्थापन झाले. त्यामुळे कोल्हापूर, पुणे आणि बेळगाव यांच्याशी अधिक निकटचा संबंध जोडला गेला. याच

सुमाराला कोल्हापूर आणि प्रमुख जहागिरीची मुख्य ठिकाणे बेळगाव, सातारा, मिरज यांना जोडणारे रस्ते बांधण्यात येऊ लागले. फोंडेघाटास जाण्यासाठी चांगला रस्ता तयार करण्यात आला. त्या वेळी बैलगाडी हेच वाहतुकीचे मुख्य साधन होते.

कोल्हापूर राज्यात १८५०च्या सुमारास जाडेभरडे कापड, घोंगड्या, हाताने तयार केलेला कागद, गोणपाट, कमावलेले कातडे, गूळ इत्यादी तयार होत असे. याशिवाय धान्याचा व्यापार चालत असे. या निरनिराळ्या वस्तूंच्या देवघेवीसाठी राज्यात निरनिराळ्या ठिकाणी जी वजने आणि मापे वापरली जात त्यात सारखेपणा नव्हता. परंपरागत चालत आलेल्या अगदी प्राथमिक स्वरूपाच्या वजन-मापांचा उपयोग केला जाई. १८४८मध्ये वजन-मापांच्या बाबतीत सर्व राज्यांत एकच पद्धती चालू करण्यात आली.

बाबासाहेब महाराजांच्या कारकिर्दीत इंग्रज अधिकाऱ्यांनी वरील सुधारणा केल्या. त्यात जमीन महसूल आणि जमाबंदीसंबंधीचे कायदेही १८४८ नंतरच अधिक व्यवस्थित स्वरूपात सुरू झाले.

कोल्हापूर राज्यात बाबासाहेब महाराजांच्या काळात प्रामुख्याने तीन प्रकारची नाणी चालू होती. पन्हाळी रुपया, हुकेरी रुपया, निळकंठी रुपया. या तीन प्रकारच्या रुपयांच्या किमतीत कमी-अधिक चढ-उतार होत. १८४७ मध्ये चलनात असलेली त्यांची संख्या अनुक्रमे आठ लक्ष, २९००, एक हजार आणि दोन लक्ष एवढी होती. त्यातील पन्हाळी नाणे सर्वांत जुने मानण्यात येत असे आणि सरकारी महसुलासाठी वसूल केली जाणारी रक्कम प्रामुख्याने याच नाण्यात घेण्यात येत असे. त्याशिवाय काही तांब्याचीही नाणी परंपरागत चालू होती.

इंग्रजांच्या हाती सत्ता आल्यानंतर त्यांनी हळूहळू ही सर्व नाणी प्रचारातून काढून घेऊन त्या ठिकाणी ईस्ट इंडिया कंपनीची नाणी सुरू केली. १८६६-६७ पर्यंत दोन्ही प्रकारची नाणी चालत असत. त्यानंतर मात्र देशी नाणी पूर्णपणे बंद झाली व ब्रिटिश सरकारची नाणी प्रचारात येऊ लागली.

इंग्रजांनी १८३४ पासून देशी नाणी बंद करण्याचे धोरण अमलात आणले होते. भारतात ब्रिटिश सरकारची सार्वभौम सत्ता स्थापन झाली तेव्हा देशी संस्थानांच्या सर्व टांकसाळी बंद करण्यात याव्यात आणि सर्वत्र एकाच प्रमाणाचे, एकाच आकाराचे व एकाच सत्तेचे नाणे प्रचारात आणले पाहिजे, असे धोरण ब्रिटिश सत्तेने आखलेले होते. त्याला अनुसरून कोल्हापूर राज्यातील सर्व टांकसाळी बंद करण्यात याव्यात अशा प्रकारचा हुकूम १८४०मध्ये जाहीर करण्यात आला होता. इंग्रजांच्या सत्तेची पकड वाढत गेली तसे कोल्हापूर राज्यातील नाण्यावरील महाराजांची सत्ताही घटत गेली. महाराजांच्या वतीने शेवटचे नाणे पाडण्यात आले ते बाबासाहेब महाराज व चिमासाहेब महाराज यांच्या मुंजीच्या खर्चासाठी.

बाबासाहेब महाराजांच्या काळात घडलेल्या एका घटनेचा उल्लेख करणे आवश्यक आहे. या घटनेवरून इंग्रजांचे वाढते वर्चस्व कोणत्या थराला पोहोचले होते याची कल्पना येऊ शकेल. त्या काळातील एका अनुचित प्रथेचा उल्लेख तत्कालीन कागदोपत्री सापडतो. त्या वेळी माणसांची खरेदी-विक्री होत होती. या खरेदी-विक्रीचे स्वरूप गुलामांच्या खरेदी-विक्रीसारखे कदाचित नसेल; तरी पण हा प्रकार मर्यादित स्वरूपात का होईना चालत होता. ही प्रथा इंग्रजांकडून बंद करण्यासंबंधी कोल्हापूरच्या राजमंडळाकडे कळविण्यात आले होते. सती जाण्याची चाल बुवासाहेब महाराजांच्या काळात इंग्रजांनी बंद केली होती. इ.स.१८२७ साली त्या वेळेचा गव्हर्नर जनरल लॉर्ड बेंटिंक यांनी त्यासाठी सतीबंदीचा कायदाही केला होता. त्या कायद्यामुळे बुवासाहेबांच्या राणी बाईसाहेब यांना १८३८ साली सती जाण्यास प्रतिबंध करण्यात आला होता.

माणसांच्या खरेदी-विक्रीची अमानुष प्रथा त्या वेळी बंद करण्यात आली. या हुकमाची अंमलबजावणी व्हावी यासाठी राजमंडळाकडून प्रमुख सरदारांना आज्ञापत्रे रवाना झाली. एका पत्रात लिहिले होते की 'आपणाकडील गावगन्ना मनुष्य खरेदी घेऊ नयेत किंवा विकू नये असा सरकारने ठराव केला आहे. तरी राज्यात असा व्यवहार होता कामा नये. बाहेरच्या इलाख्यातून कोणी अशा खरेदी-विक्रीसाठी माणसे आणली तर ती घेऊ नयेत किंवा विकू नयेत. तसेच आपल्या इलाख्यातील कोणीही व्यक्तीने बाहेर जाऊन माणसाच्या खरेदी-विक्रीचा व्यवहार करू नये. हा हुकूम सर्वांनी पाळला पाहिजे. तो हुकूम मोडणारा गुन्ह्यास पात्र ठरेल. अशा इसमास मामलेदार, कमाविसदार, गावकरी किंवा इतर कोणी पकडून अंमलदाराच्या स्वाधीन करावे आणि लगेच राजमंडळाकडे कळवावे.'

बाबासाहेब महाराजांना पूर्ण मुखत्यारी मिळाल्यानंतर केवळ दोन वर्षेच अधिकार उपभोगता आला. त्याच्या अगोदर त्यांच्या खासगीकडील खर्चासाठी वर्षाला केवळ ८० हजार रुपये नेमणूक करून दिलेली होती. राजघराण्यातील सर्व खर्च त्यातूनच भागवला जाई. त्यांना कोणत्याही प्रकारचे व्यसन नव्हते. त्यांनी इंग्रजी भाषेचा चांगला अभ्यास केलेला होता. फारसी भाषेचेही त्यांनी थोडेबहुत शिक्षण घेतलेले होते. स्वभावाचे मार्दव आणि राजघराण्यातील अनेक वर्षे चाललेली दुही, तसेच राज्यात इंग्रजांविरुद्ध झालेले दोन उठाव इत्यादी कारणांनी बाबासाहेब महाराजांना आपल्या स्वतंत्र अधिकाराची वैशिष्ट्ये दाखवण्यास वावच मिळाला नाही.

बाबासाहेब महाराज ४ ऑगस्ट, १८६६ रोजी निधन पावले. मृत्यूपूर्वी त्यांनी १ ऑगस्ट, १८६६ रोजी आपल्या भगिनी आऊबाई अक्का आणि रामचंद्रराव पाटणकर यांचे चिरंजीव नागोजीराव यांना दत्तक घेतले. बाबासाहेब महाराजांना एकंदर तीन मुले झाली; पण ती सर्व अल्पवयीन ठरली. त्यामुळे त्यांना मुलगा दत्तक

घ्यावा लागला. दत्तकपुत्राचे नाव राजाराम महाराज ठेवण्यात आले. बाबासाहेब महाराजांनी आपल्या आजाराच्या अगदी शेवटच्या अवस्थेत नागोजीराव पाटणकर यांना दत्तक घेतले आणि नंतर ते चौथ्या दिवशी निधन पावले. बाबासाहेब महाराजांनी नागोजीराव पाटणकर यांना दत्तक घेण्याची इच्छा असल्याचे इंग्रज अधिकाऱ्यांना कळवले होते. त्यांचे दुसरे भाचे जयसिंगराव आबासाहेब घाटगे कागलकर हे त्यामुळे नाराज झाले. बाबासाहेबांना दोन भाचे होते. थोरल्या भगिनी आऊबाई रामचंद्रराव पाटणकर यांचे चिरंजीव नागोजीराव आणि धाकट्या भगिनी बाळाबाई नारायणराव घाटगे कागलकर यांचे चिरंजीव जयसिंगराव आबासाहेब. नागोजीरावांच्या मातोश्री निधन पावल्या होत्या. त्यामुळे ते बहुधा कोल्हापूरला राजवाड्यातच राहत असत. बाबासाहेबांना त्यांचा विशेष लळा लागला होता. आजार गंभीर झाल्यावर बाबासाहेबांना दत्तक घेण्याची घाई करावी लागली. दत्तकपुत्राच्या कायदेशीरपणाला नंतर दादासाहेब भोसले खानवटकर यांनी इंग्रज सरकारकडे तक्रार केली; पण पॉलिटिकल एजंटचा अभिप्राय राजाराम महाराजांच्या दत्तक विधानाला अनुकूल पडल्यामुळे हिंदुस्थान सरकारनेही हा दत्तक मंजूर केला आणि त्याप्रमाणे २१ ऑगस्ट, १८६६ रोजी आपली मंजुरी पॉलिटिकल एजंटला तारेने कळवली.

७

छत्रपती राजाराम महाराज (१८६६ ते १८७०)

बाबासाहेब महाराजांनी दत्तक घेतलेले नागोजीराव पाटणकर हे छत्रपती राजाराम महाराज या नावाने कोल्हापूरच्या गादीचे वारस झाले. त्या वेळी त्यांचे वय सोळा वर्षांचे होते. त्यांना ब्रिटिश सरकारकडून अधिकार-निदर्शक पोशाख देण्यात आला. त्यानिमित्त २९ ऑक्टोबर, १८६६ रोजी पुण्यात मोठा दरबार भरविण्यात आला होता. त्या वेळी सर बार्टल फ्रियर मुंबईचे गव्हर्नर होते. महाराजांच्या बरोबर त्यांचे कारभारी रावबहादूर रामराव ताडपत्री हे होते. गव्हर्नर आणि राजाराम महाराजांना कोल्हापूरच्या गादीवर बसविण्याची घोषणा या दरबारात केली. त्या वेळी त्यांनी केलेल्या भाषणात इंग्रज सरकारच्या नव्या सुधारणांची प्रशंसा, कोल्हापूर राज्याची परिस्थिती व राजाराम महाराजांच्या भावी जबाबदारीची रूपरेषा इत्यादी विषयांचे उल्लेख केले होते:

'आपल्यापूर्वी जे राजे कोल्हापूरच्या गादीवर बसले त्यापैकी कोणासही आपल्याइतका मान व वैभव मिळाले नव्हते. त्यांच्यावर आत्ताच्याइतकी जबाबदारीही नव्हती, हे आपण नेहमी लक्षात ठेवले पाहिजे. पूर्वीच्या राजांचा अधिकार जरी अनिर्बंधित होता तरी तो प्रत्यक्षात राजधानीपासून थोड्या अंतरापर्यंत चाले. दरबारी काही विश्वासघात होऊन कारस्थान उत्पन्न होईल किंवा राज्यावर बाहेरून घाला येईल याची बिलकूल फिकीर न बाळगता राजधानी सोडून आज जसे आपण आलात त्याप्रमाणे त्या वेळी दूर जाण्याचे धैर्य कोणासही झाले नसते.

'आता महाराजांची स्वारी कुठेही गेली तरी ब्रिटिश सरकारच्या संरक्षणाखाली असते. प्रवासासाठी महाराजांना जास्त लवाजमा बरोबर नेण्याची जरुरी पडत नाही.

मराठ्यांच्या इतिहासात प्रसिद्ध अशा एका घराण्याचे आपण मुख्य आहात. आपल्या राज्य करण्याच्या पद्धतीवर आपल्या प्रजेचे सुख अवलंबून राहील. आपणावर ही मोठी जबाबदारी येऊन पडली आहे. ती पार पाडण्यास परमेश्वर आपणास सद्‌बुद्धी व सामर्थ्य देवो.'

(गव्हर्नरच्या भाषणानंतर राजाराम महाराजांना पोशाख देण्यात आला व १७ तोफांची सलामी दिली.)

राजाराम महाराजांची वारसदारी कायम झाल्यानंतर कोल्हापूरच्या राज्यकारभारात अंतर्गत वाद राहिले नाहीत; पण महाराज अल्पवयीन असल्यामुळे सर्व कारभाराची सूत्रे पूर्णपणे ब्रिटिश अधिकाऱ्यांच्या हाती गेली. राजाराम महाराजांची शिक्षण मिळविण्याची जिज्ञासा, राज्यकारभारातील बारीकसारीक गोष्टी समजून घेण्याची त्यांची उत्कट इच्छा, नव्या परिस्थितीचे ज्ञान मिळवण्यासाठी त्यांनी केलेली धडपड आणि समजावून घेण्यासाठी त्यांनी केलेले प्रयत्न, हे सर्व पाहिले म्हणजे राजाराम महाराजांनी कोल्हापूर राज्याचे परावलंबित्व काढून टाकण्याची जिद्द धरली असती असे वाटते; पण प्रत्यक्षात तसे घडले नाही. १८६६ मध्ये ते गादीवर बसले. पुढे चार वर्षांनी ते परदेशात निधन पावले.

पण या चार वर्षांच्या छोट्याशा कारकिर्दीत त्यांनी आपल्या बुद्धीची चमक दाखविली. प्रजेच्या विषयी कळकळ व्यक्त केली आणि राज्यकारभारात नव्या प्रथा आणण्याची पूर्वतयारीही मनात योजली. याच अल्पशा काळात त्यांनी स्वत: इंग्रजी भाषेचे ज्ञान मिळविले आणि कोल्हापुरात इंग्रजी भाषेचे शिक्षण मिळावे म्हणून शाळांच्या संख्येत आणि सोयीतही वाढ केली.

पुण्याहून पोशाख घेऊन आल्यानंतर राजाराम महाराजांच्या विद्याभ्यासाची अधिक चांगली व्यवस्था करण्यात आली. पोलिटिकल एजंट अँडरसन याने महाराजांसाठी एक खास शिक्षक नेमला. इंग्रजी शिक्षण व तत्सम चालीरीती शिकविण्यासाठी बेस्ट नावाच्या इंग्रज अधिकाऱ्यांची नेमणूक केली. त्यास असिस्टंट एजंटचा दर्जा दिला. राजाराम महाराजांच्या शिक्षणासाठी शहराबाहेर एक निवासस्थान बांधण्यात आले. जमशेटजी नवरोजी ऊनवाला हे महाराजांचे पहिले शिक्षक. महाराज राजवाड्यात न राहता बंगल्यातच राहू लागले. अधूनमधून मातोश्रींना व मावशींना भेटण्यासाठी ते राजवाड्यात जात असत. त्यांचे एक मावसभाऊ म्हणजे आबासाहेब घाटगे कागलकर आणि त्यांची धाकटी बहीण हे दोघेही महाराजांबरोबर त्यांच्या बंगल्यात राहू लागले. महाराजांच्या जनक मातोश्री आऊबाई अक्का पाटणकर यांचे निधन झाल्यावर त्यांच्या मावशी बाळाबाई अक्का यांनी प्रामुख्याने महाराजांचे लहानपणी पालनपोषण केले. त्याही १७ डिसेंबर, १८६७ रोजी निधन पावल्या. बाबासाहेब महाराज व त्यांची बहीण यांना आपल्याजवळ ठेवावे असे राजाराम महाराजांनी सुचवले व

त्याप्रमाणे व्यवस्था करण्यात आली.

राजाराम महाराजांची दोन लग्ने झाली. पहिले लग्न मार्च १८६७मध्ये मुधोजीराव नाईक-निंबाळकर, फलटण संस्थान यांच्या कन्येशी झाले. त्यानंतर याच वर्षाच्या अखेरीस गोपाळराव सरलष्कर यांच्या बहिणीशी महाराजांचे दुसरे लग्न झाले. पहिल्या राणीचे नाव ताराबाई आणि दुसऱ्या राणीचे नाव सकवारबाई असे ठेवण्यात आले.

त्या वेळी सकवारबाई यांचे वय १३ वर्षांचे होते. फलटणच्या कन्या लग्नाच्या वेळी नऊ वर्षांच्या होत्या. त्यामुळे त्या फलटणमध्येच राहत असत.

राजाराम महाराजांचे शिक्षण व्यवस्थितपणे चालू झाले. त्यांना जात्याच वाचनाची आवड असल्यामुळे इंग्रजीतील इतिहास, भूगोल आणि प्रवासवर्णने या विषयावरची बरीच पुस्तके त्यांनी वाचली. प्रवासविषयक पुस्तकांच्या वाचनामुळे आपणही इंग्लंडचा प्रवास करावा, अशी इच्छा त्यांच्या मनात निर्माण झाली आणि त्या दिशेने ते विचार करू लागले. इंग्रजी वर्तमानपत्रे, साप्ताहिके आणि इतर नियतकालिकेही त्यांच्या वाचनात येऊ लागली. निरनिराळ्या देशांतल्या घटनांची माहिती मिळवून ते इंग्रज अधिकाऱ्यांशी त्यासंबंधी चर्चा करीत असत. त्या वेळी पोलिटिकल एजंटच्या कचेरीत आणि लष्करात बऱ्याच इंग्रज अधिकाऱ्यांची कुटुंबे राहत असत. त्यांच्याशीही महाराजांनी अधिक संबंध वाढवून त्यांचे रीतिरिवाज समजावून घेण्याचा प्रयत्न चालवला. शिक्षण आणि चालीरीतीप्रमाणे तिकडचे संगीत आणि नृत्य आत्मसात करण्याचा त्यांनी प्रयत्न केला. ते अल्पावधीतच इंग्रजांशी अतिशय सफाईने इंग्रजी बोलू लागले आणि त्यांच्या उत्सवसमारंभात भाग घेऊन नृत्यातही सहभागी होऊ लागले.

या सर्व प्रयत्नाने इंग्लंडची प्रवासाची कल्पना त्यांच्या मनात आली आणि तसा योगही त्यांच्या आयुष्यात लवकरच जुळून आला.

राजाराम महाराजांचा इंग्लंडचा दौरा त्या काळात तरी हिंदी राजेरजवाड्यांच्या इतिहासात फार मोठी घटना ठरावी एवढ्या महत्त्वाचा मानला गेला.

राजाराम महाराजांनी त्यांचा त्या वेळेचा गार्डियन वेस्ट याच्याबरोबर आठवड्यातून काही दिवस नियमितपणे राज्यकारभाराची कामे पाहण्याची प्रथा सुरू केली. प्रथम ते न्यायालयात जाऊन दिवाणी व फौजदारी कामे पाहू लागले. त्यानंतर त्यांनी मुलकी खात्याच्या कारभाराची पद्धत समजून घेतली. पोलिटिकल एजंट किंवा त्यांच्या हाताखालचे अधिकारी यांच्या कोर्टात त्या वेळी महत्त्वाचे खटले चालत असत. त्या वेळी महाराज तेथे जाऊन मुद्दाम चौकशीचे कामकाज पाहत असत. त्यांची कारभारासंबंधीची उत्सुकता आणि आवड लक्षात घेऊन त्यांना लवकरच मुखत्यारी देण्यासंबंधीचा विचारही त्याच सुमारास सुरू झाला.

बाबासाहेब महाराज यांच्या शेवटच्या कारकिर्दीतील मुख्य कारभारी रामराव ताडपत्री निधन पावल्यापासून ती जागा तशीच रिकामी होती. पोलिटिकल एजंटने महाराजांशी विचारविनिमय करून १८६९ साली एक नवा कारभारी व त्याच्या हाताखाली निरनिराळ्या खात्यांचे कारकून यांची नेमणूक करण्यात गव्हर्नरची मंजुरी मागितली. त्याच सुमारास राज्याचे सर्व हिशेब एक खास दप्तरदार नेमून त्याच्याकडून पूर्ण करून घेतले. एवढी तयारी झाल्यानंतर जानेवारी१८७०मध्ये महाराजांकडे खासगीचे खाते देण्यात आले. खासगी खात्याच्या कारभाऱ्यांनी सर्व कारभार महाराजांच्या हुकुमाने करावा असे ठरले; पण त्याच सुमारास महाराजांच्या मनात परदेशी प्रवासाचा विचार अधिक उत्कटतेने येऊ लागला. त्यामुळे मुखत्यारी घेऊन इंग्लंडचा प्रवास करण्यास जावे की प्रवासाहून परत आल्यावर मुखत्यारी घ्यावी, अशीही त्यांची मनोवृत्ती झाली; पण या बाबतीत अखेरचा निर्णय घेण्यापूर्वी इंग्लंडच्या प्रवासाचा बेत पक्का करावा लागला.

दरम्यानच्या काळात पोलिटिकल एजंट लहान-मोठ्या कामात महाराजांशी विचारविनिमय करत असत. अशा विचारविनिमयातून राजवाड्यानजीक हायस्कूलसाठी नव्या पद्धतीने बांधलेली इमारत असावी अशी कल्पना महाराजांनी बोलून दाखविली आणि पोलिटिकल एजंट अँडरसन यानेही ती उचलून धरली. इमारतीसंबंधीच्या सर्व योजना आणि पूर्वतयारी झपाट्याने होत गेली. १५ फेब्रुवारी, १८७० रोजी सायंकाळी साडेपाच वाजता या ऐतिहासिक वास्तूचा पायाभरणी समारंभ महाराजांच्या हस्ते पार पडला.

या इमारतीचे नकाशे आणि अंदाजपत्रक त्या वेळेचे मुंबईचे इंग्रजी इंजिनिअर यांनी तयार केले होते. १८४४ पासून कोल्हापूर राज्यात काही विशिष्ट घटना घडल्या आणि म्हणून ब्रिटिश सरकारने इलाख्याचा कारभार आपल्या हाती घेतला. त्या वेळी कोल्हापूर राज्यात सरकारी शाळा नव्हत्या. सर्वत्र अव्यवस्था होती. राज्यावर भलेमोठे कर्ज झाले होते. म्हणून येथे जे इंग्रज अधिकारी नेमले त्यांना प्रथम राज्यातील बंड मोडून कारभारात चांगली शिस्त बसवावी लागली. खजिन्यात शिल्लक पडावी याकडे त्यांना लक्ष पुरवावे लागले. राज्यकारभाराच्या या सुधारणांत शेजारच्या ब्रिटिश इलाख्यातील लोकांना शिक्षणाच्या जशा सोयी मिळत होत्या तशा याही इलाख्यात मिळाव्या अशी इंग्रज अधिकाऱ्याची इच्छा होती.

राजाराम महाराजांनी महाराणी व्हिक्टोरियाचे द्वितीय चिरंजीव ड्यूक ऑफ एडिंबरो यांच्या भारतभेटीच्या स्मरणार्थ ४५ हजार रुपयांची देणगी दिली. त्यातून दरमहा २५ रुपयांच्या सहा शिष्यवृत्त्या देण्याची व्यवस्था केली गेली. मॅट्रिकच्या परीक्षेत दोन पहिले विद्यार्थी येत असतात त्यांना दोन शिष्यवृत्त्या दिल्या जात. नंतर कॉलेज स्थापन झाल्यावर बी.ए.च्या परीक्षेस जाणाऱ्यास १५ रुपयांच्या दोन शिष्यवृत्त्या

देण्यात येऊ लागल्या. त्याशिवाय दरमहा दहा रुपयांच्या सात शिष्यवृत्त्या दिल्या जात.

ड्यूक ऑफ एडिंबरोच्या स्वागत समारंभासाठी २१ फेब्रुवारी, १८७० रोजी राजाराम महाराज मुंबईला गेले. मुंबईत त्या वेळी याच समारंभासाठी अनेक राजे व सरदार जमले होते. त्या सर्वांमध्ये इंग्रजी भाषा जाणणारे म्हणून राजाराम महाराजांचे खूप कौतुक झाले. महाराजांनी आपल्या विशिष्ट वागणुकीमुळे राजेरजवाड्यांमध्ये चांगलाच प्रभाव पाडला. ७ मे, १८६४ रोजी इंग्रज सरकारने संस्थानिकांची एक यादी प्रसिद्ध केली. यामध्ये कोणाला किती तोफांच्या सलामीचा अधिकार होता हे त्यात नमूद केले.

या यादीमध्ये कोल्हापूरच्या छत्रपतींना १७ तोफांचा अधिकार दिला, तर शिंदे आणि गायकवाड यांना मात्र छत्रपतींपेक्षा अधिक तोफांचा अधिकार देण्यात आला होता.

त्यावर बाबासाहेब महाराजांनी इंग्रज सरकारकडे आपली नापसंती व्यक्त केली होती. शिंदे आणि गायकवाड हे परंपरेने छत्रपतींचे सरदार होते. त्यांना छत्रपतींच्या घराण्यापेक्षा अधिक तोफांच्या सलामीचा अधिकार दिला जाणे योग्य नसल्याचे छत्रपतींनी इंग्रज सरकारच्या नजरस आणून दिले. यावर इंग्रज सरकारचे उत्तर असे होते की बंडाच्या काळात शिंदे आणि गायकवाड यांनी इंग्रजांना मदत केली होती. कोल्हापूरहून तशी मदत मिळाली नव्हती.

याचा अर्थ असा की तथाकथित बंडाच्या काळात इंग्रजांना मदत मिळण्याचा एक नवा मुद्दा या अधिकाराच्या बाबतीत उत्पन्न झाला. एखाद्या संस्थानाचा दर्जा ठरविण्यासाठी बंडाच्या प्रसंगी इंग्रजांना संस्थानिकाने केलेली मदत लक्षात घेतली जाऊ लागली आणि मग अर्थातच कोल्हापूरच्या महाराजांचे निकटवर्तीय त्या राज्यातील उठावात सहभागी झाल्यामुळे त्यांना हद्दपार करण्यात आले होते. म्हणून इंग्रजांच्या दृष्टीने कोल्हापूर संस्थान खालच्या दर्जाचे ठरले. तरीपण बाबासाहेब महाराजांनी इंग्रजांकडे तोफांच्या सलामीच्या संदर्भात पुन:पुन्हा नापसंती व्यक्त केली आणि मग शेवटी पोलिटिकल एजंटच्या अनुकूल शिफारशीप्रमाणे महाराजांना १९ तोफांच्या सलामीचा अधिकार मिळाला; पण हा अधिकार त्यांच्या वैयक्तिक सन्मानापुरताच होता; कारण बाबासाहेब महाराजांचे वारस राजाराम महाराज इ.स.१८६६मध्ये पुण्याला गेले तेव्हा त्यांना फक्त १७ तोफांची सलामी देण्यात आली. छत्रपती राजाराम महाराजांनी प्रयत्न करून २६ जून, १८६७ रोजी १९ तोफांच्या सलामीला मान जाहीर करण्यास प्रवृत्त केले.

२२ मे, १८७० रोजी महाराज मुंबईहून इंग्लंडच्या प्रवासाला निघाले. १२ जून, १८७० रोजी ते पॅरिसला पोहोचले. सप्टेंबर आणि ऑक्टोबर दोन महिने

महाराजांचा मुक्काम लंडनमध्ये होता. इंग्लंडमध्ये सुमारे पाच महिने त्यांनी मुक्काम केला आणि या सर्व मुक्कामात जे जे म्हणून नवे पाहून घेता येईल ते ते सर्व त्यांनी पाहण्याचा प्रयत्न केला. इतिहासप्रसिद्ध स्थळे, वस्तुसंग्रहालय, प्राणिसंग्रहालय, रमणीय उद्याने, कलापूर्ण वास्तू, ऐतिहासिक शस्त्रास्त्रे, ग्रंथालय, विद्यापीठ, सामाजिक संस्था, कारखाने, खाणी, ग्रामीण भाग अशा अनेक ठिकाणांना महाराजांनी भेटी देऊन त्यांची पाहणी केली आणि त्यांच्यासंबंधी जरूर ती माहितीही मिळवली. त्यांनी पाच महिन्यांतील प्रत्येक दिवसाचा कार्यक्रम इंग्रजीत स्वहस्ते नोंदवून ठेवला होता. त्यादृष्टीने त्यांनी लिहून ठेवलेल्या दैनंदिनीला ऐतिहासिक महत्त्व प्राप्त झाले आहे.

लंडनसारख्या अतिशय संपन्न आणि आधुनिक शहरात महाराजांसारख्या तरुण राजाने ख्यालीखुशालीत रममाण न होता नवे ज्ञान संपादन करण्याची इतकी उत्कटता दाखवावी, हे त्या वेळी तरी एकमेव उदाहरण असावे. डायरीतील नोंदीवरून त्यांच्या मनाचा कल विद्या, कला, शोध इत्यादींकडे किती उत्कटतेने व्यक्त होत होता हे दिसून येते. विद्वान माणसांना भेटणे, राजकारणी आणि मुत्सद्दी यांच्याशी चर्चा करणे, सामाजिक आणि शैक्षणिक संस्थांच्या चालकांशी विचारविनिमय करणे इत्यादी प्रयत्नांमध्येही महाराजांची ज्ञानप्रिय दृष्टी दिसून येते. तसेच प्रतिष्ठितपणा, वागणुकीतील सौजन्य यांचाही प्रत्यय येतो.

महाराजांनी परदेशात राहून अनेक प्रकारचे ज्ञान संपादन केले. विविध ठिकाणी भेटी देऊन वस्तुसंग्रहालय व अनेक गोष्टींची पाहणी केली. हे सर्व त्यांनी आपल्या डायरीमध्ये नोंद करून ठेवले होते. राजाराम महाराजांनी इंग्लंडमधील आपला पाच महिन्यांचा मुक्काम संपवला आणि १ नोव्हेंबर, १८७० रोजी ते मायदेशी येण्यासाठी निघाले, त्या दिवशी ते आपल्या बरोबरच्या मंडळींसह सकाळी ११ वाजता आगबोटीत बसून दुपारी तीन वाजता ऑस्टेन्ड येथे उतरले. समुद्र फार खवळलेला होता. त्यामुळे त्या छोट्या सफरीत त्यांना अतिशय त्रास झाला. ऑस्टेन्ड येथे त्यांचा दोन दिवस मुक्काम होता. वॉटर्लूची लढाई ज्या मैदानावर झाली ते रणमैदान पाहण्यासाठी ते गेले. नंतर ५ नोव्हेंबर रोजी ते आगगाडीने परत कोलोन शहरी पोहोचले. जर्मन लोकांच्या चालीरीती, त्यांचा स्वभाव आणि त्यांच्या राज्यकारभाराच्या पद्धती इत्यादी त्यांनी समजून घेतले. यावरून त्यांना इंग्लंड आणि जर्मनी या दोन राष्ट्रांतील काही उल्लेखनीय फरक दिसले. नंतर ते फ्रँकफर्टला गेले. तिथे एक दिवस मुक्काम करून ९ नोव्हेंबर रोजी ते म्युनिक शहरात पोहोचले. तेथून तीन दिवसांनी इन्सब्रुक येथे सकाळी उतरले. तेथे कडाक्याची थंडी पडली होती. येथेच त्यांनी प्रथम हिमवर्षाव पाहिला. त्या कडक थंडीचा महाराजांच्या प्रकृतीवर अतिशय प्रतिकूल परिणाम झाला आणि इन्सब्रुक येथे तर त्यांची प्रकृती अधिकच बिघडली.

इन्सब्रुक येथे १३ नोव्हेंबर रोजी महाराजांना प्रथम थोडा ताप आला. त्यावर

त्यांच्याबरोबरच्या हकिमाने उपचार केले. दोन दिवसांनी ताप उतरला; पण त्यामागोमाग संधिवाताचा त्रास होऊन त्यांना चालणे अशक्य झाले. थंडी कडाक्याची पडली होती. पर्वताची शिखरे बर्फाने आच्छादलेली होती. त्यांच्या बरोबर गार्डियन म्हणून असिस्टंट पोलिटिकल एजंट वेस्ट हे होते. त्याने दक्षिण युरोपकडे जाण्याची घाई करावी असे महाराजांना सुचवले. इन्सब्रुक सोडल्यानंतर वेस्टच्या सल्ल्यानुसार महाराजांनी बॉटझन येथे एका जर्मन डॉक्टरला आपली प्रकृती दाखवली. त्याने संधिवाताच्या वेदनेवर औषध दिले.

२८ नोव्हेंबर रोजी सकाळी महाराजांचा आजार खूपच वाढला. डॉक्टर फ्रेझरने आणखी काही इटालियन डॉक्टरांचा सल्ला घेण्याचे सुचवले. त्याप्रमाणे प्रो. सिप्रिआनी आणि डॉ. गिनोझी या दोन शाही डॉक्टरांना बोलवण्यात आले. ते दोघेही इटलीच्या बादशहाचे खास डॉक्टर आणि फ्लॉरेन्समधील सर्वांत अधिक नावाजलेले डॉक्टर होते. त्यांनी त्या दिवशी दोन वेळा आणि दुसरे दिवशी दोन वेळा प्रकृती तपासली. प्रकृती गंभीर असल्याचे त्यांचे मत पडले; पण जिवाला धोका होईल असे त्यांना वाटले नाही. दुसरे दिवशी तर त्यांच्या सांगण्यावरून सर्वांनाच असे वाटले की प्रकृतीत खूपच सुधारणा होत आहे. अशक्तपणा मात्र खूपच होता; पण ते दोघे २९ नोव्हेंबर रोजी रात्री प्रकृती तपासून गेले आणि महाराजांचा आजार वाढला. डॉक्टर फ्रेझरने काही औषधे द्यायला आरंभ केला; पण मध्यरात्रीनंतर काही मिनिटांतच महाराजांचे प्राणोत्क्रमण झाले. (३० नोव्हेंबर, १८७०) डॉक्टर फ्रेझरने मृत्यूचे तत्कालीन कारण म्हणून –

'Congestion of thabdominal viscera together with collapse of nervous power,' असे सांगितले.

इटलीत शवाचे दहन करण्याची प्रथा नाही. तेथे शव पुरण्यात येते; पण हिंदू धर्माच्या प्रथेप्रमाणे महाराजांचे शव दहन केले पाहिजे असे त्यांच्या बरोबरच्या नोकरांना वाटणे स्वाभाविक होते. या गोष्टीला फ्लॉरेन्सच्या नगरपालिकेकडून परवानगी नाकारण्यात आली. मानवाचे शव दहन केले जाते, ही गोष्ट तेथील नागरिकांना अपरिचित होती. उलट पेटीत घालून शव वेळीच पुरले नाही तर संबंधितांना शिक्षा देण्याचा तेथील कायदा होता. ही सारी परिस्थिती फारच अडचणीची होती; पण या पेचप्रसंगातून सुटण्यासाठी महाराजांचा गार्डियन मिस्टर वेस्ट याने इटलीतील ब्रिटिश सरकारचा वकील सर ऑगस्टस याची भेट घेतली. त्या दोघांनी इटालियन अधिकाऱ्यांची भेट घेतली आणि त्यांना आपली धार्मिक अडचण समजावून सांगितली. हे प्रकरण इटलीच्या मंत्रिमंडळापर्यंत पोहोचले. मंत्रिमंडळाने त्यावर खूप खल करून अखेरीस शव दहन करण्याची परवानगी दिली. तेव्हा निधनानंतर २४ तासांनी १ डिसेंबर रोजी सकाळी राजाराम महाराजांचा पार्थिव देह ऑर्नो नदीच्या

काठी चितेवर ठेवून हिंदू धर्माच्या पद्धतीप्रमाणे त्याला अग्नी देण्यात आला.

राजाराम महाराज यांच्या निधनाची बातमी त्याच दिवशी कोल्हापुरास तारेने कळविण्यात आली. त्या अनपेक्षित दुःखद बातमीने साऱ्या शहरावर आघात केला. महाराजांच्या मातोश्री, त्यांच्या दोन्ही राण्या, राजवाड्यातील आप्तेष्ट आणि सेवक वर्ग यांनी एकच आकांत केला. महाराजांचे मावसबंधू आबासाहेब घाटगे, सर्जेराव कागलकर आणि त्यांच्या धाकट्या भगिनी हे दोघे तर लहानपणापासूनच महाराजांजवळ राहत होते. त्यांनीही खूप दुःख व्यक्त केले. सर्वांना अतिशय दुःख झाले. आपल्या कर्तृत्वाची चिन्हे दाखविण्याच्या काळातच नाहीशा झालेल्या या कर्तृत्ववान राजासंबंधी राज्यातील सर्व लोकांना दुःख होणे स्वाभाविकच होते. महाराज परत आल्यानंतर राज्याची मुखत्यारी स्वतःकडे घेणार होते, ही गोष्ट सर्वांना माहीत होती. त्यामुळे तर लोकांना अधिकच हळहळ वाटली. मुंबई येथे गव्हर्नरच्या दरबारनिमित्ताने महाराजांचा ज्या संस्थानिकांशी आणि वरिष्ठ अधिकाऱ्यांशी परिचय झाला होता त्यांनाही महाराजांच्या मृत्यूची अनपेक्षित घटना अतिशय दुःखदायक वाटली. परदेशाच्या प्रवासात ज्ञानप्राप्ती करून आपली भावी राजवट चांगली करण्याची स्वप्ने पाहणाऱ्या राजाच्या आयुष्याचा शेवट एवढ्या तरुण वयात आणि परदेशात व्हावा ही गोष्ट सर्वांच्याच मनाला चुटपुट लावणारी होती. आचार आणि विचार, अनुभव आणि महत्त्वाकांक्षा, शहाणपणा आणि सदिच्छा अशा विविध गुणांचे दर्शन महाराजांच्या जीवनात नुकतेच कोठे होऊ लागले होते आणि तेवढ्यात त्यांना मृत्यूने हिरावून नेले.

ऑर्नो नदीच्या काठी महाराजांच्या शवाचे दहन झाल्यावर बरोबरच्या लोकांनी त्यांच्या अस्थी गोळा केल्या. त्या सर्वांनाच परदेशात ओढवलेल्या या भयंकर संकटामुळे आकाश फाटल्यासारखे वाटले असावे. त्या दुःखद स्थितीतच सर्वजण हिंदुस्थानला परत आले.

राजाराम महाराजांच्या निरनिराळ्या गुणांचा आणि स्वभाववैशिष्ट्यांचा उल्लेख लेडी व्हर्नेस नावाच्या एका ब्रिटिश महिलेने गुड वर्ड्स (Good Words) या नियतकालिकाच्या जून १८७१च्या अंकात महाराजांसंबंधी एक विस्तृत लेख लिहून केला.

महाराजांचे आपल्या नोकर लोकांशी वर्तन प्रेमळपणाचे असे. त्यांनी इंग्लंडला जाताना आपल्याबरोबर गहू, तांदूळ, डाळ इत्यादी धान्ये आणि इतर खाद्यपदार्थही नेले होते. त्यांच्या व नोकरांच्या खाण्यापिण्यात भेदभाव दिसला नाही. नोकरही त्यांच्याशी खरोखरच आदरबुद्धीने वागत असत. कोठेही सार्वजनिक ठिकाणी पगडी घातल्याशिवाय ते जात नसत. सर्वत्र स्वच्छता आणि व्यवस्थितपणा ठेवला जात असे. त्यांची राहणी प्रथम थोडी भपकेबाजपणाची होती; पण नंतर इंग्लंडचे पंतप्रधान आणि मंत्रीही इतर सर्वसामान्य नागरिकाप्रमाणे फिरत असल्याचे त्यांनी पाहिल्यानंतर

आपलीही राहणी तशीच साधी असावी, असे त्यांना वाटू लागले आणि नंतर त्यांनी आपल्या वागण्यात तसा बदलही केला. पाश्चात्त्य शिक्षण, कलाकौशल्य, आतिथ्यशीलता, सार्वजनिक कामाविषयी आवड, क्रीडाप्रेम, मनोरंजनाचे विविध प्रकार आणि सामाजिक जीवनातील गोष्टींचा प्रभाव महाराजांच्या मनावर खूपच झाला होता. स्त्रीशिक्षणासंबंधी त्यांनी विशेष उत्सुकता दाखवली. एकदा ते म्हणाले, 'मी पुढच्या खेपेला इंग्लंडला राणीसह येईन. राणीला इंग्रजी शिक्षण द्यावयाचा माझा विचार आहे.' राणीलाच काय पण राजघराण्यातील इतर स्त्रियांना आणि राज्यातील सर्वसाधारण स्त्रियांनाही शिक्षण दिले पाहिजे, असे त्यांनी ठरवून टाकले होते. त्यासाठी त्यांनी एका इंग्रज शिक्षिकेची नेमणूकही केलेली होती. त्यांना शिक्षणाच्या बाबतीत फारच आस्था होती.

शिक्षणाप्रमाणेच विविध खेळ, शिकार, अश्वारोहण, निरनिराळ्या विषयांची चर्चा करणे इत्यादी गोष्टींचीही त्यांना विशेष आवड होती.

राजाराम महाराजांच्या निधनाची बातमी मुंबई सरकारला समजल्यानंतर सरकारतर्फे दुःख व्यक्त करण्यात आले. त्यांना त्यांच्या वयाच्या इतक्या, म्हणजे वीस तोफांची सलामी देण्यात आली. व्हाइसरॉयकडूनही दुःख व्यक्त करणारी तार महाराजांच्या मातोश्रींकडे पाठवण्यात आली. महाराणी व्हिक्टोरियाने ड्यूक ऑफ ऑरगाइल मार्फत पुढीलप्रमाणे दुःख व्यक्त करणारा संदेश पाठवला. त्यात म्हटले होते,

'महाराजांसारख्या सुशील व कार्यक्षम राजाच्या हातून आपल्या देशबांधवांचे फार कल्याण झाले असते व त्यांनी पुढे होणाऱ्या राजास चांगला कित्ता घालून दिला असता. स्वदेशी जाऊन राज्यकारभार हाती घेण्यापूर्वीच ऐन तरुणपणी त्यांच्यावर आकाशाची कुऱ्हाड कोसळली हे वर्तमान ऐकून आम्हा सर्वांस फार दुःख झाले आहे.'

कोल्हापूर येथे १८ डिसेंबर, १८७० रोजी एका जाहीर सभेत महाराजांच्या स्मृतीला श्रद्धांजली अर्पण करण्यात आली आणि त्यांचे योग्य स्मारक करावे अशीही योजना आखण्यात आली.

८

छत्रपती शिवाजी महाराज चौथे (१८७१ ते १८८३)

राजाराम महाराजांचे निधन अतिशय अनपेक्षितरीत्या आणि तेही कोल्हापूरपासून शेकडो मैल दूर अशा परक्या देशात झाले. पुत्रसंतान नव्हते. पुन्हा गादीच्या वारसाचा प्रश्न उपस्थित झाला. दत्तक घेणे अपरिहार्य होते.

दत्तकासाठी निवड केलेला मुलगाही राण्यांना पसंत पडला पाहिजे. नाहीतर राजघराण्यात धुसफूस सुरू होऊन कटकटी वाढू लागतात. थोड्याच दिवसांत योग्य अशा सात मुलांची पाहणी करण्यात आली.

या सात मुलांपैकी दिनकरराव सावर्डेकर यांचा मुलगा नारायणराव याची निवड करण्यात आली. हा मुलगा बुद्धिमान आणि प्रकृतीने उत्तम होता. अलीकडेच तो शाळेत जाऊ लागला असून, याचा स्वभाव शांत आणि वागणे भारदस्तपणाचे होते. त्याला बाळबोध आणि मोडी लिहिता येत होती.

पॉलिटिकल एजंटने व्यक्त केलेल्या मताशी अहिल्याबाई आणि सकवारबाई यांनी सहमती दर्शवली. अहिल्याबाईंनी म्हटले होते, 'सर्व मुलांमध्ये नारायणराव उत्तम असून, दत्तक घेण्यास सर्वांत अधिक योग्य वाटतो.' सकवारबाईंनी ८ मे, १८७१ रोजी पोलिटिकल एजंटला पत्र पाठवून म्हटले होते, 'मी सर्व मुले पाहिली. त्यात नारायणराव उत्तम आहे. अहिल्याबाईंच्या मताशी मी सहमत आहे.' (करवीर रियासत, पृष्ठ क्रमांक ६०८)

दत्तक घ्यावयाच्या मुलाची निवड होईपर्यंत दहा महिने आणि २२ दिवस गेले. तोपर्यंत राज्याला कोणीही वारस नव्हते. दरम्यान, शककर्ते शिवाजी महाराजांचे बंधू व्यंकोजी यांच्या तंजावर येथील घराण्यातील त्या वेळेच्या व्यंकोजींच्या मुलीच्या

वंशजांनी कोल्हापूरच्या गादीवर आपला हक्क आहे, असा एक वाद उपस्थित केला. आपला हक्क मान्य केला नाही तरी निदान नजीकचा रक्तसंबंध म्हणून आपल्याला दत्तक घेण्यात यावे, असा दावा त्यांनी मुंबई सरकारकडे केला; पण कोल्हापूरच्या गादीचा आणि त्यांचा काही हक्क संबंध पोहोचत नाही, असे त्याला पोलिटिकल एजंटकडून स्पष्टपणे कळवण्यात आले.

नारायणराव सावर्डेकर यांना दत्तक घेण्यासंबंधी राजघराण्यातील प्रमुख व्यक्ती आणि मुंबई सरकार यांचे एकमत झाल्यानंतर दत्तकविधानाचा मुहूर्त निश्चित करण्यात आला. राजाराम महाराजांच्या थोरल्या राणी, ताराराणी यांच्या मांडीवर २३ ऑक्टोबर, १८७१ रोजी विजयादशमीच्या मुहूर्तावर हे दत्तकविधान पार पडले. नारायणरावांना शिवाजी महाराज असे नवे नामाभिधान मिळाले.

दत्तकविधानाच्या समारंभाला फलटण आणि मिरज येथील राजे आणि कोल्हापूर राज्यातील प्रमुख सरदार, जहागीरदार व मानकरी हजर होते. त्या वेळी शिवाजी महाराजांचे वय नऊ वर्षांचे होते. या दत्तकविधानाच्या थोडे दिवस अगोदर ९ जून, १८७१ रोजी महादेव वासुदेव बर्वे यांची कोल्हापूरचे कारभारी म्हणून नेमणूक झाली होती.

शिवाजी महाराजांच्या शिक्षणाची व्यवस्था करताना पोलिटिकल एजंट अँडरसन यांनी राजाराम महाराजांच्या वेळेचीच पद्धत स्वीकारली. राजाराम महाराजांचाच गार्डियन वेस्ट याला महाराजांच्या शिक्षणावर देखरेख ठेवण्यासाठी नेमले; पण तो लवकरच दुसरीकडे बदलून गेला. त्यांच्या जागी २९ जानेवारी, १८७३ रोजी मि. हॅमकची नेमणूक झाली. महाराजांना प्रत्यक्ष शिक्षण देण्याचे काम यशवंत वासुदेव आठले यांच्याकडे सोपविण्यात आले. महाराजांबरोबर अभ्यास करण्यासाठी बाबासाहेब सरदेसाई सावंतवाडीकर आणि बाळासाहेब घोरपडे मुधोळकर यांना कोल्हापूरमध्ये आणून ठेवले होते. सकाळी आणि संध्याकाळी आठले यांच्या हाताखाली अभ्यास करणे आणि मधल्या वेळेत इतर मुलांबरोबर शाळेत जाऊन शिकणे असा क्रम सुरू झाला.

महाराजांना आणखी काही सरदारांच्या मुलांची सोबत असावी आणि त्यांच्या सहवासात त्यांचे शिक्षण व्हावे, या हेतूने कोल्हापूर दरबारातील बाळासाहेब गायकवाड, बुवासाहेब भोसले चावरेकर यांना ठेवण्यात आले.

पुढे म्हैसाळचे केदारराव, अण्णासाहेब शिंदे, निपाणीचे सिधोजीराव आप्पासाहेब देसाई, वाडी जहागीरचे बाबासाहेब कोन्हेरराव, पटवर्धन यांनाही महाराजांच्या सहवासात ठेवण्यात आले. या सर्वांना राहण्यासाठी महाराजांच्या बंगल्यानजीक एक नवी इमारत बांधण्यात आली होती. काही दिवस या व्यवस्थेचा उपयोग झाल्यासारखे वाटले; पण नंतर असे दिसून आले की शाळेत इतर मुलांबरोबर महाराजांचा अभ्यास

समाधानकारक होत नाही म्हणून त्यांना आणि त्यांच्या बरोबरच्या सर्व सरदारपुत्रांना शाळेतून काढून त्या सर्वांचे शिक्षण निरनिराळ्या वर्गात पण एका खास इमारतीत स्वतंत्र शिक्षकाकडून सुरू करण्यात आले. महाराजांचे गार्डियन दररोज इंग्रजी शिकवीत असत. शालेय अभ्यासक्रमाबरोबर घोड्यावरून रपेट मारणे, कवायत शिकणे, इतर मैदानी खेळ खेळणे, नेमबाजी शिकणे इत्यादी शिक्षणाकडेही लक्ष पुरवले जात होते. पोलिटिकल एजंटने महाराजांना आणि त्यांच्या बरोबरच्या सरदारपुत्रांना कोल्हापूर परिसरातील प्रदेश दाखविण्यासाठी एक दोन सहली काढण्याचा परिपाठ ठेवला. सांगली, मिरज, कुरुंदवाड, मुधोळ, गोकाक, बेळगाव, धारवाड, विजापूर इत्यादी छोट्या-मोठ्या शहरांच्या सहली झाल्यानंतर विशाळगड, भुदरगड, रांगणा, बावडा, आजरे, आंबोली इत्यादी डोंगराळ भागातही त्यांना फिरवून आणले. डोंगरमाथ्यावरील किल्ले आणि पश्चिम घाटातील दऱ्याखोऱ्यांतील प्रवासामुळे महाराजांना आपल्या राज्याच्या भौगोलिक परिस्थितीची कल्पना यावी आणि त्याबरोबर निसर्गपर विविधताही कळावी असा या सहलीचा हेतू होता.

नोव्हेंबर १८७३ मध्ये मुंबई येथे व्हाइसरॉयचा दरबार भरला होता. त्याला हजर राहण्यासाठी शिवाजी महाराज आपल्या काही सरदार व अधिकाऱ्यांसह मुंबईला गेले होते.

या दरबारात महाराजांनी चार शब्द बोलून इंग्रज सरकारविषयी आपल्या भावना व्यक्त कराव्यात अशी महाराजांच्या दत्तक आई सकवारबाई यांची इच्छा होती; पण महाराजांचे वय आणि त्यांचे अपुरे शिक्षण लक्षात घेऊन त्यांना भाषणाची संधी देण्यात आली नाही. ते आपल्या सरदारांसह दरबारच्या समारंभाला हजर राहिले आणि नंतर काही दिवस मुंबईला मुक्काम करून कोल्हापुरास परत निघाले. त्यांचा परतीचा प्रवास रत्नागिरीपर्यंत समुद्रमार्गे झाला. कोल्हापुरास परत आल्यावर महाराजांचे शिक्षण पूर्ववत चालू झाले. मराठीबरोबर त्यांना इंग्रजीही शिकविण्यात येऊ लागले. त्यांच्या शिक्षणाच्या प्रगतीसंबंधी अँडरसनने आपल्या अहवालात म्हटले होते,

'नव्या व्यवस्थेखाली महाराजांची शैक्षणिक प्रगती चांगली होत आहे. हॅमाक याच्या मतावरूनही एकंदर परिस्थिती अतिशय चांगली असल्याचे दिसून येते.' इ.स. १८७४ साली पॉलिटिकल एजंट अँडरसन बदलून गेला. त्याच्या जागी स्नायडरची नेमणूक झाली. याच वर्षी कारभारी महादेव वासुदेव बर्वे यांना बढती मिळाली.

राजाराम महाराजांच्या हस्ते पाच वर्षांपूर्वी ज्या शाळेच्या इमारतीचा कोनशिला समारंभ पार पडला होता, ती इमारत १८७४ मध्ये बांधून पूर्ण झाली. आणि नव्या इमारतीत हायस्कूलचे वर्ग भरू लागले. या वर्षी शहरात आणि राज्यातही काही ठिकाणी बांधकामे पूर्ण झाली. टाउन हॉलची इमारत बांधून झाली. कोल्हापूर व

पन्हाळा येथे मामलेदार कचेऱ्या, न्यायालये, तसेच कोल्हापूर येथे लष्करी बराकी, सदर अमीनची कचेरी, पागा, हत्तीमहाल, रेकॉर्ड ऑफिस या इमारतीही बांधून पूर्ण झाल्या.

इ.स. १८७६ साली दक्षिण भारतात मोठा दुष्काळ पडला. कोल्हापूर राज्यातही या दुष्काळामुळे वाईट परिस्थिती निर्माण झाली. राज्यात दुष्काळ निवारणाची कामे सुरू करण्यात आली. ठिकठिकाणी अन्नछत्रे घातली गेली. जानेवारी १८७७मध्ये ब्रिटिश साम्राज्याची महाराणी व्हिक्टोरिया हिने केसर - इ - हिंद - हा किताब धारण केल्याबद्दल दिल्लीत मोठा दरबार भरला होता. या दरबाराला उपस्थित राहण्यासाठी शिवाजी महाराजांनी जावयाचे ठरवले होते; पण दुष्काळी परिस्थिती कायम होती व लोकांची परिस्थिती हलाखीची बनली होती. बरेच सरकारी अधिकारी दुष्काळ निवारणाच्या कामात गुंतले होते. यापैकी त्यांचे मदतनीस म्हणून महाराजांबरोबर कोणीही दिल्लीला जाऊ शकत नव्हते. अशा सर्व कारणांमुळे शेवटी दिल्लीच्या दौऱ्याचा बेत रहित करण्यात आला; पण दिल्ली दरबारच्या या समारंभाच्या निमित्ताने त्याच वेळी शिवाजी महाराजांना के.सी.एस.आय. ही पदवी देऊन बहुमान केला. तसेच कोल्हापूर छत्रपती घराण्यासाठी मानचिन्ह आणि एक निशाण देण्यात आले. के.सी.एस.आय.ची पदवी घेण्यासाठी महाराज स्वतः दिल्लीला जाऊ शकले नाहीत, म्हणून नंतर १ जानेवारी, १८७८ रोजी कोल्हापुरात खास दरबार भरवून महाराजांना ही पदवी बहाल करण्यात आली.

१८७८ च्या समारंभानंतर शिवाजी महाराजांच्या आयुष्याला निराळी कलाटणी मिळत गेली. त्यांच्या स्वभावात बदल होत असल्याचे दिसून येऊ लागले. संतापणे, चिडणे इत्यादी प्रकार वारंवार घडू लागले. लहान लहान मुद्द्यावरून प्रक्षोभ वाढणे आणि त्याच मन:स्थितीत इतरांशी वागणे हळूहळू वाढू लागले. त्यापूर्वी महाराजांच्या स्वभावात काही विकृती असल्याचे पूर्वी कोठे नमूद नव्हते. किंबहुना, त्यांची दत्तक म्हणून झालेली निवड, नंतर मुंबई दरबारासाठी झालेला प्रवास, शिक्षणातील प्रगती, या सर्व घटना त्यांच्या यथायोग्य स्वभावाच्याच निदर्शक होत्या. त्यात महाराजांकडून कोठेही औचित्य सुटल्याचे दिसत नव्हते. इंग्रज सरकारने महाराजांना के.सी.एस.आय. सारखा तत्कालीन बहुमानाचा किताब देऊन महाराजांच्या सुसंगत आणि स्वाभाविक वर्तनाची एकप्रकारे ग्वाहीच दिली होती; पण त्यानंतर मात्र त्यांच्या स्वभावाचा चिडखोरपणा वाढू लागला. प्रकृती बिघडत चालल्याचे निदर्शनास येऊ लागले. भोवतालच्या वातावरणामुळेही कदाचित प्रकृती अधिक बिघडत गेली असावी असे दिसते. महाराजांनी अमुक एक विधान केले किंवा अमुक प्रसंगासंबंधी अनुकूल मत व्यक्त केले की जवळपासची काही मंडळी नेमके त्यांच्याविरुद्ध बोलून त्यांच्या मनात संताप उत्पन्न करण्याचा प्रयत्न करीत होती.

कोल्हापुरात १ जानेवारी, १८७८ रोजी भरलेल्या खास दरबारच्या समारंभानंतर महाराजांच्या लग्नासंबंधी विचार सुरू झाले. स्टेट कारभारी श्री. बर्वे यांनी त्यासंबंधी सकवारबाई राणीसाहेब व राजघराण्यातील इतर मंडळींची इच्छा दर्शविणारे पत्र पॉलिटिकल एजंटला पाठवले. या सूचनेनुसार फेब्रुवारी १८७८मध्ये इंग्रज सरकारची मान्यता मिळाली व त्यानंतर मुलीची निवड करण्याचे काम सुरू झाले. त्यांनी ठिकठिकाणच्या प्रतिष्ठित मराठा घराण्यातील ४५ मुली पाहिल्या आणि त्यातून सातारचे वाघोजीराव राजेशिर्के यांची मुलगी यमुनाबाई पसंत करण्यात आली. मुलीला कोल्हापूर येथे नेऊन राजघराण्यातील मंडळींना दाखविले. सकवारबाई व इतर मंडळींनी मुलगी पाहून पसंती दर्शविली. मुलीचे वय साडेदहा वर्षाचे होते. राजेशिर्के यांची सांपत्तिक स्थिती साधारणच होती. म्हणून त्यांच्या बाजूचा सर्व खर्चही दरबाराकडूनच करावा लागला. प्रथम १३ मे, १८७८ रोजी महाराजांचा व्रतबंध पार पडला आणि त्यानंतर २१ मे रोजी विवाह समारंभ झाला. नव्या राणीचे नाव आनंदीबाई असे ठेवण्यात आले. त्यांनाही शिक्षण देण्याची व्यवस्था करण्यात आली.

महाराजांच्या चिडखोरपणात १८७८च्या उन्हाळ्यात दिसून येणारी वाढ लक्षात घेऊन वातावरणात बदल व्हावा म्हणून राजकोटला पाठविण्याचा प्रयत्न केला; पण त्या प्रयोगाचा परिणाम उलटा झाल्याचे दिसून आले. राजकोटचे राजकुमार, निपाणीचे सिदोजीराव अप्पासाहेब देसाई, म्हैसाळकर यांनाही पाठवले होते. ऑक्टोबर १८७८ पासून मार्च १८७९ पर्यंत म्हणजे जेमतेम सहा महिने महाराज राजकोटला होते. एप्रिल महिन्यात उन्हाळ्याची सुरुवात झाल्यावर ते कोल्हापूरला परत आले.

जून महिन्यात महाराज पुन्हा राजकोटला जाणार होते; परंतु त्याच महिन्यात मुंबइचे गव्हर्नर सर रिचर्ड टेम्पल कोल्हापूरला येणार होते. त्यांच्या भेटीसाठी महाराजांचा कोल्हापुरास मुक्काम वाढला. रिचर्ड टेम्पल कोल्हापुरास आले. दरबार भरून भेटीगाठी झाल्या. त्याच वेळी नव्या राजवाड्याचा पायाभरणी समारंभही त्यांच्याच हस्ते पार पडला. थोड्याच दिवसांनी महाराज पुन्हा राजकोटला गेले; पण त्यांच्या मनोवृत्तीत अपेक्षित सुधारणा होत असल्याचे निदर्शनास आले नाही.

उलट, त्यांची मानसिक स्थिती जास्तीत जास्त खराब झालेली दिसून आल्यामुळे त्यांना मुंबईला आणले. तेथे त्यांना तज्ज्ञ डॉक्टरांचे उपचार करून प्रथम महाबळेश्वर, नंतर निलगिरी व तेथून पुणे असे हवापालटासाठी निरनिराळ्या ठिकाणी ठेवले. शेवटी तेथून त्यांना कोल्हापुरास परत नेले. त्या वेळी त्यांची मानसिक प्रकृती अधिकच बिघडल्याचे लक्षात आले.

महाराजांची स्थिती अस्वस्थच होती. भोवतालच्या घटनांचे त्यांच्या मनावर पडसाद उमटत नसावेत. कोणत्याही गोष्टीची त्यांना जाणीव होत नव्हती. शरीर-

प्रकृती उत्तम होती. भरदार शरीरयष्टीमुळे ते दणदणीत दिसत असत; पण त्यांच्या चेहऱ्यावर मात्र कोणताही भाव स्पष्ट होत नसे. त्यांची मंदबुद्धी चट्‌कन लक्षात येई. एखाद्या प्रश्नाचे होय किंवा नाही असे उत्तर ते देऊ शकत नसत. एखाद्या कोपऱ्यात बसून उदास नजरेने आणि निर्विकार चेहऱ्याने ते पाहत राहत. त्या वेळी त्यांच्या मनात कसल्याही भावना नसाव्यात असे वाटे. कोणत्याच गोष्टीविषयी मनात प्रतिक्रिया उमटत नसे. कोणाचीच आणि कशाचीही मनाला चिंता नसे. एक गोष्ट मात्र त्यांच्या तोंडून वारंवार बाहेर पडत असे आणि ती म्हणजे आपण कोल्हापूरचे राजे नाही. आपल्या भोवतालची पुस्तके, घड्याळ आणि इतर वस्तू संस्थानच्या मालकीच्या आहेत. अशा मन:स्थितीत अभ्यासाचा प्रश्नच येत नव्हता. कोणत्याही मार्गाने राजांचे मन कशाततरी गुंतून राहावे असा सर्वांचा प्रयत्न असे.

महाराजांचा दररोजचा कार्यक्रम म्हणजे भल्या सकाळी फिरायला जाणे; परंतु अशा वेळी आपण कोठे चाललो आहोत, काय पाहतो आहोत, भोवताली कोण आणि कसे आहे याविषयी महाराजांना जाणीव नव्हती. फिरून आल्यावर थोडा वेळ बुद्धिबळ, बॅडमिंटन आणि तत्सम खेळ त्यांनी खेळावेत असा सर्वांचा प्रयत्न असे. इच्छा असेल तर महाराज थोडा वेळ खेळत, नाहीतर सगळ्याच गोष्टींकडे दुर्लक्ष करून कोपऱ्यात जाऊन बसत.

सहा आठवड्यांनंतर महाराजांच्या प्रकृतीत थोडा बदल दिसू लागला. काहीसे आशावादी वातावरण निर्माण झाले. चेहऱ्यावरील औदासीन्याची छटा कमी होऊ लागली; पण ही स्थिती अधिक काळ टिकली नाही. एकदा महाबळेश्वर येथे एका बैलगाडीतून जात असता महाराजांनी आपले घड्याळ काढून कारभाऱ्यांच्या हाती दिले आणि लगेच गाडीतून बाहेर उडी मारली. आत्महत्येची प्रवृत्ती त्यांच्या वर्तनातून दिसून येत होती.

काही दिवसांनी महाराजांना बरे वाटावे म्हणून प्रतापगडला नेण्यात आले. तेथे छत्रपती शिवाजी महाराजांच्या पराक्रमाची अनेक ठिकाणे दाखवली; परंतु कशाकडेही त्यांचे लक्ष जात नव्हते. महाबळेश्वर येथे ते स्वतःशीच हसू लागले. प्रथमदर्शनी हसायला काही कारण दिसत नव्हते. नंतर ते हसू खूपच वाढले. पूर्वी ते घोड्यावर बसण्यात पटाईत होते; पण आता त्यांची ही इच्छाही कमी झाली होती. कधी खूप जोराने तर कधी खूपच हळू चालत असत. बरोबरच्या माणसाशी ते एक शब्दही बोलत नव्हते.

त्यांच्या सवयी घाणेरड्या होत्या. अस्वच्छ राहणी आणि अंघोळ करण्याचा कंटाळा, त्याबरोबर जुने कपडे घालण्याची त्यांची सवय. त्यांच्याबरोबर जे दोन तरुण जहागीरदार सहकारी होते त्यांचा काही उपयोग होत नसे.

प्रकृतीत वरचेवर बिघाड होऊ लागला. मध्येच एखादेवेळी काहीशी सुधारणा

दिसे; पण ती अधिक काळ टिकत नसे.

महाराजांच्या प्रकृतीत वरचेवर बिघाड होत होता. ते दररोज डायरी लिहायचे; पण काय लिहिले याची त्यांना आठवण राहत नसे. महाबळेश्वरच्या मुक्कामात त्यांनी औषध घेण्यास सतत अनिच्छा दर्शवली. नियमित अंघोळ आणि जेवण करण्यासही ते नकार देत. डॉक्टर मर्फी यांनी एक प्रयोग म्हणून महाराजांना काही भूगोलविषयक प्रश्न विचारले. त्यांच्या उत्तरावरून मानसिक प्रकृती सुधारत असल्याचे मर्फी यांचे मत पडले; पण ते अल्पकाळच. नंतर इतरांनी असे प्रश्न विचारणेसुद्धा त्यांना त्रासदायक वाटू लागले. ते चिडू लागले. म्हणून तो प्रयत्न सोडून दिला. घटकेत आनंदी आणि क्षणात चेहरा उदास आणि दुःखी असे बदल चालूच होते.

काही दिवस कॉक्स हा इंग्रज अधिकारी महाबळेश्वरवरून कोल्हापूरला गेला होता. त्या काळात महाराज महाबळेश्वरवरून पुण्याला गेले होते. ख्रिसमस सणानिमित्त त्यांना काही मंडळींनी निमंत्रित केले होते, ते तेथे गेलेही; परंतु अत्यंत उदास आणि कष्टी चेहऱ्याने ते खोलीच्या कोपऱ्यात बराच वेळ उभे राहिले. नंतर परत निघून गेले.

मर्फीच्या मताप्रमाणे केवळ महाबळेश्वरला राहून महाराजांची प्रकृती सुधारणार नाही. त्यासाठी काही कडक उपाय योजावे लागतील आणि त्याप्रमाणे पुढे काही उपाय करण्यात आले. दरम्यान, महाराजांना निलगिरी वगैरे भागात पाठविले होते. तसेच परस्पर पुण्याला त्यांची राहण्याची व्यवस्था केली. त्यांच्या प्रकृतीत बरीच सुधारणा दिसू लागली; पण त्यांचे तेही अनुमान चुकले. त्यांचे डोळे पूर्वीसारखेच भावशून्य राहू लागले. त्यांना बंडगार्डनवर फिरायला नेले, तेथे ते सारखे हसत सुटले आणि असंबद्ध बडबडू लागले. भोवतालच्या घरांकडे पाहून म्हणाले, 'ही घरे तोडा जमातीची आहेत. आपण कोल्हापूरचे राजे नाही, तर सावंतवाडीचे प्रमुख आहोत. कोल्हापूरचे राजे केव्हाच तिकडे परत गेले.'

कोल्हापूरचा नोकरवर्ग १९ जुलै, १८८० पासून काढून घेतला आणि पुण्याचे नोकर व काही सैनिक त्यांच्या दिमतीला ठेवले. एक चांगला पियानो त्यांना घेऊन दिला. ते मधूनच म्हणू लागले, 'मी महाबळेश्वरला कधीच नव्हतो.' तर कधी म्हणत, 'मी एक साधा शिपाई आहे. मला तुम्ही महाराज म्हणू नका. मी युरोपियन लोकांचे हुकूम का पाळावेत?' असे त्यांनी काहीशा धमकावणीच्या आवाजात विचारले. २१ जुलै रोजी ते फार संतापले. औषध घ्यायला त्यांनी नकार दिला. तेव्हा डॉक्टर मर्फीच्या सूचनेवरून महाराजांना चाबकाचे फटकारे मारले. थोड्याच वेळात महाराज शांत झाले आणि औषध घ्यायला तयार झाले.

काही दिवसांनंतर त्यांना लांबलचक पत्र लिहिण्याची सवय लागली; पण ते लिखाण सर्वस्वी विसंगत असे. त्यांच्या स्वतःविषयीच्या कल्पनाही चमत्कारिक

होत्या. ते स्वतःला मेवाडचा राजा म्हणवीत असत, तर कधी रशियन लोकांविरुद्ध पाच वर्षे मोहिमेवर असलेला तुर्की सैनिक समजत असत. ते मधूनच खूप मोठमोठ्याने हसत सुटत.

ऑगस्टच्या अखेरीस महाराजांची प्रकृती सुधारण्याचे लक्षण दिसू लागले. ते काही वेळ वाचत बसत. कोणी वाचलेले ऐकून घेत असत. ही स्थिती पुढे सहा आठवडे टिकली; पण पुन्हा अफगाणिस्तानचे युद्ध, कोल्हापूरची सुधारणा, हवामान, मद्रासचा प्रवास या विषयांसंबंधी सुसंगत बोलताबोलताच विसंगत बडबड करू लागत.

महाराजांच्या प्रकृतीत २१ सप्टेंबरपासून तीव्र बदल होत गेला. ते गोऱ्या लोकांना शिविगाळ करू लागले. त्यावर पुन्हा एकदा महाराजांना चाबकाचे फटके मारण्यात आले.

महाराजांच्या जन्मदात्री आई २९ ऑक्टोबर, १८८० रोजी महाराजांना भेटल्या. त्या वरचेवर भेटावयास येऊ लागल्या; परंतु महाराजांची मानसिक स्थिती सुधारण्याऐवजी हळूहळू बिघडतच गेली.

२६ फेब्रुवारी, १८८१ पर्यंत ते मुंबईलाच होते. मुंबईला आल्यापासून त्यांची मानसिक स्थिती सुधारण्याऐवजी हळूहळू बिघडत जाऊ लागली. पुण्यात ते बहुधा इंग्रजीतच बोलत असत; पण मुंबईला आल्यापासून ते मराठीमध्ये बोलू लागले. एकदा त्यांना विचारले, 'आपल्याला कोल्हापूरला राजा म्हणून राहणे आवडेल की असाच प्रवास करीत राहणे आवडेल?' त्यावर त्यांनी आपल्या मूळ गावी मूळच्याच परिस्थितीत जाण्याची इच्छा आहे असे सांगितले.

त्यांना मुंबईहून महाबळेश्वरला आणले; परंतु तेथेही ते पूर्वीच्याच पद्धतीने वागू लागले. प्रवासात त्यांना वाई येथील मंदिरे दाखविली, पण त्यांनी कोणतीच प्रतिक्रिया व्यक्त केली नाही.

एप्रिल-मेमध्ये आबासाहेब घाटगे कागलकर, मुधोळचे राजे, मिरजेचे अधिपती अशी बरीच मंडळी भेटून गेली; परंतु ते कोणाशीही स्वतःहून बोलले नाहीत, त्यांच्या प्रश्नाला त्यांनी विसंगत उत्तरे दिली आणि तेही थोडक्यातच. आबासाहेब घाटगे म्हणाले की त्यांच्याबरोबर बोलणे अत्यंत दुःखदायक होते. यानंतरच्या काळात त्यांच्या प्रकृतीत सुधारणा होण्याची चिन्हे कधीच दिसली नाहीत. ते वरचेवर आपल्या वडिलांच्या घरी जाण्याची इच्छा दर्शवू लागले. त्या घरी आपल्याला कोणी काही काम सांगणार नाही आणि कोणाच्या पंचायतीत पडण्याची गरजही नाही, आपल्याला दरबाराशी काही कर्तव्य नाही, असेही ते म्हणत. त्याच सुमारास आबासाहेब घाटगे पुन्हा एक दिवस त्यांना भेटायला आले होते. कोल्हापूरला गेल्यावर आपले स्वागत कसे करावे असे त्यांना विचारले असता ते म्हणाले,

'कोणालाही न कळविता कोल्हापूरला जाणे मला अधिक आवडेल.'

कोल्हापूरला आल्यानंतर महाराजांचे कार्यक्रम काहीसे नियमित झाले. अभ्यास, घोड्यावर रपेट मारणे, भूगोल आणि गणित या विषयांकडे अधिक लक्ष देणे इत्यादी. प्रकृती थोडीशी समाधानकारक वाटू लागली. त्यांना नवा राजवाडा व कळंबा तलाव अशी बांधकामे पाहण्यासाठी घेऊन जाण्याचा दिनक्रम ठेवण्यात आला. सकाळी तलावाच्या काठी फिरणे, घोड्याची पागा पाहणे, यात त्यांचे मन रमू लागले. आपल्या जनक आई-वडिलांनाही भेटत असत; पण हे फार दिवस टिकले नाही. ऑगस्ट १८८१ पासून ते अधिक बेचैन दिसू लागले. कारणाशिवाय रडणे, हसणे चालूच असे. त्यांची झोप उडाली होती. आपल्या पत्नीशी ते कठोरपणे वागू लागत. जनक आणि दत्तक आईंना तर अत्यंत वाईट शब्दांत बोलत. पूर्वीचे त्यांचे शिक्षक मोडकही त्यांच्या शिव्यांच्या तडाख्यातून सुटले नाहीत.

शिवाजी महाराजांचे वाढते वेड आणि इंग्रज सरकारांकडून त्यावर होणारी उपाययोजना यासंबंधी समाजात अनेक प्रकारच्या बातम्या पसरू लागल्या. महाराजांवर चाललेले उपचार अमानुष होते. तसेच ते जाणूनबुजून असं वागत आहेत असा लोकांचा पक्का समज होऊ लागला. त्यामुळे लोकांच्या मनात चिंता आणि संताप वाढू लागला. ज्यांनी महाराजांची योग्य देखभाल करावी अशी अपेक्षा होती, तेच त्यांच्यावर अत्यंत कठोर उपाय योजू लागले इत्यादी समज झपाट्याने लोकांमध्ये फैलावू लागले आणि त्याची प्रतिक्रिया म्हणून इंग्रज सरकार आणि त्यांच्या अधिकाऱ्यांवर वृतपत्रांतून व जाहीर सभांतून कडक टीका होऊ लागली. त्या वेळचे कोल्हापूरचे कारभारी रावबहादूर महादेव वासुदेव बर्वे हे तर वर्तमानपत्रांच्या टीकेचे मुख्य लक्ष्य बनले. तेच या सर्व प्रकरणाला कारणीभूत आहेत असा लोकांचा समज वाढत गेला.

'कोल्हापूर छत्रपती महाराजांची सध्याची अशी स्थिती आहे की ती ऐकून पाषाणहृदयी माणसाच्या देखील काळजाला घरे पडतील. महाराजांचे प्राण जाऊन शव हाती आल्यावर आमचे लॉर्ड साहेब जागृत होणार काय? कोणत्याही कारणाने छत्रपतींच्या जिवास अपाय झाला तर त्याचा कलंक बादशाही राणीच्या व तिच्या प्रतिनिधींच्या कपाळी आल्याशिवाय राहणार नाही.' असे लोक बोलू लागले.

१८ जून, १८८२रोजी शिवाजी महाराजांना अहमदनगरच्या किल्ल्यात नेऊन ठेवले. त्या दिवसापासून अखेरच्या क्षणापर्यंत शिवाजी महाराजांचे आयुष्य अहमदनगरच्या कारावासातच गेले. अहमदनगर येथे शिवाजी महाराजांना किल्ल्यातील एका बाजूला असलेल्या बंगल्यात ठेवले. त्या भागात कोणालाही फिरकण्याची बंदी होती. पक्क्या बंदोबस्तात ठेवलेल्या कैद्यासारखी त्यांची अवस्था होती. खासगी नोकराखेरीज फक्त प्रायव्हेट ग्रीन हाच दांडगा सैनिक गडी त्यांच्या सोबतीला ठेवला होता. कॉक्सची त्या

वेळी इतरत्र बदली झाली आणि मोडक यांचे काम उरलेच नव्हते. या सर्वांचा अर्थ एवढाच की त्यांना सर्व परिचित व्यक्ती आणि वातावरण यापासून वेगळे काढून बंद्याप्रमाणे जीवन कंठावे लागत होते. त्यामुळे त्यांची मन:स्थिती अधिकच बिघडत गेल्यास आश्चर्य वाटायला नको. एकांतात ठेवल्यामुळे त्यांच्या प्रकृतीसंबंधी बाहेर अनेक बातम्या पसरू लागल्या. प्रायव्हेट ग्रीन त्यांना बेदम झोडपून काढत असल्याचे समजू लागले. त्यांची छळणूक अधिक होत असल्याच्या बातम्या बाहेर पसरू लागल्या. त्यामुळे लोकांचा संताप अधिकच वाढू लागला.

त्यातच शेवटी शिवाजी महाराज २५ डिसेंबर, १८८३ रोजी निधन पावले. शिवाजी महाराजांच्या मृत्यूनंतर सर्व महाराष्ट्रभर हलकल्लोळ माजला. महाराजांना मृत्यू आला तो ग्रीनच्या धक्काबुक्कीने, तथापि ग्रीन यास अपराधी ठरवता येत नाही, मात्र महाराजांच्या वारसांनी वाटले तर ग्रीनवर फिर्याद दाखल करावी, असे विधान जॉपसाहेबांनी जाता जाता केले. तसेच, महाराजांची दातखीळ बसून बराच वेळ झाला व डॉक्टर बर्च यांना ताबडतोब बोलवा असे महाराजांचा हुजऱ्या मल्हारी हा सांगत असतानाही ग्रीनने त्यास लवकर बोलवले नाही वगैरे गोष्टी उघडकीस आल्या. त्याही उघडच संशयास्पद होत्या.

छत्रपतींच्या मृत्यूनंतर नगर येथे त्यांच्या शवाची उत्तरीय तपासणी करण्यात आली, तेव्हा त्यांची प्लीहा फुटून मृत्यू झाल्याचे दिसून आले.

१८ डिसेंबरपर्यंत महाराजांची प्लीहा काही वाढली नव्हती; मग पुढे अवघ्या आठ दिवसांतच नुसता धक्का लागल्याबरोबर प्राण जाण्याइतकी बेसुमार ती कशी वाढली, त्याविषयी खुलासा होईना. या सर्व कारणांमुळे ग्रीनची चौकशी व्हावी, असा लोकांनी आग्रह धरला; पण सरकारने ते मनावर घेतले नाही.

शिवाजी महाराजांच्या मृत्यूला त्यांच्यावर देखरेख ठेवणाऱ्या ग्रीन या आडदांड शिपायाची दांडगाई कारणीभूत झाली, ही गोष्ट नंतर अप्रत्यक्षपणे खुद्द पॉलिटिकल रेसिडेन्टच्या अहवालात उल्लेखली गेली. महाराजांच्या मृत्यूची बातमी कळल्यानंतर रेसिडेन्टने सर्व हकिकत मुंबईच्या गव्हर्नरकडे कळवली. त्यात त्यांनी म्हटले '२ डिसेंबर, १८८३ रोजी मी अहमदनगरच्या किल्ल्यात महाराजांची भेट घेतली होती. त्या वेळी त्यांची प्रकृती ठीक होती. त्यांना थोडा ताप येत होता एवढेच. मी त्यांच्याशी बोललो. त्यांनी मला ओळखले. त्या भेटीच्या वेळी महाराजांना इतक्या तडकाफडकी मृत्यू येईल असे मला मुळीच वाटले नव्हते.'

महाराजांच्या मृत्यूची बातमी नगर शहरातील प्रमुख लोकांपर्यंत पोहोचली. पुढे प्रेताचे काय करावयाचे, प्रेताची वासलात कशी लावावी, असा विचार त्यांनी लोकांना कळवला. सर्वांनी एकमताने नगरमध्येच अंत्यसंस्कार करण्यास संमती दिली व दिल्ली दरवाजाच्या बाहेरील मठासमोर दहनक्रियेस जागाही ठरविण्यात आली.

नगरवासीयांना एवढेच समाधान होते की महाराजांचा अंत ज्या शहरात झाला त्या शहरात तर त्यांच्या शवावर अग्निसंस्कार करण्यासाठी त्यांचे पार्थिव ताब्यात मिळाले; पण आता पुढची क्रिया करण्याचा हक्कदार व तोही राजवंशातला नगरला कोण होता? शवास अग्निसंस्कार कोणी करावा? तो मानकरी नगरास कुठून असायचा? पण सिटी स्कूलचा शिपाई परशुराम उमाजी भोसले याला ही वार्ता कळताच तो कलेक्टर एलफिन्स्टनला जाऊन भेटला व त्यास आपली जातकुळीच सांगून त्याने आपण भोसले कुळातील असल्याचे सांगितले; पण हे खरे कशावरून, हा कलेक्टरला प्रश्न पडला. परशुरामाने त्यांची खात्री करण्याकरिता महाराजांच्या जवळचा हुजऱ्या मल्हारी यास स्वत:बद्दल प्रश्न विचारण्यास सांगितले. मल्हारीने परशुरामाचे सांगणे अगदी खरे आहे, पोट भरण्यासाठी कोल्हापूर सोडून तो नगरला आला हे मला खुद्द व माझ्या धन्यालाही माहीत होते, असेही सांगितले. अशा रीतीने परशुरामाने महाराजांचे अंत्यसंस्कार इतमामाने पार पाडले. नगरला असेपर्यंत परशुराम ही गोष्ट मोठ्या अभिमानाने सांगत असत.

महाराजांच्या दहनभूमीवर एक छोटी समाधी आजही रेसिडेन्शिअल हायस्कूलच्या समोर उभी आहे.

महाराजांचे दहन २५ डिसेंबर, १८८३ रोजी झाले. त्यानंतर ३० डिसेंबर रोजी त्यांची रक्षा कोल्हापूरला पाठवण्यात आली. तेथे ती मिरवणुकीने पंचगंगा नदीत विसर्जन करण्यात आली.

९

छत्रपती राजर्षी शाहू महाराज (१८८४ ते १९२२)

छत्रपती शिवाजी महाराजांच्या मृत्यूनंतर बाबासाहेब घाटगे कागलकर यांचे ज्येष्ठ पुत्र यशवंतराव ऊर्फ बाबासाहेब यांना दत्तक घेण्याचे ठरले.

या दत्तकाला आनंदीबाई आणि सकवारबाई यांनी संमती दिली. त्यावर मुंबई सरकारने २२ फेब्रुवारी, १८८४ रोजी शिक्कामोर्तब केले. दत्तक समारंभ १७ मार्च, १८८४ रोजी अतिशय थाटाने साजरा झाला. नूतन छत्रपतींचे नाव शाहू महाराज ठेवण्यात आले. 'करवीर रियासतीच्या आधुनिक कालखंडाची उज्ज्वल प्रभात' असा या घटनेचा उल्लेख करावा लागेल.

शाहू महाराज मूळचे कागलकर घाटगे घराण्यातील श्रीमंत जयसिंगराव आबासाहेब घाटगे यांचे ज्येष्ठ पुत्र. ते छत्रपती घराण्यात दत्तक आले. त्यांचा जन्म १६ जुलै, १८७४ रोजी झाला.

शाहू महाराज हे कोल्हापूरच्या गादीला दत्तक आले आणि बरोबर एक वर्षाने म्हणजे २० मार्च, १८८५ रोजी आबासाहेब घाटगे यांचे निधन झाले. त्यानंतर दहा वर्षांनी शाहू महाराजांनी राज्यकारभार हाती घेतला. या घटनेने केवळ कोल्हापूर राज्याच्या नव्हे, तर महाराष्ट्राच्या सामाजिक, राजकीय, शैक्षणिक क्षेत्रात नव्या युगाचा आरंभ झाला. करवीर छत्रपतींच्या गादीवर शाहू महाराजांचे आगमन होणे ही घटना करवीर राज्य आणि छत्रपतींचे घराणे यांना अतिशय सद्भाग्याची ठरली. पुढच्या काळात महाराजांनी ज्या अनेक सुधारणा केल्या, त्या कोल्हापूर राज्याप्रमाणे महाराष्ट्रालाही उपकारक व भूषणावह ठरल्या.

आबासाहेब घाटगे यांचे निधन झाले, त्या वेळी शाहू महाराज राजकोट येथे

शिकत होते. त्यांनी राजकोटच्या राजकुमार कॉलेजात चार वर्षं शिक्षण घेतले. त्यानंतर धारवाड येथे पोलिटिकल एजंटच्या देखरेखीखाली राज्यकारभाराचे शिक्षण घेण्यासाठी त्यांना पाठवण्यात आले. इ.स. १८९०मध्ये त्यांनी उत्तर भारताचा प्रवास केला. त्यानंतर पुढच्याच वर्षी ते दक्षिण भारत व सिलोनच्या प्रवासाला गेले. त्यांचा विवाह बडोदे येथील सरदार गुणाजीराव खानविलकर यांच्या कन्येशी एप्रिल १८९१ रोजी झाला. विवाहानंतर त्यांचे नाव लक्ष्मीबाई ठेवण्यात आले. याच सुमाराला सर एस. एम. प्रेझर यांना महाराजांचे गार्डियन म्हणून नेमले.

शाहू महाराजांनी १८९२मध्ये पंजाब, सिंध व राजपुताना या प्रांताचा प्रवास केला आणि त्याच्या पुढच्या वर्षी कोल्हापूर राज्याच्या सर्व भागांचाही त्यांनी दौरा केला. राज्यातील बहुतेक सर्व मोठी गावे आणि अनेक खेड्यांत जाऊन त्यांनी प्रजेच्या जीवनाची माहिती करून घेतली. प्रदेशाची परिस्थितीही समजून घेतली.

त्यांना एप्रिल १९९४ रोजी संस्थानचा राज्यअधिकार मिळाला आणि त्याच्या पुढच्याच वर्षी जी.सी.एस.आय. ही पदवी मिळाली.

छत्रपतींच्या घराण्याला इंग्रज सरकारकडून मे १९००मध्ये 'महाराजा' ही पदवी वंशपरंपरेने देण्यात आली. तोपर्यंत छत्रपतींना 'राजा' असे संबोधले जात असे. शाहू महाराज एडवर्ड बादशहाच्या राज्यारोहण समारंभासाठी इंग्लंडला गेले. तसेच केंब्रिज विद्यापीठाने महाराजांना एलएल.डी. ही सन्माननीय पदवी बहाल केली.

तसेच रॉयल ॲग्रिकल्चरल सोसायटी ऑफ इंग्लंड या संस्थेचे सन्माननीय सभासदत्व देण्यात आले. महाराज १९०३मध्ये भारतात परत आल्यावर दिल्ली येथे व्हाइसरॉय लॉर्ड कर्झनने भरविलेल्या दरबारला उपस्थित होते. या वेळी त्यांना जी.सी.आय.ई. हा किताब मिळाला. भारतात हा किताब मिळवणारे शाहू महाराज हे पहिले संस्थानिक होते. याच वर्षी संस्थानाला जहागिरी संबंधाने हायकोर्टाचे अधिकार मिळाले.

शाहू महाराजांच्या कन्या राधाबाई ऊर्फ अक्कासाहेब यांचा विवाह १९०८ मध्ये देवास थोरली पातीचे महाराज तुकोजीराव पवार यांच्याशी झाला. महाराणी राधाबाई ऊर्फ अक्कासाहेब यांना ४ एप्रिल, १९१० रोजी पुत्ररत्न झाले. त्यांचे नाव विक्रमसिंहराव ठेवण्यात आले. तेच सध्याचे कोल्हापूरचे महाराज शहाजी छत्रपती (दुसरे) होत.

छत्रपती शाहू महाराजांना दोन पुत्र होते. थोरले पुत्र छत्रपती राजाराम महाराज यांचा जन्म ३० जुलै, १८९७ रोजी झाला आणि धाकटे पुत्र प्रिन्स शिवाजी महाराज यांचा जन्म १५ एप्रिल, १८९९ रोजी झाला.

शाहू महाराजांना जानेवारी १९०९ रोजी २१ तोफांच्या सलामीचा वैयक्तिक मान मिळाला आणि १९११मध्ये त्यांना जी.सी.आय.ई. ही पदवी प्राप्त झाली.

१९१५मध्ये महाराज १०३ मराठा लाइट इन्फन्ट्रीचे ऑनररी कर्नल केले गेले आणि त्याच वेळी त्यांना कर्नलचा हुद्दा देण्यात आला. इ.स. सन १९१७ मध्ये खामगाव येथे मराठा शिक्षण परिषदेचे अधिवेशन भरले होते, त्याच्या अध्यक्षपदी शाहू महाराजांची सन्मानपूर्वक निवड करण्यात आली. धानपूर येथे १९१९ साली भरलेल्या कुर्मी क्षत्रिय परिषदेचे ते अध्यक्ष होते.

शाहू महाराजांचे द्वितीय सुपुत्र प्रिन्स शिवाजी महाराज एका डुकराच्या शिकारीत १२ जून, १९१८ रोजी घोड्यावरून पडून मृत्यू पावले. शाहू महाराजांना पुत्र निधनाचा फार मोठा धक्का बसला. शिवाजी महाराजांचा विवाह सासवड येथील जगताप घराण्यातील इंदुमती राणीसाहेब यांच्याशी झाला होता. प्रिन्स शिवाजी शिकारीत तरबेज होते. अपघाताने त्यांच्यावर मृत्यूचा दु:खद प्रसंग ओढवला. त्यांचे दहन कोल्हापूर येथे झाले.

शाहू महाराज सामाजिक सुधारणांचे कृतिशील पुरस्कर्ते होते. जाती व्यवस्थेविरुद्ध त्यांनी प्रत्यक्ष कृतीने पुढाकार घेतला. सामाजिक प्रगतीला मर्यादा घालणाऱ्या रूढींना त्यांचा विरोध होता. महाराजांच्या अशा प्रगतिपर विचारांनी, सुधारणांनी कोल्हापूर संस्थानच्या इतिहासात आधुनिक युग सुरू झाले. महाराजांनी केलेल्या धार्मिक व सामाजिक सुधारणा पुढच्या काळात समाजाला किती उपकारक ठरल्या, हे गेल्या ५० वर्षांतील महाराष्ट्राच्या इतिहासाने दाखवून दिले आहे. बहुजन समाजाच्या शिक्षण प्रसारासाठी त्यांनी केलेले प्रयत्न तर बहुमोल मानावे लागतील.

त्यांनी वेदोक्त प्रकरण धसाला लावले, तसेच चातुर्वर्ण्याचा पुरस्कार करणाऱ्या समाजव्यवस्थेवर त्यांनी आघात केले. सामाजिक विषमता नष्ट करण्यासाठी नेटाने प्रयत्न केले. मागासलेल्या वर्गांना मोफत शिक्षण देण्यासाठी संस्थानात अनेक नव्या शाळांची स्थापना केली. विद्यार्थ्यांना शहरात राहून चांगल्या शिक्षणाचा लाभ सुलभतेने घेता आला पाहिजे, या दृष्टिकोनातून त्यांनी कोल्हापूर, पुणे-नगर-नाशिक, अमरावती, पंढरपूर येथे विद्यार्थी वसतिगृह स्थापन केले. या वसतिगृहांना त्यांनी सढळ हाताने आर्थिक मदत केली.

अस्पृश्यता नष्ट करण्यासाठी शाहू महाराजांनी समतेच्या दृष्टीने आचरण करून आपल्या प्रजेच्या पुढे प्रत्यक्ष उदाहरण ठेवले. त्यासाठी काही नवे कायदेही केले. दवाखाने, शाळा आणि तत्सम सार्वजनिक ठिकाणी सामाजिक समता पाळली गेली पाहिजे, अशा प्रकारचे हुकूम काढले. अस्पृश्य तरुणांना आत्मविश्वास वाटावा यासाठी महाराजांनी काही अस्पृश्यांना वकिलीची सनद दिली. काही अस्पृश्य तरुण तलाठ्याच्या कामासाठी नेमण्यात आले. माणगाव येथे अस्पृश्यांची परिषद भरवून या महत्त्वाच्या सामाजिक प्रश्नाला त्यांनी चालना दिली. डॉक्टर बाबासाहेब आंबेडकर यांच्या कार्याला सक्रिय प्रोत्साहन दिले. बहुजन समाजासाठी राखीव जागा असल्या

पाहिजेत यासाठी छत्रपती शाहू महाराजांनी प्रयत्न केले.

छत्रपती शाहू महाराजांनी काही अनिष्ट रूढी मोडून काढण्यासाठी कायदे केले. उदाहरणार्थ, आंतरजातीय विवाह कायदा, बलुते पद्धती व महार वतने रद्द करणे या सुधारणांचा येथे उल्लेख करावा लागेल.

समाजाला नवे व सुधारणावादी विचार मिळावेत, यासाठी महाराजांनी काही उपयुक्त संस्थाही स्थापन केल्या. शिवाजी क्षत्रिय वैदिक स्कूल आणि छात्र जगद्गुरू पीठाची स्थापना या प्रमुख संस्थांचा येथे उल्लेख करणे आवश्यक आहे. आर्य समाजासारख्या वैदिक धर्माचा पुरस्कार करणाऱ्या आणि जाती व्यवस्थेविरुद्ध प्रचार करणाऱ्या सामाजिक व धार्मिक संस्थेच्या कार्याला आणि संस्थांना प्रोत्साहन देण्यामागे महाराजांची हीच दृष्टी होती.

शाहू महाराज धाडसी व पट्टीचे शिकारी होते. कुस्ती, साठमारी, चित्त्याची शिकार, रानडुकराची शिकार इत्यादीविषयी त्यांची आवड सर्वपरिचित आहे. महाराजांनी प्रमुख खेळांना आणि क्रीडा क्षेत्रातील नामवंत खेळाडूंना प्रोत्साहन दिले आणि आश्रयही दिला. त्यांच्या काळात कोल्हापूर संस्थान मल्लविद्येसाठी भारतात प्रसिद्ध झाले. खेळाप्रमाणे संगीत, नाट्य, चित्रपट आणि चित्रकलेलाही शाहू महाराजांचा आश्रय मिळाला.

महाराजांनी शेतीच्या विकासाकडेही लक्ष दिले. राधानगरी येथे एक मोठे धरण बांधून शेतीसाठी पाणीपुरवठ्याची सोय केली. आपल्या संस्थानचा व्यापार वाढावा आणि उद्योगधंद्यांनाही चालना मिळावी यासाठी महाराजांनी जयसिंगपूर ही नवी बाजारपेठ वसवली आणि कोल्हापूर येथे एक कापडाची गिरणीही स्थापन केली. अशा प्रकारे विविध क्षेत्रांत कामे करून महाराजांनी कोल्हापूर संस्थानचे स्थान आणि लौकिक वाढवला.

रसिकांचा चाहता, गुणिजनांचा आश्रयदाता, ललितकलांचा भोक्ता आणि लोकसेवकांचा पाठिराखा असेच महाराजांचे वर्णन करावे लागेल. छत्रपती शाहू महाराज ज्या समता, न्याय, बंधुता, जातिभेद यांचे उच्चाटन, अस्पृश्यता निवारण व पददलितांचा उद्धार या ध्येयासाठी जगले व लढले, त्या मानवी हक्कांना आज भारतीय घटनेत मानाचे स्थान मिळालेले आहे.

आर्थिक, शैक्षणिक व सामाजिक समतेविना राजकीय स्वातंत्र्य म्हणजे मूठभर लोकांचे राज्य व बहुजनांचे निरंतर दास्य हे शाहू महाराज ओळखून होते. हिंदुस्थानला स्वराज्य मिळाले पाहिजे ही त्यांची जाहीर भूमिका होती; परंतु या स्वराज्याचा उपभोग घेण्यास इथले बहुजन प्रथम समर्थ झाले पाहिजेत, हा त्यांचा आग्रह होता. म्हणूनच सामाजिक, शैक्षणिक व आर्थिकदृष्ट्या मागासलेल्या सर्व जाती-जमातीच्या उद्धारासाठी, विशेषतः, अस्पृश्य व दलितांच्या सर्वांगीण उन्नतीसाठी ते कसोशीने प्रयत्न करत होते.

शिक्षण हा प्रगतीचा पाया आहे हे ओळखून शिक्षण प्रसाराच्या कार्याला त्यांनी महात्मा फुले यांच्याप्रमाणेच अग्रक्रम दिला. त्याचबरोबर नुसते शिक्षण देऊन मागासलेला समाज पुढे येणार नाही, हेही ते ओळखून होते. म्हणूनच त्यांना शासन यंत्रणेत समाविष्ट करून त्यांच्या सामाजिक व आर्थिक पातळीत वाढ करण्याचे धोरण त्यांनी आखले होते.

शाहू महाराजांचा दृष्टिकोन किती पुरोगामी होता व ते किती द्रष्टे विचारवंत होते हे त्यांनी शेती, सहकार, उद्योग या क्षेत्रात जे कार्य केले त्यावरून दिसून येते. शेती विकासासाठी मोठी धरणे बांधणे आणि मोठमोठ्या सहकारी पतपेढ्या स्थापून शेतकऱ्यांना व कामगारांना आर्थिक साहाय्य करणे यावर त्यांचा भर होता. या प्रचंड कार्यामुळे त्यांना हिंदुस्थानातील हरितक्रांतीचे अग्रदूत म्हणतात. आपल्या वरिष्ठ अधिकाऱ्यांनी राज्यकारभार कसा करावा, जनतेशी वर्तन कसे ठेवावे याविषयी त्यांनी नियम केले. भ्रष्टाचार व गलथानपणा यांचे निर्मूलन करण्यासाठीही त्यांनी नियम केले. देवस्थाने, वारसाहक्क, परित्यक्त स्त्रियांना संरक्षण, कुलकर्णी वतने, महार वतने, अस्पृश्यता निर्मूलन आणि प्रत्येक माणसाची कायद्यापुढे समानता याविषयी त्यांनी जे निर्बंध केले होते त्यावरून शाहू हे यशस्वी प्रशासक व प्रगतिकारक राज्यकर्ते होते हे दिसून येते.

शाहूंचे वादळी व्यक्तिमत्त्व विलोभनीय होते. महात्मा फुले यांच्याप्रमाणे त्यांच्या शांत व कनवाळू चेहऱ्यात मानवतेचे दर्शन होई. त्यांच्या डोळ्यांतून मानवतेचा, प्रेमाचा प्रकाश दिसे व याच मानवतेच्या प्रेमास गरीब आणि दलित हे मुकले होते. हिंदुस्थानची शांतता, प्रगती आणि भरभराट या सर्व गोष्टी मागासवर्ग आणि दलितवर्ग यांच्या उन्नतीवर अवलंबून आहेत अशी त्यांची धारणा होती. अस्पृश्यवर्ग व मागासवर्गीय यांना दीनतेच्या चिखलातून बाहेर काढणे हे आपले पवित्र जीवितकार्य आहे आणि ते मानवजातीच्या बाबतीत आपले पवित्र कर्तव्य आहे अशी त्यांची श्रद्धा होती. आपले हे कार्य अहोरात्र उराशी बाळगून त्यांनी एक क्रांतिकारक घोषणा केली. वरिष्ठपणा व कनिष्ठपणा या भावनेने समाजाचे तुकडे केले आणि जन्माधिष्ठित तत्त्वावर लक्षावधी लोकांना भीक मागावयास लावून अवनतीस पोहोचवले याबद्दल त्यांना अतोनात चीड होती.

छत्रपती शाहू महाराजांनी जातिभेदाचा नाश करून दलितवर्गांना ब्राह्मणशाहीच्या मानसिक गुलामगिरीतून, सामाजिकहीनतेचा कलंक व ऐहिक दु:स्थिती यांपासून मुक्त करण्याचा प्रयत्न केला. त्यांच्या तत्त्वाप्रमाणे जातिभेद नष्ट करणे हे इष्ट कार्य होते व जातिभेदाचे संरक्षण करणे हे पाप होते. यासाठी त्यांनी सांघिक व सहकारी जीवनाच्या आवश्यकतेचा प्रचार व प्रसार केला.

नगरपालिका, ग्रामपंचायत ही जातिभेदापासून अलिप्त झाल्यावाचून सुरळीत व

कार्यक्षम होऊ शकणार नाही अशी त्यांची खात्री झाली होती. अनेकदा परिषदा व सभा यांच्या अध्यक्षपदावरून त्यांनी ठासून सांगितले की, 'जो पुढारी आपल्या देशबांधवांना व धर्मबंधूंना शेणापेक्षा व जनावरांपेक्षा कमी लेखतो त्याने आपणास देशाचे पुढारी मानावे हा शुद्ध निर्लज्जपणा आहे.' शाहूंनी आपल्या परीने गौतम बुद्ध व अशोक यांच्याप्रमाणे धर्माला मानवतेचे स्वरूप देण्याचा प्रयत्न केला.

छत्रपती शाहू हे एक श्रेष्ठ दर्जाचे प्रज्ञावंत व प्रबुद्ध राज्यकर्ते होते. सर्वधर्मीयांशी ते सहिष्णुतेने वागत. मानवी जीवनाविषयी अत्यंत सहानुभूती हे शाहूंचे ब्रीदवाक्य होते. त्यांच्या जीवनाची ती एक मोठी नैतिक व प्रेरक शक्ती होती. सामान्य जनतेच्या उन्नतीच्या झगड्यात त्यांच्या गादीलाही धोका निर्माण झाला, तरी त्यांनी आपल्या प्रजेचे ऐहिक कल्याण साधण्याचा हिरिरीने व निष्ठेने प्रयत्न केला. त्यांचे अंतिम ध्येय भव्य होते. त्यांचा दृष्टिकोन बराच समंजस, सुबुद्ध व सहिष्णू होता.

राजर्षी शाहू महाराजांनी शिक्षण प्रसाराला फार मोठ्या अभियानाचे स्वरूप दिले. पिढ्यान्‌पिढ्यांपासून शिक्षणाला मुकल्यामुळे या देशातील बहुसंख्य लोक दैववादाच्या दाढेत आणि दारिद्र्याच्या दरीत सापडले आहेत, ही वस्तुस्थिती त्यांनी जाणून घेतली.

शिक्षणाच्या अभावामुळे बहुजन समाजाची मती, नीती आणि गती गेली, वित्त-ही गेले, अशी कारणमीमांसा महात्मा फुले यांनी आधीच केली होती. म्हणूनच शाहू महाराजांनी मागासलेल्या सर्व जातींतील विद्यार्थ्यांच्या शिक्षणात जातीने लक्ष घातले. त्यांना अभिप्रेत असलेल्या समाजपरिवर्तनाचे साधन म्हणजे शिक्षणप्रसार. विज्ञान प्रसाराच्या कार्यातून दृष्टी देण्याचे महान कार्य त्यांनी केले. जीवनाकडे पाहण्याची राजांची दृष्टी निकोप आणि स्वच्छ, काहीशी रांगडी पण मर्दपणाची होती. शिक्षणाचा जोमदार प्रवाह केवळ कोल्हापुरातच नव्हे तर महाराष्ट्रातल्या इतर शहरांतही खळाळत राहावा यासाठी त्यांनी केलेले कार्य शब्दातीत आहे. शाहू महाराज म्हणत, 'अज्ञानात बुडून गेलेल्या देशात उत्तम लढवय्ये, मुत्सद्दी वीर कधीही घडणार नाहीत. म्हणूनच सक्तीच्या मोफत शिक्षणाची हिंदुस्थानला अत्यंत आवश्यकता आहे. फक्त एकाच जातीने शिक्षणाचा आता मक्ता घेतला आहे. निरनिराळ्या समाजांतील लोकांना शिक्षण देण्याची पद्धत मी काळजीपूर्वक अनुसरत आहे.' त्यावर महाराजांनी सामान्य माणसाला स्वाभिमानाने उभे राहण्यासाठी प्रगतीचा ताठ कणा दिला. जी शिक्षण-पद्धती त्यांनी उभी केली त्यातून प्रेरणा घेऊन कर्मवीर भाऊराव पाटील, पंजाबराव देशमुख, डॉक्टर बाबासाहेब आंबेडकर, भाऊसाहेब हिरे इत्यादी कार्यकर्त्यांनी महाराष्ट्रात अनेक शैक्षणिक संस्था स्थापन केल्या. आजचा महाराष्ट्र शैक्षणिक आणि सामाजिकदृष्ट्या बराचसा प्रगत आहे, याचे श्रेय महात्मा फुले आणि राजर्षी शाहू महाराज यांनाच द्यावे लागेल.

महार वतने रद्द करण्याची घोषणा स्वातंत्र्याच्या काळात मुंबई प्रांतात करण्यात आली; पण स्वातंत्र्यपूर्व काळात छत्रपती शाहूंनी ही कृती करून दलितांचे दलितत्व पुसून टाकण्याचा आणि त्यांना शासकीय नोकरीत अग्रक्रम देण्याचा पहिला प्रयत्न केला. साऱ्या भारतात ही घटना अपूर्व स्वरूपाची होती.

हिंदुस्थानची शांतता, प्रगती आणि भरभराट या सर्व गोष्टी मागासवर्ग आणि दलितवर्ग यांच्या उन्नतीवर अवलंबून आहेत, अशी त्यांची धारणा होती. सर्व राष्ट्रगीतांचे एकीकरण व दृढीकरण करण्याची त्यांची इच्छा होती. त्यांची स्वराज्याची कल्पना संकुचित नव्हती. लोकशाहीचा पाया विस्तृत करणे व राष्ट्रवादाचे क्षेत्र सर्वसमावेशक करणे असे त्यांचे ध्येय होते. छत्रपती शाहूंच्या नेतृत्वाखाली सामाजिक, स्वातंत्र्याच्या शक्तीचा पुन्हा नव्याने उठाव होऊन महात्मा फुले यांनी पूर्वी केलेल्या युगातील सामाजिक क्रांतीच्या कार्याला पुन्हा गती मिळाली.

छत्रपती शाहू महाराज हे खरोखर अनन्यसाधारण आत्मशक्तीचा पुरुष होते. कामगार राज्यांचे स्वप्न पाहणारा हा राजा होता. त्यांचे मत, गिरणी व कारखाने, भांडवलदार व कारखानदार यांच्या ताब्यात जाऊ नयेत असे होते. त्यांचे नियंत्रण लोकांच्या हाती असावे अशी त्यांची धारणा होती.

छत्रपती शाहूंचे मन संवेदनशील होते. त्यांच्या न्यायाच्या जाणिवा प्रगल्भ होत्या. अन्यायाला, शोषणाला बळी पडलेल्या लोकांविषयी त्यांना सहानुभूती होती. त्यांच्या उत्थापनासाठी त्यांचे अंतःकरण तिळतिळ तुटत होते. त्यांच्याकडे भावनिक पातळीवरचे वेगळेपण तर होतेच; पण दीनदुबळ्यांना माणसांत आणण्याचे मार्गही त्यांना दिसत होते. हाताशी असलेल्या सत्तेच्या मदतीने हे मार्ग खुले करण्यासाठी गोरगरिबांना ते उपलब्ध करून देण्यासाठी त्यांनी आयुष्यभर जिवाचे रान केले आणि बहुजन समाजासाठी एका प्रकाशमय विश्वाची, एका न्यायावर आधारलेल्या सृष्टीची निर्मिती करून त्यांनी एक नवा समाज उभा केला.

सामाजिक समतेचा ध्यास लागलेला असल्यामुळे, उक्ती आणि कृती यांच्यात समन्वय असल्यामुळे आणि संघर्षाला भीक न घालणारे अपार मनोधैर्य असल्यामुळे छत्रपती शाहूंनी हे वेगळे विष पचविले. हे विष त्यांनी पचविले म्हणून गोरगरिबांच्या वाटेचे विष कमी झाले. त्यांच्या मार्गावरील अंधार हटला.

राज्याचा रथ धार्मिक स्वातंत्र्याच्या, सामाजिक समतेच्या, आर्थिक सुधारणांच्या आणि शिक्षण व ज्ञानप्रकाशाच्या दिशेने हाकण्यासाठी शाहू महाराज सज्ज झाले होते. या रथाचे सारथीही तेच आणि योद्धेही तेच. ही दिशा तेवढी ओळखीची नव्हती आणि रस्ताही तेवढा रुळलेल नव्हता. बहुजन समाजाची या दिशेने आणि या मार्गावर विशेष अशी वाटचाल झाली नव्हती. ही दिशा आणि हा मार्ग शतकानुशतकांच्या काळोखात होता. या रस्त्यावर खाचखळगे तर अनेक होते आणि त्यामुळे धक्के

बसणे स्वाभाविक होते. त्या रस्त्यावर वेगाने धावणाऱ्या त्यांच्या रथामुळे धुळीचे लोट उठणेही स्वाभाविक होते. ही धूळ राजर्षींच्या अंगावर पडणार होती हे उघड होते. हा रस्ता दलदलीचा देखील होता. राजर्षींचा रथ या दलदलीमध्ये इथे-तिथे रुतला आणि खुद्द महाराजांच्या अंगावर चिखल उडाला; पण हा माणूस डगमगला नाही. आपण समाजक्रांतीच्या ज्या दिशेने आणि ज्या वाटेवरून जात आहोत त्या दिशेने व त्या वाटेवर या देशातील सर्व जातीच्या भावी पिढ्या गेल्या पाहिजेत, अशी त्यांची इच्छा होती. राज्यकारभार हाती घेतला तेव्हा महाराजांच्या समोर अनेक प्रश्न उभे होते. शूद्र आणि अतिशूद्र मानलेल्या अनेक जातींतील लोकांना अंधारातून प्रकाशाकडे कसे न्यावे, त्यांना सामाजिक आणि धार्मिक अधिकार कसे द्यावेत, त्यांची आर्थिक परिस्थिती सुधारून त्यांचे भौतिक जीवन सुखी व समाधानी कसे करावे या व अशा अनेक प्रश्नांचा शोध घेतल्याशिवाय आणि त्यानुसार कृती केल्याशिवाय आपले राज्य वर्धिष्णू होणार नाही, याची त्यांना पुरेपूर जाणीव होती. नियतीने आपल्याला छत्रपती शिवाजी महाराजांच्या गादीचे वारस बनविले आहे तेव्हा त्या गरुडझेप घेणाऱ्या स्वराज्य संस्थापकाच्या गादीला शोभेल असेच कार्य केले पाहिजे, याची जाणीव राजर्षी शाहू महाराजांच्या मनात सतत वसलेली आपणास दिसून येते.

राजा या नात्याने समाजाच्या सर्व घटकांना समान न्याय देण्याची आणि सर्वांना संरक्षण देण्याची त्यांची नैतिक जबाबदारी होती. एखादा वर्ग बौद्धिक, सांपत्तिकदृष्ट्या उन्नत आणि बाकीचे वर्ग मात्र पूर्णपणे अवनत अवस्थेत राहिले, तर राज्याचा समतोल ढासळून जातो. प्रत्येक व्यवसायात आणि विद्येत निपुण होण्याचा पूर्ण अधिकार कोणाही व्यक्तीला मूलतःच असतो हे उदारमतवादी तत्त्व शाहू महाराजांनी आत्मसात केले होते. याचाच परिणाम त्यांच्या संस्थानातच नव्हे तर साऱ्या महाराष्ट्रात दिसू लागला. महाराज हे असे क्रांतिकारक होते की त्यांची दृष्टी प्रथम उपेक्षितांच्या आणि शोषितांच्या कल्याणाकडे वळली. त्यांनी समाजाचे सूक्ष्म निरीक्षण केले होते. अनेक रंगांतली माणसे त्यांनी न्याहाळली. गुणग्रहणाची रसदृष्टी असलेल्या महाराजांनी आपल्या राज्यात कवी, लेखक, गायक, चित्रकार, नट, मल्ल, शिकारी, कुशल शेतकरी, विद्वान अध्यापक यांना आपल्या गुणांनी घडविले आणि सर्वांच्या सहकार्यातून कोल्हापूर संस्थानाला कला व संस्कृतीचे माहेरघर बनवले.

महाराज हे मानवतेचे, गुणवत्तेचे उपासक होते. त्यांच्या रसिकतेला भेद नव्हता. कोणाच्या कंठातले स्वरसौंदर्य, कोणाच्या कुंचल्यातला रंगविलास, कोणाच्या कमवलेल्या सुदृढ शरीरातील शक्तिसौंदर्य, कोणाची बुद्धिमत्ता, कोणाच्या ठायी असलेली निष्ठा यांचे दर्शन घडले की ते हरखून जात. आपल्या राज्याच्या नावलौकिकात महाराज भरच घालीत होते. हा माणूस आपला आहे या विचाराने ते प्रत्येकाला जवळ करीत असत. छत्रपती शाहू महाराज हे पुस्तकी विचारवंत नव्हते, तर तर्ककठोर, बुद्धिप्रामाण्य

काटेकोर जगण्यापेक्षा प्रत्येक सामाजिक वास्तवाला भिडून ते बदलण्याचा प्रयत्न करीत होते.

क्रांतिकारकांच्या रूपाने अशा वादळांनी जगाला हादरे दिलेले आहेत. राजर्षी शाहू छत्रपती म्हणजे अशाच प्रकारच्या एका प्रचंड वादळी वाऱ्याचे मानवरूप होते. रोगट आणि कुजलेल्या कर्मकांडाचे स्तोम माजविलेल्या आणि वर्णवर्चस्वाद्वारे सामाजिक गुलामगिरीची निर्मिती केलेल्या विचारांना लाथाडून स्वातंत्र्य, समता आणि बंधुत्वाच्या उदात्त विचारांना आणि शाश्वत मूल्यांना महाराष्ट्राच्या भूमीत रुजविण्याचा प्रयत्न या क्रांतिपुरुषांनी हयातभर केला. हे वादळी वारे महाराष्ट्राच्या पाठीवर सतत २८ वर्षं राहिले. त्यांचा व्याप व वेग प्रचंड होता. 'क्रांतीचा उगम विचारांच्या राज्यात होतो' असे अल्बेर कामू यांनी एका ठिकाणी म्हटले आहे. जुन्या व बुरसटलेल्या विचारांच्या विरुद्ध जेव्हा नवीन मूलगामी विचार संघर्षासाठी पुढे सरसावतात तेव्हा क्रांतीची पहिली ठिणगी पडते. अशा सामाजिक ठिणगीचे रूपांतर शाहू महाराजांनी निखाऱ्यात केले. छ. शाहू महाराजांनी शिवरायांचे रूप आणि शिवरायांचा प्रताप सतत आठवला आणि सामाजिक क्रांतीच्या कार्यात झेप घेतली. लोककल्याणाची काळजी वाहणाऱ्या या राजाला जनकाचे हृदय लाभले होते. प्लेटोच्या संकल्पनेप्रमाणे राजर्षी शाहू हे तत्त्वज्ञ राजा होते. राजर्षींनी पाहिलेले स्वप्न आजही अपूर्णच राहिले आहे. इतिहासाच्या पापणीतच ते अडकून पडले, तर ते कसे साकार होणार? ते स्वप्न साकार करण्याची जबाबदारी नियतीने आपल्यावर टाकली आहे. राजर्षींचे स्वप्न नक्कीच पूर्ण होऊ शकेल. त्यांचा वसा घेणे हेच आपल्या सर्वांचे कर्तव्य आहे.

नोव्हेंबर महिन्यात पुणे येथे प्रिन्स ऑफ वेल्स हस्ते शिवाजी मेमोरिअलचा पायाभरणी समारंभ झाला. या कार्यात महाराजांनी पुढाकार घेतला होता. या समारंभानंतर सहा महिन्यांनी म्हणजे ६ मे, १९२२ रोजी मुंबई येथे महाराजांचे निधन झाले. त्यांचे पार्थिव कोल्हापूरला आणून त्यावर वेदोक्त पद्धतीने अंत्यविधी करण्यात आले. त्यांच्या मागे एक कन्या श्रीमंत राधाबाई व एक पुत्र छत्रपती राजाराम महाराज हे होते.

१०

छत्रपती राजाराम महाराज तिसरे (१८२२ ते १९४०)

छत्रपती शाहू महाराजांनंतर कोल्हापूरच्या गादीवर त्यांचे पुत्र छत्रपती राजाराम महाराज बसले. त्यांचा जन्म ३० जुलै, १८९७ रोजी झाला. वयाच्या १५व्या वर्षी म्हणजे १९१२मध्ये छत्रपती राजाराम महाराज आणि त्यांचे धाकटे बंधू प्रिन्स शिवाजी यांना शिक्षणासाठी इंग्लंडला पाठविण्यात आले. ते इंग्लंडमध्ये असतानाच पहिले महायुद्ध सुरू झाले. त्यामुळे १९१५मध्ये त्यांना भारतात परत यावे लागले. ते अमेरिका आणि जपान मार्गे भारतात परतले. १९१२च्या अखेरीस अलाहाबादच्या यंग ख्रिश्चन कॉलेजमध्ये शेतीविषयक अभ्यास करण्यासाठी त्यांना पाठविण्यात आले होते. तेथे ते एक वर्ष होते. अशा प्रकारे राजाराम महाराजांना परदेशातील शिक्षणाचा इंग्लंड, अमेरिका व जपान या प्रमुख देशांच्या प्रवासाचा आणि आपल्या देशातील एका प्रमुख कृषी शास्त्राच्या महाविद्यालयातील अभ्यासाचा लाभ मिळाला. युवराज राजाराम महाराजांचा विवाह १९१८मध्ये बडोदे संस्थानचे अधिपती महाराज सयाजीराव गायकवाड यांची नात इंदुमती राणीसाहेब यांच्याशी झाला. विवाहानंतर त्यांचे नाव ताराबाई असे ठेवण्यात आले. विवाह समारंभ बडोदे मुक्कामी झाला. राजाराम महाराजांचा द्वितीय विवाह १९२५मध्ये तंजावरचे अमृतराव मोहिते यांच्या कन्येशी कोल्हापूर येथे झाला. त्यांचे माहेरचे नाव राजसबाई असे होते. विवाहानंतर त्यांचे नाव विजयमाला राणीसाहेब असे ठेवण्यात आले.

राजाराम महाराजांना जी.सी.आय.ई. (१९२४), लेफ्टनंट कर्नल (१९२७) जी.सी.आय. हे किताब मिळाले. १९३८मध्ये त्यांना पाचवा मराठा लाइट इन्फन्ट्रीच्या ११व्या टेरिटोरिअल बटालियनचे ऑनररी कर्नल केले गेले.

शाहू महाराजांचे सामाजिक सुधारणेचे कार्य छत्रपती राजाराम महाराज यांनी पुढे चालू ठेवले. समाजातील मागास असलेल्या लोकांची सुधारणा घडवून आणणे आणि शिक्षणाचा प्रसार करणे या दोन्ही कामांची त्यांना आवड होती. १९२२मध्ये सातारा येथे भरलेल्या ब्राह्मणेतर सामाजिक परिषदेच्या अध्यक्षपदी त्यांची निवड झाली. तसेच, बेळगाव येथे अखिल भारतीय मराठा शिक्षण परिषदेचे अध्यक्ष आणि अमरावती येथे अखिल भारतीय ब्राह्मणेतर सामाजिक परिषदेचे अध्यक्ष होऊन महाराजांनी सामाजिक व शैक्षणिक कार्य चालू ठेवले.

छत्रपती राजाराम महाराजांच्या कारकिर्दीत, नोव्हेंबर १९२९मध्ये व्हाइसरॉय लॉर्ड आयर्विन व जानेवारी १९३९मध्ये व्हॉइसरॉय लॉर्ड लिनलिथगो यांनी कोल्हापुरास भेटी दिल्या. या भेटीत महाराजांना आपल्या संस्थानातील जहागीरदारांवरील पर्यवेक्षकी अधिकार परत मिळाले. हे अधिकार ब्रिटिश सरकारने १८६९च्या तहनाम्याप्रमाणे स्वतःकडे राखून ठेवले होते.

महाराजांच्या कारकिर्दीतच कोल्हापूरच्या प्रजाजनांना प्राथमिक स्वरूपाचे काही नागरी हक्कही देण्यात आले. त्याचा एक महत्त्वाचा भाग म्हणून १९२५मध्ये कोल्हापूर नगरपालिका लोकनियुक्त केली. त्यानंतर दोन वर्षांनी इलाखा पंचायतीची स्थापना करण्यात आली. प्राथमिक शिक्षण, देवस्थाने, आरोग्य, दळणवळणाचे मार्ग, इलाखा पंचायतीकडे देण्यात आले. १९३१ साली महाराजांनी तीन न्यायमूर्तींचे एक स्वतंत्र हायकोर्ट व त्यावर अपील कोर्ट स्थापन केले.

आपल्या संस्थानात सामाजिक सुधारणा घडून यावी व व्यापार, उद्योगधंदे वाढावे या हेतूने महाराजांनी काही महत्त्वाच्या सुधारणा घडवून आणल्या. त्यासाठी जरूर ते कायदेही केले. बालविवाह प्रतिबंधक कायदा त्यांच्या कारकिर्दीत करण्यात आला. अस्पृश्योद्धार आणि विद्यार्थ्यांसाठी वसतिगृहे काढून शिक्षणाला प्रोत्साहन देणे यासाठी छत्रपती शाहू महाराजांच्या काळात सुरू झालेली महत्त्वाची कामे छत्रपती राजाराम महाराजांनी पुढे चालू ठेवली.

शाहूपुरी व जयसिंगपूर या पेठा वाढविल्या. लक्ष्मीपुरी, ताराबाई पार्क व राजारामपुरी या नव्या वसाहती स्थापन केल्या. पाणीपुरवठ्याची योजना राजाराम तलाव, कोल्हापूर येथील साखर कारखाना इत्यादी बऱ्याच लोकोपयोगी कामांना त्यांनी चालना दिली. राधानगरी येथे वीज उत्पादनाची योजना आखण्यात आली. सक्तीचे मोफत शिक्षण व स्त्रियांचे उच्च शिक्षण यांना प्रोत्साहन दिले. बनारस विद्यापीठाला एक लाख रुपयांची देणगी देऊन महाराजांनी देशातील एका मोठ्या शिक्षण संस्थेला साहाय्य केले.

कोल्हापूर संस्थानचे संबंध रेसिडेन्ट मार्फत व्हाइसरॉयशी १९३३मध्ये सुरू झाले. त्यापूर्वी ते मुंबईच्या गव्हर्नरांशी होत असत.

कोल्हापूरला १९३५ साली साहित्य संमेलन भरले होते. त्याचे उद्घाटन महाराजांच्या हस्ते झाले.

महाराणी ताराबाईंना ५ ऑक्टोबर, १९४० रोजी कन्यारत्न प्राप्त झाले. त्यांचे नाव पद्माराजे असे ठेवण्यात आले. त्यानंतर पुढच्याच महिन्यात म्हणजे २२ नोव्हेंबर, १९४० रोजी महाराजांच्या हस्ते ग्वाल्हेर येथे श्रीमंत माधवराव शिंदे यांच्या पुतळ्याचे अनावरण झाले. तिथून परत येत असताना मुंबईत छोटीशी शस्त्रक्रिया होऊन तेथे त्यांचे २५ नोव्हेंबर, १९४० रोजी निधन झाले. तारीख २७ रोजी कोल्हापूर येथे त्यांच्यावर अंत्यसंस्कार करण्यात आले.

राजाराम महाराज अश्वपरीक्षेत निपुण होते. घोड्यांच्या शर्यतीचा त्यांना शौक होता. शाहू महाराजांप्रमाणे त्यांना चित्ता आणि रानडुकराच्या शिकारीची आवड होती. कोल्हापूर संस्थानात या व अशाच विविध खेळांना प्रोत्साहन मिळत असल्यामुळे संस्थान त्या काळी क्रीडाविषयक कामगिरीबद्दल भारतात नावाजले गेले होते. मल्लविद्या ही तर त्या काळी कोल्हापूरची खासियत मानली जात होती. हे शहर देशातील अनेक विख्यात कुस्तिगीर यांचे आश्रयस्थान होते. छत्रपती राजाराम महाराजांनी इतर विविध खेळांनाही उत्तेजन देऊन या शहराचे वैशिष्ट्य कायम ठेवले.

११

छत्रपती प्रिन्स शिवाजी

१५ एप्रिल, १८९९ रोजी प्रिन्स शिवाजी यांचा जन्म झाला. दुसऱ्या पुत्राच्या जन्माची वर्दी देणाऱ्या हुजऱ्याला शाहू महाराजांनी खुशीने कंठी दिली. कोल्हापूरच्या जनतेला द्वितीय राजपुत्राच्या आगमनाने आनंदाचे भरते आले. राजपुत्र अतिशय देखणे होते. गोरा रंग, गोंडस चेहरा, धारदार नाक, तेजस्वी मुद्रा अगदी हुबेहूब आपल्या आईसाहेबांसारखेच. बाळाचे नाव शिवाजी ऊर्फ बुवासाहेब महाराज ठेवले. बारशाचा थाट अगदी जोरदार होता. प्रिन्स शिवाजी जन्मजातच बुद्धिमान व तेजस्वी होते. शिवाजीराजेंच्या जन्माने राजेंना खूप आनंद झाला होता. सारी कोल्हापूरनगरीच आनंदोत्सव साजरा करत होती.

बघता बघता बाल शिवाजी पाच वर्षांचे झाले. लेखन-वाचन करता करता राजे गणितात अतिशय गती घेऊ लागले. सबनीस दिवाण अतिशय उत्कृष्ट शिक्षण देत आणि प्रिन्स ते मन:पूर्वक आत्मसात करत. अक्षर तर अगदी वळणदार व सुंदर असे. शिक्षकांनी राजांची प्रगती सांगितली की, शाहू महाराजांचा ऊर अभिमानाने भरून येई. प्रिन्स शिवाजी अगदी लहान वयातच शिकार करत होते. दाजीपूरच्या जंगलात अगदी लहान वयातच प्रिन्स शिवाजींनी हरणाची शिकार केली होती. ज्या धैर्याने आणि आत्मविश्वासाने प्रिन्स शिवाजीने पहिलीवहिली शिकार केली तेव्हा शाहू महाराजांची छाती गर्वाने फुगून गेली. महाराज म्हणाले, ‘शाब्बास शिवाजी, शाब्बास! राजघराण्यातील मुलांनी असेच धाडसी असले पाहिजे.’ प्रिन्स शिवाजी इंग्लंडमध्ये शिकायला होते तेव्हा क्रीडा स्पर्धेत भाग घेऊन अनेक स्पर्धा जिंकून मोठमोठी बक्षिसे मिळवली होती.

आपल्या लाडक्या मुलाचे परदेशात झालेले कौतुक वाचून शाहू महाराज अतिशय आनंदी होत. प्रिन्स शिवाजी शिक्षण घेता घेता राज्यकारभाराचेही धडे

गिरवत असत. चार-पाच महिने प्रिन्स शिवाजीराजांनी शासनयंत्रणेचे सखोल निरीक्षण केले आणि राज्याचा कारभार चोख न्यायाचा व नि:पक्षपातीपणाचा व्हावा म्हणून एकाच दिवशी तीन पत्रे पाठवली. त्यातील पहिले पत्र असे होते की...

> 'हल्ली नोकर लोकांच्या बदलीसंबंधी करवीर दरबारात काहीच नियम नाहीत. यामुळे एखाद्या व्यक्तीची एखाद्या ठिकाणी बदली करण्यात किंवा कायमपणे ठेवून घेण्यात एक प्रकारची मेहेरबानी करण्याची निगेटिव्ह पॉवर काही काही अंमलदारांना अगर त्यांच्या जवळच्या लोकांना दिल्यासारखे होत आहे. काही काही लोक कधीही नोकरीत कोल्हापूरला आले नाहीत, तर काही काही लोक कधीच कोल्हापूर सोडून बाहेर गेले नाहीत. एकच व्यक्ती एकाच ठिकाणी बरीच वर्षे काम करत असेल, तर ती व्यक्ती चांगले काम करू शकते हे जरी खरे असले तरी यातून कधी कधी त्या व्यक्तीचे हितसंबंध जोपासले जातात, ते बरोबर नाही. एकाच जागी काम केल्यामुळे ती व्यक्ती भ्रष्टाचार करू शकते, तो भ्रष्टाचार नंतर बाहेर यायलाही काही वाव राहत नाही. अशा लोकांवर वरिष्ठांचीही कायम मर्जी बसते. त्यामुळे जनतेची कामे सुरळीत व लवकर होत नाहीत. मामलेदार, महालकरी, अव्वल कारकून, शाळा मास्तर वगैरे सर्व लोकांच्या बदल्या दर तीन वर्षांनी व्हाव्यात. बदलीच्या ठिकाणी प्रत्येकाला कम्पलसरी जावेच लागेल. जे बदलीबद्दल तक्रार करतील त्यांचेबद्दल सक्त कारवाई झाली पाहिजे.'
>
> ता. १-१२-१९१७
>
> – प्रिन्स शिवाजी

पत्र वाचून महाराजांना अतिशय आनंद झाला. आपल्याला जे हवे ते आपले पुत्र प्रिन्स शिवाजी शिकले याचा शाहूंना अभिमान वाटला. न्यायाची काळजी, अन्यायाबद्दल चीड, पक्षपातीपणाबद्दल राग, वशिलेबाजीबद्दल तिरस्कार, गरिबांना न्याय मिळावा म्हणून तळमळ. हे सर्व छत्रपती शिवरायांचे गुण आपल्या शिवाजीत आलेले पाहून छत्रपती शाहूंना खूप अभिमान वाटे. आपल्या आशा-आकांक्षा आपला पुत्र पूर्ण करेल अशी राजांना आशा वाटत होती. १२ जून, १९१८ रोजी शिकारीला गेलेल्या प्रिन्स शिवाजींचा घोडा ठोकरल्यामुळे अंत झाला. नेजेच्या रानात भेगाळलेल्या जमिनीवरून, हातात भाले घेतलेले स्वार डुकराच्या शोधासाठी फिरत होते. हाके रान उठवत होते; परंतु डुकरे उठत नव्हती. सकाळपासून हाकारे खटपट करत होते. हाकाऱ्यांनी प्रयत्न केले तेव्हा कोठे डुकरांचा एक तांडा बाहेर आला; परंतु ती सर्व डुकरे लहान

पिल्ले होती. म्हणून डुकराच्या शोधात, महाराज तळ्यावर परतले. महाराजांच्या बरोबर सर्व राजकुटुंब होते. फक्त राजर्षी शाहू सोडून सर्व मंडळी शिकारीसाठी आली होती. अकस्मात एक रानडुक्कर दिसले व एकाएकीच गायब झाले. हातची शिकार गेली म्हणून प्रिन्स शिवाजी जरा नाराजच होते. लग्नानंतर पहिल्यांदाच शिवाजीराजे शिकारीसाठी बाहेर पडले होते. शिकार मिळाली नाही म्हणून नाराज झालेले सर्व राजकुटुंब भोजनासाठी तळ्यावर गेले होते.

सर्वांनी एकत्रित भोजनाला सुरुवात केली. तेवढ्यात 'डुक्कर उठला, डुक्कर उठला' अशी आरोळी उठली. थोड्या वेळापूर्वी गायब झालेले डुक्कर पुन्हा जंगलात अवतरले होते. हे अवतरलेले डुक्कर उठताच प्रिन्स शिवाजी जेवत्या ताटावरून उठले व आपल्या आवडत्या घोड्यावर स्वार होऊन त्यांनी त्वेषाने घोडा भरधाव फेकला. भरधाव घोड्याची एका पायाची नाल निखळून पडली. घोडा उडाला; परंतु त्याची गती मंदावली. घोड्याची गती मंदावल्याबरोबर राजांनी सोबतच्या सरदारांच्या घोड्यावर मांड टाकली. शिकारीसाठी आसुसलेल्या शिवाजीराजांनी कोणताही विचार न करता घोडा पळवायला सुरुवात केली. घोडा पळवून त्यांनी शिकारसुद्धा गाठली. शिकार जवळ येताच आवेगाने भाला फेकला. भाला फेकला; परंतु घोडा उधळला आणि ठोकरला. घोडा ठोकरल्यामुळे प्रिन्स शिवाजी खाली पडले व त्यांच्या अंगावर घोडा कोसळला. शिवाजीराजांच्या मानेला खूप मोठी दुखापत झाली. राजे बेशुद्ध पडले ते शेवटपर्यंत शुद्धीवर आले नाहीत. राजे कधीही न परतीच्या वाटेवर निघून गेले. रंगात आलेला डाव नियतीने उधळून लावला.

प्रिन्स शिवाजीराजेंच्या अपघाती निधनाचा छत्रपती राजर्षी शाहूराजे आणि इंदुमती राणीसाहेबांना जबरदस्त धक्का बसला. आपल्या लाडक्या मुलीला एवढ्या लहान वयात आलेले वैधव्य पाहून राणीसाहेबांच्या आई जानकीबाई यांचे निधन झाले. इंदुमती राणीसाहेबांचे मातृछत्रही हरपले. सह्याद्रीसारख्या छत्रपती शाहू महाराज यांना आपल्या मुलाच्या मृत्यूने कोसळून जायला झाले. छत्रपती शाहू महाराज कोल्हापूरला येण्याआधीच राजपुत्राच्या देहाला अग्नी देण्यात आला. पिता-पुत्रांची शेवटची भेट महाराज मुंबईला निघण्यापूर्वीच झाली होती. करवीरची प्रजा आपल्या राजांच्या भेटीसाठी कोल्हापूर स्टेशनवर जमा झाली होती. राजे आपल्या राजवाड्यात पोहोचले. तेथे आपल्या सुनेच्या चेहऱ्याकडे पाहून त्यांना अश्रू अनावर झाले. महाराजांचा विलक्षण तेजस्वी व बुद्धिमान राजपुत्र ऐन उमद्या तारुण्यात, वयाच्या अवघ्या २०व्या वर्षी, आपल्या पित्याला आणि पत्नीला अपरंपार दुःखसागरात लोटून निघून गेला. या वेळी राजस्नुषा इंदुमतीदेवींचे वय अवघे १२ वर्षांचे होते. आपल्या निरागस, दुर्दैवी सुनेच्या पांढऱ्या कपाळाकडे पाहून महाराजांचे पुत्रवियोगाचे दुःख शतपटीने वाढत होते. नियतीच्या या क्रूर हल्ल्याने महाराजांचे अवघे जीवनच

बदलून गेले. महाराजांनी राजऐश्वर्याचा त्याग केला. ते अंतर्बाह्य विरागी बनून राजपूतवाडी कॅम्पमध्ये आश्रमी जीवन जगू लागले. ऐहिक जीवनातील सर्व रस आटून गेल्यासारखे ते विरक्त झाले. 'आता राहिलो उपकारापुरता' हीच भावना त्यांच्या ठिकाणी उत्तरोत्तर वाढत जाऊन उर्वरित आयुष्य आता दलित-पतितांच्या उद्धारासाठी खर्ची घालावे असा त्यांनी निग्रह केला.

१९१९मध्ये मुंबईच्या गव्हर्नरला लिहिलेल्या पत्रात ते म्हणतात, 'विशेषत:, माझा मुलगा मृत्यू पावल्यापासून मला एक अनिवार इच्छा झाली आहे, ती म्हणजे गरीब वर्गाचे हित करण्याच्या दृष्टीने त्वरित उपाय योजावेत ही होय. माझ्या लहान संस्थानामध्ये शक्यतो सर्व उपाय योजून मी तसे करण्याचा प्रयत्न करत आहे. मला वाटते की, एक प्रकारची आत्मिक भावना मला हे सर्व मार्गदर्शन करीत आहे व गरिबांचे हित करण्यासाठी मला पुढे लोटीत आहे. हे कार्य करण्यात मी अंशत: जरी यशस्वी झालो तरी माझे जीवितकार्य सफल झाले असे मी मानेन...'

१२

इंदुमती राणीसाहेबांचे माहेर

जगत्पाल म्हणजे सांभाळ किंवा संरक्षण करणारा असा त्याचा अर्थ होतो. पुढे काळाच्या ओघात त्याचा अपभ्रंश होऊन जगताप या आडनावात रूपांतर झाले. भरतपूरमध्ये जगताप परिवाराचे मूळ पुरुष म्हणून हरजी जगताप यांचे ऐतिहासिक संदर्भ सापडतात. वसुसेन राजाच्या वंशातील हरजीराजे जगताप हे भरतपूरमधील एक महापराक्रमी आणि स्वाभिमानी सरदार होते. आपला राजपूत वंशीय बाणा त्यांनी कधीच सोडला नाही. आपल्या मूल्यांशी ते अतिशय कट्टर होते. क्षत्रियाचा जन्म रणांगणात मरण्यासाठीच झाला आहे, मरणाची भीती बाळगणारा क्षत्रिय असूच शकत नाही, तलवार हीच आपली पहिली सहचारिणी असते ही त्यांची अलिखित धर्मसूत्रेच होती.

मोगल सुलतानाच्या आक्रमणांनी हरजी जगताप अत्यंत अस्वस्थ होते; पण हिंदू राज्यांची पाहिजे तशी एकी होत नव्हती. काहींनी सोईस्कर अशी तडजोडीची भूमिका घेतली होती. अर्थातच हरजी जगताप यांना हे मान्य नव्हते. त्यांनी सर्वांची बऱ्यापैकी एकजूट करण्याचा प्रयत्नदेखील केला; पण त्यांना पाहिजे त्या प्रमाणात यश मिळत नव्हते. सुलतानी आक्रमणांचा रेटा दिवसेंदिवस वाढतच चालला होता. तितक्याच निकराने हरजी जगताप यांचा प्रतिकारदेखील चालूच होता. जगताप परिवारासाठी हा प्रचंड संघर्षाचा काळ होता. आतून स्वाभिमानाने धुमसणाऱ्या हरजी जगताप यांनी एक दिवस अगदी टोकाचा निर्णय घेण्याचे ठरवले. भरतपूर मोगल सुलतानी आक्रमणांनी हळूहळू घेरले जाऊ लागले. रसद, शस्त्रसाठा यांची अतिशय कमतरता जाणवू लागली होती. सैनिकांचे मनोधैर्य खचू लागले होते. सततचे पराभव हे मनोधैर्यावर फार मोठे परिणाम करत असतात. ही झालेली अभूतपूर्व कोंडी कोणत्या प्रकारे फोडता येईल, या विवंचनेत हरजीराजे जगताप यांची झोप उडाली

होती. आपला क्षत्रिय बाणा कोणत्याही परिस्थितीत जिवंत ठेवलाच पाहिजे, आपल्या येणाऱ्या पिढीसाठी जर आम्ही तेजस्वी इतिहास ठेवला नाही तर कोणत्याही काळाचा इतिहास आपल्या पिढीला माफ करणार नाही, याची जाणीव हरजीराजे यांना होत होती.

कुठल्याही परिस्थितीत सुलतानाची शरणागती तर पत्करायची नाहीच, त्यापेक्षा एक वेळ सरळ सरळ रणांगणात मृत्यू कवटाळायचा या विचारावर हरजीराजे जगताप ठाम होते. तरी हरजीराजे जगताप यांच्यासमोर प्रचंड अंधारच होता. लढण्यासाठी हातावर मोजण्याइतकेच सैनिक होते. आप्तस्वकीयांची मदतीची सर्व दारे बंद झाली होती.

एके दिवशी सूर्योदयाची कोवळी किरणे पडताच आपल्या निवडक साथीदारांना हरजीराजेंकडून बैठकीचे फर्मान सोडले गेले. अतिशय कडाक्याच्या थंडीचे दिवस. ती अतिशय गुप्त बैठक होती. सर्वजण हरजीराजे यांचा प्रत्येक शब्दन्‌शब्द कान देऊन ऐकत होते; कारण याच भरतपूरच्या मातीत जगताप वंशाच्या पूर्वजांच्या अनेक पिढ्या लहानाच्या मोठ्या झाल्या होत्या. रुतबा, मानसन्मान सर्वकाही मिळाले होते. इथल्या निसर्गाची प्रत्येकालाच सवय झाली होती. झाडेझुडपे, वेली यांच्याशी देखील न तुटणारे अतूट नाते बांधले गेले होते. यात अडसर ठरत होता, तो परकीय सुलतानाचा. प्रत्येकाच्या स्वातंत्र्याला एक प्रकारची घरघर लागली होती. स्वातंत्र्याचाच नव्हे तर जीवन-मरणाचाच प्रश्न निर्माण झाला होता. मोगलांचे कधीही हल्ले व्हायचे. अनेक बेसावध तरुण पोरांचे शिर धडापासून वेगळे होतानाच्या यातना हरजीराजे जगताप यांच्यासह सर्वांच्या काळजाची आग करीत होत्या. तरीही जन्मभूमीचे प्रेम, तिची ओढ कमी होत नव्हती; पण सर्वांचा नाईलाज होता. जगताप परिवाराची वंशवेल टिकविण्यासाठी काहीतरी ठाम निर्णय घेणे भागच होते. त्यासाठीच हा दिवस निवडला होता. जुलमी सुलतानाच्या छावणीत आज मंगलकार्य असल्याची खास बातमी हेरांनी आणली होती. हरजीराजेंनी या संधीचा फायदा घेण्याचे ठरवले.

सुलतान आणि त्याचे सैनिक आज भरपेट मेजवानी घेणार यात शंका नव्हती. शत्रूची कमजोरी हेरणे हे जगताप यांचे कसब होते. यासारखी नामी संधी परत मिळणार नाही, याची सर्वांना जाणीव होती. निवडक सैनिकांसह सुलतानाच्या छावणीवर हल्ला करण्याची ही योग्य वेळ होती. सुलतानावर हल्ला केला तर काहीही विपरीत घडणार होते. नक्की काय घडणार याची कोणाला जाणीव नव्हती, अगदी हरजीराजे यांना देखील. हरजीराजे यांनी संध्याकाळच्या हल्ल्याची योजना तयार केली. आपल्या परिवारातील लहान मुले व बायका यांना महाराष्ट्राच्या दिशेने निघण्याचे संदेश देण्यात आले. कोठे जायचे याची दिशा ठरली नव्हती; पण जगताप परिवाराचा हा भरतपूरमधील शेवटचा दिवस होता.

घरातील गरजेच्या सामानाची बांधाबांध करताना लेकराबाळासहित सर्वांच्या डोळ्यांत पाणी होते. गोठ्यातील गाई-गुरे हंबरू लागली होती. आजूबाजूचे पक्षी उदास होऊन झाडावर गुपचूप बसले होते. मातृभूमी सोडताना सर्वांना वाईट वाटत होते. रात्री बाराच्या ठोक्याला हरजी जगताप यांच्या नेतृत्वाखाली सुलतानाच्या छावणीवर अचानक हमला झाला. मेजवानीने सुस्तावलेल्या सुलतान सरदाराला काहीच कळले नाही. हरजी जगताप यांच्या सैनिकांनी सुलतानी सैनिकांना सपासप कापायला सुरुवात केली. जेवढा शस्त्रसाठा गोळा करता येईल तेवढा आपल्या घोड्यांवर लादला. काही उमदी घोडीही त्यांच्या हाती लागली.

हरजी जगताप छावणीत जो कोणी आडवा येईल त्याला आडवे करीत सुलतानाला जाऊन भिडले. सुलतान सरदार लढण्याचा पवित्रा घेण्याच्या आतच हरजी जगताप यांनी इतके दोन जबरदस्त वर्मी घाव सुलतानाच्या छाताडावर घातले की, काही कळायच्या आत सुलतान जमीनदोस्त झाला. सुलतान पुरता कोसळला आहे, याची जाणीव होताच हरजी जगताप यांनी आपल्या सैनिकांना तेथून निघण्याचे आदेश दिले. तोपर्यंत सुलतानाचे इतर सैनिक सावध झाले होते. आपला सरदार जमिनीवर रक्ताच्या थारोळ्यात पडलेला पाहून सर्वांची भीतीने गाळण उडाली होती. त्यांनी शत्रूची शोधाशोध सुरू केली; पण हरजी जगताप काही क्षणांतच तेथून पसार झाले. त्या दिवशीच हरजी जगताप यांनी व त्यांच्या सर्व बंधूंनी भरतपूर सोडले होते.

हरजी जगताप आणि त्यांचे बंधू सुलतानी सरदाराची हत्या करून सासवड परिसरात आले. त्यातील त्यांचा एक भाऊ पणदरे गावात गेला. आज संपूर्ण महाराष्ट्रात जे जगताप परिवार दिसतात ते सर्व मूळचे सासवडचेच होत. वडाच्या झाडाशी जगताप परिवारांचे फार अनोखे नाते आहे. यांचे देवक देखील वडाचे झाड आहे. वडाच्या झाडाचे जसे आध्यात्मिक महत्त्व आहे, तसेच नैसर्गिक महत्त्वदेखील खूप आहे. वडाचे झाड पक्ष्यांच्या नैसर्गिक निवासस्थानाबाबत आणि नैसर्गिक जीव साखळीत अत्यंत महत्त्वाची भूमिका निभावत असते. रात्री आश्रयाला पक्षी वडाच्या झाडांचा आधार घेतात. हेच पक्षी जंगल संवर्धनाचे फार महत्त्वाचे काम करत असतात. पक्ष्यांनी अनेक वृक्षांच्या बिया आपल्या पोटात रुजवून झाडे जगवण्यासाठी निसर्गाला फार मोठे योगदान दिले आहे. जिथे वडाची झाडे कमी होतात तिथे पक्ष्यांचे प्रमाणही लक्षणीयरीत्या कमी होते.

भरतपूरवरून आलेल्या या जगताप परिवाराने सासवड आणि आसपासच्या परिसरात वडाची झाडे लावली. सासवडमध्ये प्रचंड मोठे सात वडाचे वृक्ष होते. त्यामुळे या परिसराची सातवड अशी ओळख निर्माण झाली. पुढे अपभ्रंश होऊन सातवडचे नाव 'सासवड' असे झाले. जसे जगत्पाल हे आडनाव जगताप असे झाले. मोगल आणि आदिलशाही प्रबळ झाली होती. हळूहळू संपूर्ण भारत मुस्लीम

शासकांच्या आधिपत्याखाली आला होता. मुस्लीम शासक ताकदवर बनले होते. त्यामुळे जगताप परिवाराच्या कर्तृत्वाला एकप्रकारे खोडाच बसला होता; पण मुस्लीम शासकांशी जुळवून घेण्याची या परिवाराची अजिबात मानसिकता नव्हती. नाईलाजाने काही तडजोडी कराव्या लागत होत्या. जशा त्या शहाजीराजांना देखील कराव्या लागल्या होत्या. काही अपवाद सोडले तर मुस्लीम शासक राजे देखील इतकेही कट्टर धर्मवादी नव्हते. धार्मिक सहिष्णुता त्यांनीही जोपासली होती.

जगताप परिवाराने आपली धार्मिक अस्मिता जपली होती; कारण तो त्यांचा एक स्वाभिमानी बाणाच होता. प्राचीन शिवभक्तीचे अधिष्ठान त्यांच्या रक्तातच होते. देशभक्ती आणि शिवालयांचे संरक्षण करणे हे जगताप परिवार आजही आपले कर्तव्य आणि धर्मकार्यच मानतात. सासवड परिसरातील अतिप्राचीन शिवमंदिरांचे या जगताप परिवाराने फार मोठ्या हिमतीने आणि श्रद्धेने जतन आणि संरक्षण केले आहे. सासवडमधील संगमेश्वर, वटेश्वर, सिद्धेश्वर या मंदिरांची सेवा करण्याची परंपरा आपल्या पूर्वजांपासून जगताप परिवाराने आजतागायत फार मोठ्या आत्मीयतेने जपली आहे.

हरजी जगताप यांच्या वंश शाखादेखील हळूहळू विस्तारत होत्या. त्यांना दोन मुले होती. हेमंत आणि नेमंत. यांच्या सत्ताकेंद्राची देखील विभागणी झालेली आपणास दिसते. हेमंत यांच्याकडे पाटीलकी आली. नेमंत यांच्याकडे देशमुखीची सूत्रे दिली गेली. स्वराज्याची पहिली लढाई ज्या बेलसरमध्ये लढली गेली त्या बेलसरची पाटीलकही भावाजी जगताप यांच्याकडे आली. त्याचप्रमाणे दिवे, कोडीत, खळद, बेलसर, राख, मोढवे, बांबुर्डी, कारखेल, कोळीली या गावांची देशमुखी जगताप परिवाराकडे होती. मुस्लीम शासकांची सत्ता प्रबळ होत असताना आपलेही सत्ताकेंद्र अबाधित ठेवणे ही जगताप परिवारासाठी एकप्रकारे तारेवरची कसरतच होती. स्वातंत्र्याचा आणि विद्रोहाचा निखारा परिवाराच्या काळजात धुमसतच होता. ते योग्य संधीची वाट पाहतच होते. पुढे छत्रपती शिवाजी महाराजांनी गोदाजी जगताप यांना स्वराज्यात सहभागी करून घेतले आणि जगतापांचे नाव अजरामर झाले.

बहिर्जी जगताप हे गोदाजीराजे जगताप यांचे वडील होते. त्यांच्याकडे पुरंदरची देशमुखी होती. पुरंदर आणि सासवडमधले हे अत्यंत मानाचे नाव होते. सासवडमधील प्राचीन शिवालयांचे जतन आणि संवर्धन करण्यात त्यांचा फार मोठा हातभार होता. बहिर्जी जगताप हे शिवभक्त होते. त्यांना युद्धकला अवगत होती. तलवारबाजी, भाले यांच्यावर त्यांची हुकमत होती. ही शस्त्रे योग्यप्रकारे योग्य कारागिरांकडून बनवून घेण्यात ते माहिर होते. तत्कालीन लोहार, शिकलगार मंडळींना त्यांनी खूप पाठिंबा दिला होता. याच लोकांचा पुढे स्वराज्यासाठी खूप उपयोग झाल्याचे दिसून

येते. इब्राहिम गारदी व सोनोरीचे भीमराव पानसे यांच्याकडे पुढील काळात दारूगोळा निर्मितीची जबाबदारी होती; पण त्यांच्या संशोधनाची सुरुवात बहिर्जी जगताप यांच्या काळात सासवडमध्येच झाली असावी. बहिर्जी जगताप त्या काळातील सासवडमधील खूप बडे प्रस्थ होते; कारण त्यांच्या नावावरून पुढे बहिर्जी हे नाव अनेकांनी ठेवलेले दिसते. गोदाजीराजे जगताप यांच्या एका मुलाचेही नाव बहिर्जी असेच होते. शिवरायांच्या गुप्तहेर खात्यात बहिर्जी नाईक प्रसिद्ध होते.

जगताप घराणे बलवान, पराक्रमी, धाडसी व शूर होते. शिवरायांचे बालमित्र म्हणून गोदाजी हे रायरेश्वराच्या मंदिरात घेतलेल्या स्वराज्याच्या शपथेपासून स्वराज्याच्या शिवकार्यात तनमनपूर्वक सहभागी झाले होते. येथूनच जगतापांचे क्षात्रतेज तळपू लागले. गोदाजी स्वत: ताकदवान, धाडसी व शूर होते. शिवरायांच्या सुरुवातीच्या काळात ज्या काही लढाया लढल्या गेल्या त्यांनी आघाडीच्या हल्ल्यांमध्ये भाग घेऊन मर्दुमकी गाजवली होती. सासवडचे जगताप घराणे पहिल्यापासून युद्धकलेत तरबेज व निपुण होते.

गोदाजीराजे जगताप यांना शस्त्रशास्त्रनिपुण बनवण्यात बहिर्जी नाईकांचा खूप मोठा वाटा आहे. युद्धकौशल्य, युद्धनीती हे सर्व बहिर्जी जगताप यांचे देणे आहे हे लक्षात येते. मराठ्यांच्या पहिल्या लढाईतच गोदाजीच्या आगळ्यावेगळ्या युद्धकौशल्याचा जगाला प्रत्यय आला. गोदाजी जगताप आणि शिवराय यांच्यात विचारांचा समन्वय होता. दोघांच्यामध्ये कुठलेही द्वंद्व, विरोधाभास किंवा तसूभरही असहमती दिसत नव्हती. स्वराज्याची पायाभरणी करून त्याचा एल्गार करणे हा नक्कीच पोरखेळ नव्हता. युद्धकला, युद्धनीती ही जगताप परिवारांच्या रक्तातच होती. महान रजपूत वंशाचा त्यांचा वारसा होता. हा वारसा गोदाजीराजे जगताप यांनी पुढील पिढीला हस्तांतरित केला. महापराक्रमी वीर सरदार गोदाजीराजे जगताप यांच्यासारखे महारत्न महाराष्ट्राला मिळाले. जगताप परिवाराची कर्तृत्ववान पिढी पाहिली की, त्यांच्या रक्तातच पूर्वजांचे सळसळते तेजस्वी रक्त आहे याची साक्ष पटते. नरेश जगताप, माधवराव जगताप, हरजी जगताप, कातोजी जगताप, बाळाजी जगताप, असे शिवरायांचे अश्वदल सांभाळणाऱ्या अनेक जगताप सरदारांचे संदर्भ सापडतात. संताजी जगताप, खंडोजी जगताप हे त्यांच्यातील प्रमुख होत. त्या काळातील शिवरायांचे अश्वदल म्हणजे स्वराज्याचा आत्मा होता. घोडदळाच्या परिपूर्ण क्षमतेशिवाय कोणतीही लढाई जिंकणे शक्य नव्हते. त्यामुळे शिवरायांनी आपले अश्वदल खास व्यक्तींकडे म्हणजेच गोदाजीराजे जगतापांकडे दिले होते. मोगल सुलतान यांच्याकडे देखील घोड्यांच्या अप्रतिम जाती होत्या. केवळ या ताकदीवरच त्यांनी आपले भव्य साम्राज्य उभारले होते. आपण कोठे कमी पडलो, तर रयतेच्या कल्याणकारी स्वराज्याचे स्वप्न पूर्ण होऊच शकत नाही याची छत्रपती शिवरायांना देखील जाणीव

होती.

जगताप परिवार हा भरतपूर भागातून आल्याने त्यांना घोड्यांच्या विविध जातींची पूर्वापार अशी आपल्या वंशजांकडून माहिती होतीच. भरतपूरवरून येताना जगताप परिवाराने घोड्यांच्या बऱ्याच उत्तम जाती बरोबर आणल्या होत्या. त्यांचा व्यवस्थित सांभाळदेखील केला होता. शहाजीराजे यांनीदेखील सासवड परिसराला भेट दिल्याचे संदर्भ आढळतात. घोडी खास प्रशिक्षित केल्याशिवाय युद्धाला तयार होत नाहीत. हे घोड्यांचे कसब जगताप परिवारांकडे होते, हे महत्त्वाचे. स्वराज्यासाठीचे योगदान जगताप परिवारांनी दिले होते. जगताप परिवारांनी इतर सरदारांसाठी देखील सर्वगुणसंपन्न घोडे निर्माण केले. खास छत्रपती शिवरायांसाठी देखील त्यांनी खास बलदंड असा अश्व निर्माण केला. अचानक छापा टाकून शत्रूची दाणादाण उडवायची आणि शत्रू पुरता जागा व्हायच्या आत तेथून विद्युत चपळाईने मागे फिरायचे, हे शिवरायांचेच नव्हे तर एकंदरीत मावळ्यांचे एक परिणामकारक असे युद्धतंत्र होते. समोरासमोर लढण्यासाठी शिवरायांकडे तेवढे मनुष्यबळ कधीच नव्हते. काही क्षणांत शत्रूच्या गोटात प्रचंड विध्वंस करायचा आणि तेथून तितक्याच चपळाईने निघून जायचे. या सर्व प्रक्रियेमध्ये शिवरायांच्या अश्वदलाची भूमिका अत्यंत महत्त्वाची राहिलेली आहे.

जगताप परिवारातील सूरसिंग जगताप हे सातारा गादीचे सरदार होते. आपल्या पराक्रमाच्या आणि निष्ठेच्या बळावर सूरसिंग जगताप यांना सरदारकीचा मान मिळाला होता. सरदार सूरसिंग जगताप यांचाही प्रवास संघर्षमय आहे. कोणत्याही परिस्थितीत मराठी साम्राज्य टिकले पाहिजे ही त्यांची उदात्त भावना होती. मराठ्यांची एकजूट कायम राहावी म्हणून त्यांनी शेवटपर्यंत प्रयत्न केले. सातारा गादीच्या स्वामिनिष्ठेसाठी त्यांनी दिलेले योगदान बहुमोल आहे.

सरदार दुर्गोजी जगताप हे देखील छत्रपती शाहू महाराजांचे अतिशय विश्वासू सरदार होते. मराठी साम्राज्याचा फार धकाधकीचा काळ होता, तेव्हा त्यांनी आपल्या विचारांशी आणि निष्ठेशी प्रामाणिक राहून स्वराज्याची सेवा केली. आपल्या तेजस्वी मराठी बाण्याचा आणि वीर योद्ध्याचा धर्म त्यांनी शेवटपर्यंत सोडला नाही. जगताप घराण्यातील लोक पराक्रमी, बलवान, धाडसी व शूर होते. अगदी गेल्या पिढीपर्यंत घराघरातले कोणीतरी लष्करात भरती होत असे. ही परंपरा आतापर्यंत जोपासली गेली आहे.

पुण्याजवळच्या शहाजीराजांच्या जहागिरीतील सासवड कमिटीमधील दहा गावांची देशमुखी जगतापांकडे होती. जगताप घराण्यात शिवकाळात गोदाजी जगताप व परस पाटील, जगतापांच्या वंशातील नंदाजी जगताप पुरंदरच्या पहिल्या लढाईत शिवरायांकडून लढले होते. जगताप घराणे म्हणजे छत्रपती शिवरायांच्या

इतिहासातील मानाचे पान. छत्रपती शिवाजी महाराज, छत्रपती संभाजी महाराज, छत्रपती राजाराम महाराज या तिन्ही छत्रपतींचा कार्यकाळ अनुभवलेले हे जगताप घराणे होते. सासवड परगण्याचे देशमुख, स्वराज्यासाठी झालेल्या खळद - बेलसर लढाईचे सरदार, तसेच शेवटच्या काळात ३५हजार पायदळाची सरनोबतकी होती. पराक्रमी स्वामिनिष्ठ श्रीमंत गोदाजीराजे जगताप देशमुख यांची वैभवशाली कारकीर्द याच काळात सुरू झालेली.

छत्रपती शिवरायांनी स्वराज्य स्थापनेस सुरुवात केली होती. तोरणा, सुभानमंगल, रोहिडा असे किल्ले त्यांनी काबीज केले. विजापूरच्या आदिलशाही दरबारात शिवबांच्या स्वराज्य स्थापनेच्या खबरी येऊ लागल्या. शिवरायांचा बंदोबस्त करण्यासाठी आदिलशहाने सन १६४८ साली फत्तेखानास धाडले. आदिलशाहीचा सरदार फत्तेखान हा वीस हजार फौज घेऊन छत्रपती शिवरायांवर चालून आला. त्याने सुभानमंगल जिंकून नंतर पुरंदरवर हल्ला केला. फत्तेखानाने जेजुरीजवळील बेलसर येथे आपला तळ ठोकला होता. खानाच्या सैन्याने शिरवळजवळील सुभानमंगल किल्ल्यावर हल्ला करून किल्ला काबीज केला. मराठ्यांचा हा पहिलाच पराभव होता. छत्रपतींनी कावाजी मल्हार यास सुभानमंगल भुईकोटावर चालून जाण्यास सांगितले. त्यांनी एका रात्रीत गड सर केला; तर फत्तेखानावर हल्ला करण्यासाठी बाजी पासलकर, कान्होजी जेधे, बाजी जेधे, गोदाजी जगताप यांसारखी स्वराज्यनिष्ठ मंडळी बेलसरच्या छावणीवर चालून गेली. अचानक हल्ला करून त्यांनी खानाच्या सैन्याची कत्तल केली व पुरंदरचा पायथा गाठला. फत्तेखानचा सरदार मुसेखानाने पुरंदरावर हल्ला केला. पुरंदरला खानाच्या सैन्याचा वेढा पढला. गडाजवळ फत्तेखानाच्या सैन्याचे व मराठ्यांचे तुंबळ युद्ध झाले. बाजी पासलकर, कान्होजी जेधे, गोदाजी जगताप यांनी गनिमांची कत्तल केली. याच वेळी बाजी पासलकर यांना वीरमरण आले.

गोदाजी जगताप यांनी फत्तेखानाचा सरदार मुसेखान याला गाठला आणि सरदार मुसेखान व गोदाजी जगताप एकमेकांना भिडले. दोघांत तुंबळ युद्ध झाले. अखेरीस गोदाजीच्या वाराने मुसेखानाच्या छाताडाचा वेध घेतला व खान कोसळला. गोदाजीचा रौद्र पराक्रम पाहून फत्तेखान घाबरून विजापूरला पळून गेला. या लढाईत गोदाजी जगताप यांच्या सोबत त्यांचे बंधू संताजी व खंडोजी हे देखील होते. जगताप बंधूंनी या लढाईत पराक्रमाची शर्थ केली. पुरंदरच्या या ऐतिहासिक लढाईत बलाढ्य सरदाराचा वध करण्यात आला होता. या विजयामुळे स्वराज्यावरील फार मोठे संकट टळले होते. अशा या शौर्यशाली घराण्यातील इंदुमती राणीसाहेब होत्या. या घराण्यामुळेच राणीसाहेबांचे संस्कार इतिहासात अजरामर झाले.

१३

इंदुमती राणीसाहेबांचे बालपण

इंदुमती राणीसाहेब यांचा जन्म त्यांच्या आजोळी महागाव येथे ६ डिसेंबर, १९०६ रोजी झाला. त्या मूळच्या सासवड येथील जगताप घराण्यातल्या. त्यांचे वडील कै. शंकरराव जगताप हे अतिशय उच्च कुळातील निःस्पृह व सोज्वळ असे व्यक्तिमत्त्व होते. राणीसाहेबांचे मूळचे नाव जमनाबाई. त्या माहेरी जमनाक्का म्हणून ओळखल्या जात. आई-वडील अतिशय रूपवान असल्याने त्यांच्या रूपाचे तेज जमनाक्काने उचलले होते.

शिवछत्रपतींच्या सुप्रसिद्ध पुरंदर गडावरील पागेचे काम जगताप घराण्यांच्या पूर्वजांकडे होते. शंकरराव जगताप यांच्या पत्नीचे नाव जानकीबाई. जानकीबाई या महागावकर देसाई घराण्यातील होत्या. या दांपत्याला चिमासाहेब नावाचे एक पुत्ररत्न होते. चिमासाहेबांच्या जन्मानंतर तब्बल १२ वर्षांनी 'जमनाबाई' यांचा जन्म झाला. लाडाकोडाबरोबरच त्यांना उच्चशिक्षणही देण्यात शंकरराव जगताप व आई जानकीबाईंनी कोठेच कमतरता ठेवली नाही.

जानकीबाईंनी आपल्या लेकीच्या संस्कारात, शिक्षणात कोठेच कमतरता ठेवली नव्हती. लेक जशी गुणवान होती, तशीच ती रूपवान देखील होती. जमनाबाई अतिशय नाजूक, रेखीव, जशी काही कुंदाची कळीच. काळेभोर केस, मोठेसे कपाळ, उभट चेहरा, चाफेकळी नाक, नाजूक जिवणी, हाता-पायांची बोटे तर चवळीच्या शेंगेसारखी खरोखरच दृष्ट लागेल अशी. सासवडकर जगतापांची ही राजकन्या. साक्षात देवीचे रूपच जणू. मुलगी झाली आणि जानकीबाई धन्य धन्य झाल्या.

जमनाबाईंच्या रूपाने समस्त जगताप घराण्याला एक सुस्वभावी, तेजस्वी मुलगी मिळाली होती. त्यांचे भारदस्त व्यक्तिमत्त्व, गौरवर्ण, प्रसन्न व सुहास्य मुद्रा,

खानदानी व्यक्तिमत्त्व, मंजूळ आणि मोजकेच बोलणे, गोरापान वर्ण, नितळ चेहरा, रेखीव नाक-डोळे, मृदू आवाज. सरळ नासिका, बुद्धीची धार, पाणीदार डोळे, किंचित मुरडलेली जिवणी, चेहऱ्याला शोभणारी केसांची महिरप, भरपूर उंची आणि दीप्तिमान कांती. प्रसन्न, गंभीर स्मित मोनालिसाच्या हास्याइतकेच गूढ; पण सुंदर वाटे. सारी जगताप मंडळी लहानग्या जमनाक्कांचे कौतुक करत असत. मोठी चुणचुणीत, चलाख, तडफदार, विचारी, शांत, सोज्वळ अशा जमनाक्काने अवघ्या सासवडकरांना जिंकून घेतले होते. त्या काळातील प्रथेप्रमाणे जगतापांनी जात्याच हुशार, बुद्धीने चौकस, चतुर, बहुगुणी अशा आपल्या लाडक्या लेकीला पाढे-परवचे, लेखन, वाचन, व्याकरण यांचे धडे दिले होते. चौकस बुद्धीच्या जमनाबाईंनी आपल्या हुशारीने सर्वांना आपलेसे करून सोडले होते. जमनाबाईंच्या रूपाने जगतापांच्या घराण्यात एक नवी स्त्रीशक्तीच जन्माला आली होती. अनेक आव्हाने स्वीकारून मराठ्यांची अस्मिता घडवणाऱ्या थोर स्त्रियांच्या मालिकेत महाराणी ताराराणी, महाराणी जिजाबाई (दुसऱ्या) या दोघींचे तेजस्वी, प्रखर, शौर्यशाली व्यक्तिमत्त्व जसे आपले लक्ष वेधून घेते तसेच 'इंदुमती' राणीसाहेबांचे शांत, संयमी, सोज्वळ व्यक्तिमत्त्वही आपले लक्ष वेधून घेते.

त्या काळात इनामदार, देशमुख वतनदार खानदानी घराण्यात शेतीचा कारभार, धार्मिक विधी, कथा व पुराण सांगणे, विद्याभ्यास, जमाखर्च, कारकुनी वगैरे बाबी पाहण्यासाठी कारभारी नेमलेले असत. धार्मिक विधी, कथा, पुराण, विद्याभ्यास वगैरे कामांसाठी ब्राह्मण नेमलेले असत. त्यांच्याकडून त्या घराण्यातील मुलांचा विद्याभ्यास करून घेतला जात असे. तसेच घराण्यातल्या मुलांवर संस्कार करण्यासाठी रामायण, महाभारत व पुराणकथा वगैरेंचीही माहिती दिली जात असे. इंदुमती राणीसाहेबांचा सर्व विद्याभ्यास सासवडच्या जगताप वाड्यातच पूर्ण झालेला होता. इंदुमती राणीसाहेब विद्या, कला, साहित्य वगैरेंचे ज्ञान प्राप्त होऊन त्या सर्व विषयांत पारंगत झाल्या होत्या.

इंदुमती राणीसाहेबांचे बोलणे अतिशय शांत पण अत्यंत प्रभावी असे. आपल्या प्रभावी बोलण्याने त्या भल्याभल्यांना चकित करत. छोट्या वयाला न शोभणारे प्रश्न त्यांना नेहमीच पडत असत. आपले वडील शंकरराव व आई जानकीबाई यांच्याकडून प्रत्येक प्रश्नाचे उत्तर मिळाल्याशिवाय त्या शांत बसत नसत. भविष्यात उच्च विचार, नीतिमूल्यांची जपणूक, मानवी समतेची दृष्टी आपल्या लेकीला लाभावी म्हणून जानकीबाई त्यांच्यावर चांगले संस्कार करत असत. आपले शिक्षक, आई-वडील, जाणकार, बुजुर्ग लोक यांच्याकडून त्या विविध प्रकारची माहिती मिळवत असत. वाचन, मनन, चिंतन, वाचलेल्या, ऐकलेल्या माहितीबद्दल त्या सतत विचार करत असत. इंदुमती राणीसाहेबांचे विचार सामान्य नव्हते, तर ते

भविष्य घडविणारे होते. परिस्थिती बदलणारे होते. महाराष्ट्रातील ज्या अनेक घराण्यांनी इतिहास घडवला त्या सासवडकर जगताप घराण्यात त्यांचा जन्म झाला होता. या इतिहासप्रसिद्ध घराण्यात एकापेक्षा एक अनेक शूर व कर्तबगार पुरुष जन्माला आले होते.

वडील शंकरराव स्वत: जातीने मुलीकडे लक्ष देत असत. आसपासच्या बायका वारंवार दृष्ट काढत व वाईट नजरेच्या बायकांपासून जमनाक्कांना लपवून ठेवण्याचा सल्ला जानकीबाईंना देत असत. इंदुमती राणीसाहेबांमध्ये राजतेज, कुलीनता, शालीनता, संयम व संतुलन यांचे मिश्रण होते. त्यांचे भारदस्त व्यक्तिमत्त्व, प्रसन्न व सुहास्य मुद्रा कोणत्याही विषयावर अभ्यासपूर्ण व शांतपणे बोलण्याची शैली यांचा प्रभाव त्यांच्या सान्निध्यात येणाऱ्या प्रत्येक लहान-थोर व्यक्तीवर पडत असे. बघता बघता दहा वर्षे पाखरासारखी उडून गेली. जमनाक्काच्या रूपाची व बुद्धीची चर्चा कोल्हापूरच्या राजर्षी शाहू महाराजांच्या कानावर गेली.

१४

वधूपरीक्षा व विवाह

कौतुकात आणि लाडाकोडात जमनाक्कांची ११ वर्षं भुर्रकन उडून गेली. जमनाक्कांच्या रूपाची व गुणाची वार्ता एखाद्या सुगंधी फुलासारखी सर्वदूर पसरली होती. चुणचुणीत, चलाख, तडफदार, विचारी, शांत, सोज्वळ अशा जमनाक्कानी अवघ्या सासवडकरांना जिंकून घेतले होते. घरातल्या सर्वांना अगदी चौकस बुद्धीने विविध प्रश्न विचारून त्या भंडावून सोडत असत. सुहास्य वदनाच्या, चतुर, बहुगुणी जमनाक्कांनी सर्वांना आपलेसे करून सोडले होते.

जगतापांच्या सौख्यात, आनंदात, मैत्रिणींच्या, नातेवाइकांच्या मेळाव्यात, भातुकली खेळता खेळता अकरा वर्षे कशी निघून गेली कळलेच नाही. अंगणात दाणे टिपायला आलेल्या चिमण्यादेखील अजून रेंगाळत तोवरच जमनाक्कांचा खेळण्याबागडण्याचा काळ कधी निघून गेला हे कळलेदेखील नाही. जमनाक्कांचे बालपण केव्हाच मागे पडले होते. प्रत्येक गोष्टीचे ज्ञान त्यांना आपल्या माहेरी मिळाले होते. सासवडकर जगतापांच्या घराण्यातील वातावरणामुळे मनाने अत्यंत प्रगल्भ, भावनांना आवर घालणाऱ्या व अंगी बहुश्रुतपणा आलेल्या अशा जमनाबाई तयार झाल्या होत्या. जगतापांच्या घरात मुलींना सर्व प्रकारचे शिक्षण मिळत असे. मुलगा-मुलगी फरक त्या काळातही केला जात नव्हता. शंकरराव जगताप व जानकीबाईंनी जमनाक्कांना तळहाताच्या फोडाप्रमाणे जपून योग्य तेच संस्कार केले. शिक्षण, त्याग, सेवावृत्ती, प्रेम, भक्ती, विवेक, संयम इत्यादी सद्‌गुणांचे शिक्षण जमनाक्कांना आपल्या माहेरी सासवडलाच मिळाले होते. जमनाक्कांच्या जडणघडणीच्या काळात लोकांविषयी कळवळा, स्वाभिमान, क्षात्रतेज, अस्मिता, भविष्यातील राणीपणाच्या दृष्टीने पाया अतिशय भक्कम तयार झाला होता.

जमनाक्कांच्या या सर्व चांगल्या चांगल्या गुणांची वार्ता कोल्हापूरच्या छत्रपती

घराण्याच्या कानावर जायला वेळ लागला नाही. योगायोग म्हणजे त्या वेळी कोल्हापूरचे राजे श्रीमंत छत्रपती शाहू महाराज हे आपले धाकटे चिरंजीव प्रिन्स शिवाजी यांच्यासाठी वधू शोधण्याच्या विचारातच होते. त्यांच्या कानावर जमनाक्कांची कीर्ती गेलीच होती. कोल्हापूरच्या छत्रपतींनी जगतापांना सांगावा धाडला व वधूपरीक्षा करण्याचे निश्चित केले. शंकरराव जगतापांना मुलीला कागलला घेऊन येण्याबद्दल निरोप धाडला. कागलला वधूपरीक्षा करण्याचे निश्चित केले. छत्रपती राजर्षी शाहूंच्या बरोबर त्यांचे सल्लागार रावसाहेब सबनीस दिवाणसाहेब हेही हजर होते. मुलीला पाहून सर्व मंडळी खूश झाली. जमनाक्कांच्या रूपाबरोबर त्यांच्या गुणांचीही परीक्षा घेण्यात आली. महाराजांनी आपल्या दिवाणसाहेबांना वधूपरीक्षा घेण्याची विनंती केली. महाराजांना मुलगी सून म्हणून अप्रतिम वाटली. राजघराण्यात येणाऱ्या सुनेला फक्त रूप असून चालत नाही, तर पुढे राज्यकारभारासाठी तल्लख बुद्धीचीही आवश्यकता असते. त्यात राजर्षी शाहू महाराजांची सून होणे नक्कीच सोपी गोष्ट नव्हती. महाराजांनी सबनीस दिवाणांना जमनाक्कांच्या बुद्धिचातुर्याची कसोटी घेण्यास सांगितले. महाराज दिवाणजींना म्हणाले, ''विचारा मुलीला काही प्रश्न. सबनीस दिवाणांनी जमनाक्कांना पहिला प्रश्न विचारला ''मांजर या शब्दाचे स्त्रीलिंगी रूप कोणते?'' जमनाक्कांनी 'भाटी' असे अचूक उत्तर दिले. तेव्हा सर्व मंडळी खूश झाली. सबनीस दिवाणांनी लगेच दुसरा प्रश्न विचारला. '''चमचा' या शब्दाची विभक्ती कोणती?'' प्रश्न तर चांगलाच संभ्रमात टाकणारा होता. सर्वसामान्य मुले खरेतर फसतात व 'षष्ठी' म्हणून उत्तर देतात; कारण चा, ची, चे हे षष्ठीचे प्रत्यय; परंतु जमनाक्का या विलक्षण तेज बुद्धीच्या होत्या. त्यांनी या प्रश्नाचे 'प्रथमा' असे तत्काळ उत्तर दिले.

क्षणभर खासबागेतील राजमंडळी स्तिमित झाली व त्यांना कौतुकही वाटले. मुलीच्या हुशार व चाणाक्ष बुद्धीची सर्वांनाच ओळख पटली. जमनाक्कांच्या रूपाबरोबर बुद्धिमत्ताही विलक्षण होती. महाराजांनी त्वरित निर्णय घेऊन जमनाक्कांना सून म्हणून आपल्या घराण्यात आणण्याचे ठरवले. प्रिन्स शिवाजी यांचे लग्न जमनाक्कांबरोबर निश्चित करण्यात आले. विवाह समारंभ पार पडेपर्यंत वधूकडील सर्व पाहुण्यांची व्यवस्था कागल येथेच करण्यात आली. इंदुमती राणीसाहेबांची निवड छत्रपती शाहूंनी आपली सून म्हणून केली, तेव्हापासूनच राजर्षींचा स्त्रीशिक्षणसंबंधीचा दृष्टिकोन आणि सर्वसमभाव यांचा प्रत्यय येतो. जगतापांकडे शिवरायांच्या काळापासून पुरंदर गडाच्या पागेचे काम होते आणि त्यासाठी त्यांना इनामही होते. जगताप दांपत्याला दोनच मुले. चिमासाहेब हा मुलगा आणि त्यांच्या पाठीवर जमना ही मुलगी. दोघेही शाळेत जात होते. १९०६ साली जन्मलेली जमना अवघ्या दहा वर्षांची होती, तेव्हाच त्यांचे लग्न ठरले.

इंदुमती राणीसाहेबांची निवड राजर्षींनी सून म्हणून केली होती ती केवळ त्यांच्या रूपामुळे नव्हे, तर त्यांच्या हुशारीमुळे, धिटाईमुळे, बुद्धिमत्तेमुळेही. छत्रपती राजर्षी शाहूंनी जमनाक्कांची निवड नुसती मुलगी पाहून केली नव्हती, घरदार पाहून तर नक्कीच नव्हती. शंकरराव जगताप राजर्षींच्या तोलामोलाचे धनवंत नक्कीच नव्हते. तो काळ खरेतर सत्ता, प्रतिष्ठा, सौंदर्य यांचाच विचार करून सोयरसंबंध करण्याचा होता; पण राजर्षी शाहूंचे कान बदलत्या काळाची चाहूल घेणारे होते. त्यांनी कागलच्या खासबागेत दिवाण सर रघुनाथ सबनीसांकरवी जमनांची वधूपरीक्षा घेतली होती.

नवीन सुनेने राजवाड्यात प्रवेश केला. इतकी सुशील व देखणी सून मिळाल्यामुळे सासरच्यांनी त्यांच्यावर कौतुकाचा वर्षावच केला. इंदुमती राणीसाहेबांची वागण्याची अदब, बोलण्याची पद्धत आपल्या राजघराण्याला शोभणारी आहे हे छत्रपती शाहू महाराजांनी केव्हाच ओळखले होते. आपल्या राजघराण्यात आल्यावर या कुटुंबाचे रीतिरिवाज, संस्कार इंदुमती राणीसाहेब नक्कीच सांभाळतील याची खात्रीच नव्हे तर विश्वासच छत्रपती शाहूराजांना होता. मनोहर अशा शिवाजीराजांना अत्यंत गुणशालिनी अशा सासवडकर जगताप घराण्यातील भार्या प्राप्त झाल्या. महापराक्रमी महापुरुषांचा वारसा लाभलेल्या भोसल्यांचे अंगण जमनाक्कांना नव्याने साजिवंत करायचे होते. चंद्र-सूर्याचे दिवे नेत्रांत धारण करत भाग्याचे स्वस्तिक पायखुणांना लेऊन भरजरी वस्त्रांनी व रत्नजडित अलंकारांनी जगतापांची लेक भोसल्यांच्या घरात आल्या. सर्व समाजातील जाति-धर्माचा विचार करू पाहणाऱ्या, त्यांच्या विकासाचा ध्यास घेणाऱ्या छत्रपती राजर्षी शाहू महाराजांच्या घरात जमनाक्का आल्या.

या लग्नाबाबत आपल्या तोलाच्या घराण्याचा आग्रह तर छत्रपती शाहूंनी कधीच ठेवला नव्हता. जिथे जातीपातींचे भेदही त्यांनी कटाक्षाने दूर ठेवण्याचा प्रयत्न केला होता, तिथे गरीब-श्रीमंतीचा भेद ते कसा करतील? मात्र त्यांनी जमनाला नीट पारखून घेतली होती. महाराजांना जमनाच्या बुद्धिमत्तेचे खूप कौतुक वाटले होते. त्यांनी ती चुणचुणीत लावण्यवती मुलगी सून म्हणून पसंत केली. जून १९१७ मध्ये लग्न थाटात पार पडले आणि जमना, इंदुमती राणीसाहेब म्हणून शाहू महाराजांच्या कुटुंबात दाखल झाल्या. आपल्या सूनबाईंना अकारण भीड सोडून देण्याची, सुसंस्कृत धिटाईची दीक्षाही महाराजांनीच दिली. त्यांना घेऊन ते ग्वाल्हेरच्या अलिजाबहादुरांकडे गेले असता त्या मंडळींनी त्यांना आग्रहाने ठेवून घेतले आणि शाहू महाराजही तो आग्रह मानून त्यांना तिथे काही दिवसांसाठी ठेवून परत आले.

लग्न ठरल्यानंतर होणाऱ्या वधूच्या रूपाची, लावण्याची चर्चा एक कौतुकाचाच विषय होऊन राहिली. तेथील बायका मंडळींची वधूला पाहण्याची उत्सुकता वाढली. सर्व महिला मुलीला पाहून येत. तिच्या गोरेपणाची चर्चा सर्वदूर पसरे. जमनाक्कांच्या

गोरेपणाची तुलना केवड्याच्या पानाबरोबर केली जाई. राजकुळातील सर्व लहान-थोर मंडळी जमनाक्कांच्या सौंदर्यावर बेहद्द खूश होती. कोल्हापुरात जेवणावळी झडू लागल्या. नवरा-नवरीला हळद लागली. जगतापांच्या जमनाक्का लगीनसाज ल्यायल्या. पायावर हळदी-कुंकवाची स्वस्तिके रेखली होती. दोन्ही हातांत हिरवा चुडा, तर अंगावर मोराच्या भरगच्च पदराची पैठणी, कपाळाला सुंदरसा मळवट, त्यावर अक्षता विराजमान झालेल्या. मुंडावळ्यांचे टपोरे मोती सर्वांचे लक्ष वेधून घेत होते. अंगावरचे मौल्यवान, हिऱ्या-मोत्यांचे, माणिक-पाचूंचे दागिने व भांगात हिऱ्यांची बिंदी चमकत होती. कानात पाचू-माणिक-मोत्यांचे झुबे डुलत होते, तर कमरेवर जडावाचा कंबरपट्टा. दंडात नक्षीच्या वाक्या, तर पायात तोडे, साखळ्या, जोडवी सुवर्णकारांनी अतिशय सुंदर बनवून दिली होती. हातामध्ये हिऱ्या-मोत्यांच्या दागिन्यांबरोबर हातातील नक्षीदार तोडे सर्वांचेच लक्ष वेधून घेत होते. अंगावरचा भरजरी चंदेरी दुपट्टा सांभाळता सांभाळता जमनाक्का पार दमून गेल्या. टपोऱ्या डोळ्यांत घातलेले काजळ व हिऱ्या-मोत्यांनी नखशिखांत मढलेल्या जमनाक्का अतिशय सुंदर दिसत होत्या.

६ जून, १९१७ रोजी प्रिन्स शिवाजी व जमनाक्कांचा विवाह कोल्हापूरच्या राजवाड्यात मोठ्या थाटामाटात पार पडला. शाहू महाराजांच्या ज्येष्ठ कन्या आक्कासाहेब महाराजांच्या लग्नाच्या वेळी बांधलेल्या भव्य लग्नमंडपात शाही इतमामाने हा विवाह थाटामाटात पार पडला. सनई-चौघड्यांच्या सुरात जमनाक्कांनी शिवाजीराजेंना वरमाला घातली. जगतापांच्या जमनाक्का भोसल्यांच्या राजलक्ष्मी झाल्या होत्या. शिवाजीराजे व जमनाक्का यांचा जोडा लक्ष्मी-नारायणसारखा सुंदर, देखणा दिसत होता. हा लग्नसोहळा कोल्हापूरकरांच्या डोळ्यांचे पारणे फेडणारा झाला होता. लक्ष्मीप्रमाणे सौंदर्य आणि सरस्वतीचे वरदान लाभलेल्या जमनाक्काने भोसल्यांच्या घरात प्रवेश केला. या लग्नसमारंभाने सारी करवीरनगरी आनंदून गेली. जमनाक्कांचे नाव बदलून 'इंदुमती' ठेवण्यात आले.

नवीन सून, त्यातून अत्यंत सुशील व देखणी, तेव्हा सासरच्या मंडळींना खूप आनंद झाला होता. नव्या नवलाईच्या सूनबाई राजवाड्यात फिरू लागल्या की त्यांच्यावर नुसता कौतुकाचा वर्षावच सुरू होई. आईसाहेब महाराजांच्या सहवासात इंदुमती राणीसाहेब हळूहळू रमू लागल्या. इंदुमती राणीच्या सहवासाने संपूर्ण राजवाडा सुखावू लागला. संपूर्ण राजवाडा इंदुमती राणीसाहेबांच्या चुड्यांच्या किणकिणाटाने अन् पैंजणाच्या छनछनाटाने निनादू लागला. कोल्हापूरच्या राजवाड्यात इंदुमती राणीसाहेबांच्या आगमनाने आनंद ओसंडून वाहू लागला. आईसाहेबांच्या, छत्रपती शाहू महाराजांच्या, शिवाजीराजेंच्या सहवासात इंदुमती राणीसाहेब आनंदाने न्हाऊन निघू लागल्या. ११ वर्षांच्या लहानग्या इंदुमती राणीसाहेबांना आईसाहेबांनी आपल्या

प्रेमळ वागण्या-बोलण्याने सासवडची आठवण होऊ दिली नाही. आपल्या शांत व विनयशील स्वभावाने, वागण्याने इंदुमती राणीसाहेबांनी अवघ्या राजवाड्याचे, संपूर्ण भोसले कुटुंबाचे मन जिंकून घेतले. दुधात साखर विरघळावी तशा राणीसाहेब भोसले कुटुंबात एकरूप झाल्या. सासवडच्या जगतापांची ही लेक आता खऱ्या अर्थाने भोसल्यांची राजलक्ष्मी झाली.

राणीसाहेबांच्या सासूबाई आईसाहेब महाराज आपल्या या सुनेचे खूपच कौतुक करत. आईसाहेब म्हणत, 'बाळा, हे घर तुमचेच आहे. तुमच्या आईसाहेबांची सय आम्ही तुम्हाला कधीही जाणवू देणार नाही.' इंदुमती राणीसाहेबांच्या डोक्यावर प्रेमाने हात फिरवून आश्वासक शब्दाने प्रेम देत. इंदुमती राणीसाहेबांना कोठे ठेवू, कोठे नको असे सर्वांना होऊन जाई. सासूबाईंना तर आपल्या सुनेशिवाय चैन पडत नसे. कधी कधी तर त्या स्वत:च अत्यंत हौसेने सुनेची वेणीफणी करीत. अधूनमधून या छोट्या सुनेला एखाददुसरा खाद्यपदार्थही करायला लावत. त्यांनी केलेल्या पदार्थाचे भरभरून कौतुक करत. अशाप्रकारे कौतुकात, आनंदात दिवस कसे जात होते ते कळलेच नाही. बघता बघता वर्ष निघून गेले. इंदुमती राणीसाहेबांचे सुख व कौतुक जणू काळाला पाहवले नाही. १२ जून, १९१८ रोजी म्हणजे विवाहास जेमतेम एक वर्ष पूर्ण होते ना होते तोच प्रिन्स शिवाजींचा अपघाती मृत्यू झाला.

१५

काळाचा आघात

इंदुमती राणीसाहेबांचे सौभाग्य काळाने कायमचेच हिरावून नेले. अवघ्या १३ वर्षांच्या वयात इंदुमती राणीसाहेबांची स्वप्ने आपल्या पतीच्या चितेबरोबर जळून खाक झाली. मुलीचे खेळण्या-बागडण्याचे वय. त्या वयातच राणीसाहेबांना वैधव्याला सामोरे जावे लागले. वैधव्य काय असते हे समजायचे पण राणीसाहेबांचे वय नव्हते. इतर लोकांनाच त्यांच्याकडे पाहून वाईट वाटे. इंदुमती राणीसाहेबांच्या मातोश्री जानकीबाई यांनी आपल्या लेकीच्या अकाली वैधव्याच्या दु:खाने वीस दिवसांतच या जगाचा निरोप घेतला.

प्रिन्स शिवाजीराजेंच्या अपघाती मृत्यूनंतर राजवाड्यातील सारे वातावरण बदलून गेले. १०० वर्षांपूर्वी विधवा स्त्रियांची अवस्था अतिशय दयनीय होती. सारे जग विचित्र नजरेने त्या स्त्रीकडे पाहत असे. विधवेला जगण्याचे काहीच अधिकार नाहीत, अशा पद्धतीने समाज वागत असे. कोणत्या ना कोणत्या कारणाने समाज या विधवांना पतीच्या मृत्यूची जाणीव करून देत असे. विधवांनी पांढरेच कपडे घालायचे, त्यांनी समाजात मिसळायचे नाही, अशी प्रथा होती. त्यांच्या जीवनाचा बेरंग करून सर्व हक्क त्यांच्यापासून काढून घेतले जात. जो माणूस आता या जगात नाही त्याच्या आठवणीत आयुष्य घालवण्याचा धडा शिकवला जात असे. कपड्यांबरोबर खाण्यापिण्याच्या मर्यादाही घातल्या जात. शांत असणे आणि पांढरी साडी नेसणे ही विधवेची ओळख बनवली गेली. शास्त्रानुसार पतीच्या निधनानंतर नवव्या दिवशीच पांढरे वस्त्र परिधान करण्याचा नियम घालून दिला होता. विधवा स्त्रीला आपल्या साडीचा रंग बदलायचा असेल तर एकदम फिक्कट रंग परिधान करावा लागे.

शास्त्रानुसार विधवेने लसूण-कांद्याशिवाय अन्न खावे आणि त्याबरोबर मसूर, मुळा आणि गाजर खाणे टाळावे. एवढेच नाही तर त्यांच्यासाठी अन्नात मांस आणि

मासे देणे म्हणजे घोर अपमान आणि पाप समजले जाई. विधवेचे जेवण पूर्ण सात्त्विक असे.

पतिनिधनानंतर त्या स्त्रीचे कुटुंबातील स्थान दुय्यम होते. धार्मिक रूढी व प्रभाव असलेल्या सनातनी समाजामध्ये स्त्री ही भावनिक, आत्मिक व सामाजिकदृष्ट्या देखील उपेक्षित होते व एकाकी पडते.

सर्व राजवाड्याची लाडकी सून आता सर्वांच्या टीकेचा विषय ठरली. त्याला कारणही तसेच होते. त्या काळी पारंपरिक रूढी-परंपरेचा पगडा प्रत्येक माणसावर होता. राजकुटुंब तरी त्याला कसे अपवाद असणार. त्या काळातील जुन्या समजुतीप्रमाणे पतीच्या निधनाचा संपूर्ण दोष पत्नीवरच येत असे. त्यामुळेच इंदुमती राणीसाहेबांकडे बघण्याची सर्वांचीच दृष्टी बदलली. इंदुमती राणीसाहेबांना एकाकी आयुष्य कंठावे लागले. समाजापासून, नातेवाइकांपासून त्या दूर फेकल्या गेल्या. त्यांचा कोंडमारा होऊ लागला. खरेतर त्या बिचारीचा काय दोष होता; परंतु अनिष्ट रूढी-परंपरेने समाज बांधला गेला होता. याला अपवाद एकच व्यक्ती होती आणि ती म्हणजे इंदुमती राणीसाहेबांचे सासरे राजर्षी शाहू महाराज. आपल्या सुनेची अवस्था पाहून शाहूराजांसारख्या विचारवंताला दु:ख होणे साहजिकच होते. महाराजांना दुहेरी दु:ख होते. एकतर पुत्रशोक आणि दुसरे म्हणजे तरुण विधवा सुनेचे दु:ख. या कात्रीत महाराज अडकले होते. महाराजांना वाटे, मी केले काय आणि झाले काय? मी कोणत्या हेतूने या हुशार, रूपवान, गुणवान मुलीला करून आणले आणि हे काय पुढे वाढून ठेवले. महाराज दु:खाने वेडेपिसे झाले होते. त्यांना काहीच सुचत नव्हते. दिवस-रात्र राजे आपल्या तरुण सुनेचाच विचार करत होते. ही कोंडी फोडण्यासाठी महाराज अहोरात्र विचारात गढून जात असत. महाराजांचा जीव आपल्या सुनेसाठी तिळतिळ तुटू लागला. त्या निष्पाप आणि दुर्दैवी परंतु काही चूक नसलेल्या इंदुमती राणीसाहेबांच्या चेहऱ्याकडे पाहण्याचे धाडसही महाराजांना होत नव्हते. महाराज जेव्हा जेव्हा आपली सून इंदुमती राणीसाहेबांशी बोलायचे धाडस करत, तेव्हा तेव्हा तो पोलादी, बळकट पुरुष अक्षरश: कोलमडून जाई. त्यांना आणखी भडभडून येई. छत्रपती शाहूंना पुत्रनिधनाचे अतिशय दु:ख झाले. वैयक्तिक शोकाबरोबर सुनेच्या आयुष्याची काळजी त्यांना बेचैन करू लागली. महाराज म्हणत “माझ्या या सुनेचे आता मी काय करू?” असा अस्वस्थ करणारा व्याकूळ प्रश्न एकदा महाराजांच्या तोंडून बाहेर पडला, तेव्हा तोफखाने आदी मंडळींनी इंदुमती राणीसाहेबांना उत्तम शिक्षण द्यावे आणि स्वावलंबी बनवावे. शिक्षण झाल्यानंतर संस्थानचे शिक्षण खाते त्यांच्या हवाली करावे, असा सल्ला दिला होता. एक कर्ता सुधारक राजा आणि एक प्रागतिक उदारमनस्क पुरुष म्हणून शाहू महाराजांचे या प्रसंगीचे वर्तन सदैव लक्षात राहणारे आहे.

फक्त १३ वर्षांचे निष्पाप लेकरू. जोडीला अलौकिक सौंदर्य व प्रचंड बुद्धिमत्ता! ही मुलगी आपले आयुष्य कशाच्या बळावर घालवणार? राणीसाहेबांचे आयुष्य वाया जाऊ नये म्हणून महाराज सखोलपणे विचार करू लागले. छत्रपती शाहू महाराज हे कर्ते समाजसुधारक होते. महाराजांच्या विचारातून एका चांगल्या कल्पनेचा जन्म झाला. महाराजांनी आपल्या सुनेला शिक्षण द्यायचे ठरवले. शिक्षणाची सुरुवात धार्मिक शिक्षणाने करावी, म्हणजे सुनेवर चांगले संस्कार होतील, ही कल्पना महाराजांच्या मनात रुंजी घालू लागली. धर्म व रूढी-परंपरेत अडकलेल्या समाजातून कसा मार्ग काढायचा याचा विचार ते दिवस-रात्र करू लागले. एवढ्या मोठ्या सर्वशक्तिमान माणसाची मतीसुद्धा या विचाराने गुंग होणे साहजिकच होते. एवढ्या तरुण, बुद्धिमान सुनेसाठी महाराज चांगला मार्ग शोधत होते. धर्माच्या रूढी-परंपरेतून बाहेर पडून, आपल्या सुनेचा बौद्धिक विकास कसा करावा याच विचारात महाराज सतत राहत. धाडसाने पाऊल उचलावे तर समाजाची भीती, न उचलावे तर सुनेची कोंडी.

सुनेला शिक्षण देण्याची कल्पना त्यांनी परिवारासमोर बोलून दाखवताच त्यांना अपेक्षेप्रमाणे कडक विरोध झाला. शिक्षणाने मुली बहकतात. वडीलधाऱ्यांचा अनादर करतात, स्त्रियांना शिक्षण देणे हा प्रतिष्ठेला धक्का, अशा कल्पना राजकुटुंबात खोल रुजलेल्या होत्या. शाहू छत्रपतींच्या न्यायी विचारसरणीपेक्षा त्या अधिक प्रभावी ठरल्या. महाराजांना रोज मुजरा करण्याची रीतही कुटुंबातल्या मंडळींनी डावलली; पण तो अपमान सहन करून त्यांनी आपल्या सुनेचे शिक्षण सुरू केले. भार्गवराव कुलकर्णी नावाचे शिक्षक. थोडे रागीट आणि विक्षिप्त आहेत अशी कल्पना तोफखाने यांनी महाराजांना दिली. तेव्हा सहजस्फूर्तपणे महाराज म्हणाले, "ते जोवर माझ्या सुनेला उत्तम विद्या देत आहेत, तोवर त्यांनी माझ्या सुनेचा उत्तम मान राखला नाही तरी चालेल. उलट मीच त्यांना नमस्कार करीन."

राजवाड्यातही शिक्षणाचे विचार पटण्यासारखे नव्हते. तेव्हा समाजच एवढा प्रगत नव्हता. जुन्या विचार परंपरेने बांधलेला समाज नव्या संकल्पना ग्रहण करण्यास कधीच तयार नसे. महाराजांना कळून चुकले होते, की सुनेला शिकवायचे म्हणजे समाजाचा रोष पत्करावा लागणार.

शिक्षणाचे संस्कार नाही घडले तर आपली सून या समाजाला कशी काय टक्कर देणार? ज्ञानग्रहण केल्याशिवाय आपल्या सुनेला योग्य-अयोग्य, चांगले-वाईट कसे काय समजणार? ज्ञान मिळाले तर व्यक्तिमत्त्व विकास होईल. आपल्या सुनेला शिक्षणाच्या भक्कमपणामुळे वेगवेगळ्या क्षेत्रांत संचार करता येईल. आपल्या सुनेच्या या जीवनाला काहीतरी नवीन दिशा मिळेल.

आपल्या सुनेला शिक्षण देण्याचा विचार महाराजांनी भावनेच्या आहारी जाऊन

न घेता पूर्ण विचारांती घेतला होता. महाराजांनी आपल्या जिव्हाळ्याच्या व्यक्ती म्हणून सबनीस सर व बापूसाहेब महाराज यांच्याशी विचारविनिमय, सल्लामसलत करूनच निर्णय घेतला. भास्करराव जाधवांचाही या परिवर्तन कार्यात मोठाच सहभाग होता. अत्यंत धाडसी आणि क्रांतिकारक विचारांचे पाऊल महाराज टाकणार होते आणि तेही प्रथम आपल्या घरातूनच. इंदुमतीदेवींचे आयुष्य म्हणजे शाहू छत्रपतींच्या स्त्रीशिक्षणविषयक कल्पना राबवण्याची एक उत्तम प्रयोगशाळा होती. त्यांनी आपल्या सूनबाईंच्या औपचारिक शिक्षणाची तर व्यवस्था केलीच; पण त्याचबरोबर शिक्षणाचा अनुकूल संस्कार स्वीकारणारे एक उत्तम व्यक्तिमत्त्वही त्यांनी प्रयत्नपूर्वक तयार केले.

शाहू छत्रपती आणि इंदुमतीदेवी यांच्यातले नाते फार हृद्य आणि प्रेरक असेच होते. ते केवळ सासरे आणि सून यांचे नव्हते तर जणू बाप-लेकीचेच होते. त्यांच्या काळाच्या पार्श्वभूमीवर यांना त्याचे वेगळेपण अधिकच जाणवते. शाहू छत्रपतींनी त्यांच्यावर नुसती मायाच केली नाही, तर त्यांना अक्षरश: घडविले. स्वार्थ विसरणे, परिवारावर प्रेम करणे, दुसऱ्याची काळजी वाहणे, वडीलधाऱ्यांचा योग्य तो आदर करणे, स्वावलंबन, त्याग आणि धैर्य याचे शिक्षण महाराजांनी स्वत:च आपल्या सूनबाईंना दिले. ते पुस्तकी शिक्षणाइतके, किंबहुना, थोडे अधिकच मोलाचे होते. हे शिक्षण जगाच्या शाळेत सहजासहजी न मिळणारे होते. इंदुमतीदेवींना रूढ पद्धतीने नुसते शिक्षित करण्याचा महाराजांचा हट्ट नव्हता, तर त्यांच्या व्यक्तिमत्त्वाचा सर्वांगीण विकास होऊन त्यांनी 'खरी स्त्री' बनावे असे राजांना वाटे. त्यांना लिहिलेल्या पत्रांतून त्यांनी अपेक्षा व्यक्त केल्या होत्या.

इंदुमतीदेवींना महाराजांनी आपल्या जातिभेदविषयक दृष्टीचीही दीक्षा दिली. माणुसकी आणि सहानुभूती यांचे महत्त्वही पटवून दिले. प्लेगने कोल्हापुरात कहर माजवला असताना आपल्या अनुपस्थितीत परिवाराच्या औषधपाण्याची जबाबदारी त्यांनी इंदुमतीदेवींवर सोपवली. सेवकवर्गाशी कसे वागावे याचेही धडे त्यांनी पत्रांमधून सुनेला दिले होते. इंदुमतीदेवींनी पत्राला दिलेली उत्तरे एका नम्र पण आत्मविश्वासाने परिपूर्ण अशा खंबीर मुलीची उत्तरे आहेत. मराठीत जे अनेक हृद्य पत्रसंवाद आहेत, त्यामध्ये हा अगदी अपूर्व असा सासरे-सून यांचा संवाद आहे.

इंदुमतीदेवींना महाराजांनी फार दक्षतेने वाढवले. त्यांच्या मनाची मशागत केली. त्यांच्या स्त्रीत्वाला विकासाची योग्य दिशा दिली. आपल्या सुनेला विदुषी करावे अशी त्यांची खूप इच्छा होती. १९२१मध्ये माँटगोमेरी यांना पत्र लिहिताना त्यांनी आपली सून विधवा असल्याचे म्हटले होते. तिच्यासाठी कायमस्वरूपी काही भविष्यनिर्वाह तरतूद करण्यासाठी ते माँटगोमेरीसह अनेक विश्वासपात्र हितचिंतकांशी बोललेही होते; परंतु त्यांच्या मृत्यूने सर्वच गोष्टींना खीळ बसली. राजघराण्यातील

सत्तास्पर्धा आणि लौकिक मानसन्मान यांच्यापासून इंदुमतीदेवी प्रथमपासून दूर होत्या आणि दूरच राहिल्या. त्यामुळे शिक्षणापासून मिळणारा आनंद हीच त्यांच्या कर्तृत्वाची प्रेरणा ठरली.

१६

शैक्षणिक वाटचालीला सुरुवात

छत्रपती शाहूंनी पूर्ण विचारांती निर्णय घेऊन आपल्या सूनबाईंना शिक्षण देण्याचा धाडसी निर्णय घेतला. सुरुवातीला धार्मिक शिक्षण दिले पाहिजे म्हणजे मनावर चांगले संस्कार होतील म्हणून मास्तर नेमून रामायण व महाभारत हे ग्रंथ त्यांच्याकडून वाचून घेण्यात आले. शिक्षक नेमताना महाराजांना अत्यंत काळजी घ्यावी लागत होती. तरुण, देखणी, विधवा व राजघराण्यातील मुलीला शिकवण्यासाठी तेवढेच ज्ञानी, हुशार, ऋषितुल्य व्यक्तिमत्त्व शोधावे लागणार होते. शिक्षक ज्ञानी, व्यासंगी असतील तर ते आपल्या विद्यार्थ्यावर नक्कीच चांगले संस्कार करतील.

महाराजांची निवड कधी चुकणार नव्हती. अगदी चोखंदळपणे महाराजांनी गुरूची निवड केली. भार्गवराव कुलकर्णी, पुजारी मास्तर, जोगळेकर मास्तर, देव मास्तर, कडोलीकर मास्तर या पाच शिक्षकांची महाराजांनी अगदी विचारपूर्वक निवड केली. भार्गवराव कुलकर्णी अतिशय हुशार; पण कडक व विचित्र स्वभावाचे शिक्षक होते; परंतु महाराजांनी काहीतरी निश्चित हेतू मनामध्ये ठेवून त्यांची निवड केली होती. आपल्या सुनेला कशा व कोणत्या प्रकारे शिक्षण हवे हे महाराजांनी पाचही शिक्षकांशी चर्चा करून ठरवले. प्रत्येक शिक्षकांना वेगवेगळे विषय वाटून दिले. कोणी काय काय शिकवायचे हे महाराजांनी अगदी विचारपूर्वक, मुद्देसूद प्रत्येकाला पटवून दिले. ताबडतोब अंमलबजावणी होऊन राणीसाहेबांचे शिक्षण तत्काळ सुरू झाले.

भार्गव मास्तरांबद्दल महाराजांकडे अनेक तक्रारी येत होत्या. भार्गव मास्तर मानी व तडफदार होते. महाराजांना पण त्यांचा गर्विष्ठ व हेकेखोर स्वभाव माहीत होता. ते राजाराम हायस्कूलचे मुख्याध्यापक असल्यापासून महाराजांना त्यांच्या तऱ्हेवाईक स्वभावाची माहिति होती. ते विचित्र आहेत, ते आपला उपमर्द करतील असे

महाराजांना बऱ्याच जणांनी सांगितले होते. महाराज अत्यंत धोरणी होते. ते म्हणाले, "मी शिक्षकांना पगार देणारा असलो, तरी तो त्यांच्या विद्याकामासाठी. विद्येचे महत्त्व मी चांगलेच जाणतो. भार्गव सर जोपर्यंत माझ्या सुनेला विद्यादान करत आहेत, तोपर्यंत त्यांनी मला मुजरा केला नाही तरी चालेल. उलट माझ्या सुनेच्या भल्यासाठी, कल्याणासाठी त्यांना विद्या देणाऱ्या गुरूला मी जरूर नमस्कार करेन. मी मुजरा करणार नाही." घमेंडी व अहंकारी शिक्षकाच्या स्वभावाला महाराजांनी दिलेले उत्तर किती उदात्त व मौलिक होते. महाराजांच्या या थोर विचारांचा प्रत्यय वेळोवेळी येत होता.

भार्गव मास्तरांच्या कानावर जेव्हा या गोष्टी गेल्या, तेव्हा मास्तर अवाक्‌च झाले. महाराजांच्या आचारविचारांचा प्रत्यय जेव्हा त्यांना आला, तेव्हा ते उद्‌गारले, "हा खरा तत्त्वज्ञ राजा आहे."

शालेय शिक्षणाबरोबर इतरही विषय आपल्या सुनेला शिकवण्याचे प्रयत्न महाराजांनी सुरू केले. त्या वेळच्या सामाजिक प्रथेप्रमाणे इंदुमती राणीसाहेबांच्या शिक्षणाला बाहेरच्या समाजाबरोबर राजवाड्यातही विरोध होऊ लागला. या सर्वांच्या विरोधामुळे राणीसाहेबांच्या शिक्षणात सारखे अडथळे निर्माण होऊ लागले. 'राजघराण्यातील सुनेला शिकून काय करायचे,' अशा चर्चा दबक्या आवाजात होऊ लागल्या. महाराज विचार करू लागले, की ही कोंडी कशी फोडायची. समाजाचे दाहक वास्तव बघून सुनेच्या शिक्षणाची सुरुवात राजवाड्यातून करणे अगदी अशक्यप्राय होते; पण हरतील ते महाराज कसले? त्यांनी खूप धाडसी निर्णय घेतला. या निर्णयामुळे रूढीप्रिय राजघराण्यातील लोकांनी खूपच आकांडतांडव केले. या मंडळींना वाटत होते, काहीतरी अघटित आणि भयंकर घडणार आहे. याचा परिणाम म्हणजे छत्रपती शाहू महाराज व लक्ष्मीबाई राणीसाहेब यांच्यात प्रचंड कलह निर्माण झाला. महाराज या सर्व गोष्टींमुळे एकाकी पडले. सर्व राजघराणे, समाज एकीकडे तर स्वत: महाराज एकीकडे अशी अवस्था झाली. महाराजांच्या मनाचा विचार कोणीच करायला तयार नव्हते. महाराज रूढी-परंपरा पाळत नाहीत म्हणून राणीसाहेब व राजकुमारांनी महाराजांशी बोलणे टाकले.

महाराज जेव्हा कोल्हापुरात असत तेव्हा सकाळी आठ ते नऊ वाजेपर्यंत राजकुमारांनी न चुकता महाराजांचे दर्शन घ्यावयाचे, तर दहा ते अकरा वाजेपर्यंत महाराणींनी आपल्या पतीचे दर्शन घ्यावयाचे हा रिवाज गेली कित्येक वर्षे अव्याहतपणे चालत आला होता; परंतु महाराज रूढी-परंपरा मोडतात, म्हणून राणीसाहेबांनी महाराजांच्या दर्शनाला यायचे बंद केले. या सर्व गोष्टींचे महाराजांना झालेले दु:ख कल्पनेपलीकडचे होते. आपल्या मनातली खदखद महाराजांनी आपले दिवाण सबनीस साहेब यांच्याकडे व्यक्त केली. तेव्हा सबनीस साहेब म्हणाले, "पिढ्यान्‌पिढ्यांचा

रूढी-परंपरेचा पगडा, शिक्षणाचा अभाव त्यामुळे राणीसाहेबांचे असे मत होणे काही चुकीचे नाही. महाराज साहेब आपली प्रगल्भ विचारसरणी सहजासहजी कोणालाच पेलवणारी नाही.'

१९१९ साली महाराजांनी आपल्या सुनेला सर्व विरोध झिडकारून सोनतळीवर आणून ठेवले. राणीसाहेबांच्या बरोबर अजून काही मुली घेऊन एक स्वतंत्र शाळाच सुरू केली. छत्रपतींच्या वैभवातून, राजवाड्यातून निघून राणीसाहेब आश्रमात दाखल झाल्या. सत्ता, संपत्ती, लौकिक या कशाचाही मोह राणीसाहेबांना झाला नाही. त्यांना फक्त... फक्त आणि फक्त आपले शैक्षणिक उद्दिष्ट पूर्ण करावयाचे होते. आपल्या तरुण, विधवा सुनेसाठी राजवाड्याचा त्याग करणारा अद्‌भुत व क्रांतिकारक असा हा पहिलाच राजा असावा. इंदुमतीराणींचे पिता म्हणून शाहू महाराजांनी घेतलेल्या भूमिकेला जगात तोड नव्हती. महाराजच आता आपले पिता असे समजून राणीसाहेब त्यांना 'आबा' म्हणून संबोधू लागल्या.

सोनतळीच्या आश्रमात राणीसाहेबांची शाळा सुरू झाली. नामवंत व अनुभवी शिक्षक, मुलींना शाळा शिकवू लागले. राधाबाई कोळसे, सुंदराबाई सावंत, अंबिका बेकर, इंदिरा अशा सात-आठ मुली मिळून राणीसाहेबांबरोबर शिक्षण घेऊ लागल्या.

कोल्हापूर शहरातून शिक्षकांना घेऊन जाऊन परत कोल्हापूरला आणून सोडण्यासाठी छत्रपती शाहू महाराजांनी खास गाडीची व्यवस्था केली होती. आपल्या सुनेबरोबर त्यांच्या शिक्षकांचीसुद्धा महाराज काळजी घेत असत; कारण वक्तशीरपणा, शिस्त यात महाराज खंड पडू देत नसत. सोनतळीच्या शाळेत शिक्षणाबरोबर सामाजिक कार्याचेही धडे दिले जात. छत्रपती शाहूराजांच्या सूचनेप्रमाणे शिक्षकही पद्धतशीरपणे शिक्षण पूर्ण करून, अभ्यासाचे धडे देत असत. त्यातल्या त्यात भार्गव मास्तर तर शिस्तीचे फारच भोक्ते होते. त्यांना तर आपल्या ठरलेल्या शैक्षणिक कार्यक्रमात झालेला बदल अजिबात पटत नसे. एकदा अशी एक गोष्ट घडली, की खुद्द छत्रपती शाहू महाराजांनी काही कामानिमित्त आपल्या सूनबाई इंदुमती राणीसाहेबांना शाळेतून बोलावून घेतले. नेमके भार्गव सरांचे शिकवणे चालू होते.

आपल्या शिकवण्यात आलेला व्यत्यय तत्त्वनिष्ठ भार्गव सरांना मुळीच आवडला नाही. एक-दोन वेळा भार्गव सर गप्प बसले; परंतु तिसऱ्या वेळेस ते सरळ उठून महाराजांकडे गेले व म्हणाले, "महाराज, मला या जबाबदारीतून मोकळं करा." महाराजांना भार्गव सरांचे बोलणे लक्षात आले. आपलीच चूक समजून महाराज शांत राहिले. भार्गव सर म्हणाले, "मला ही नोकरी पुरी झाली. उगीच मुलीला कमी मार्क पडले तर आपण मलाच जबाबदार धरणार. मी बेजबाबदार ठरेन. असे अपयश माथी येण्यापेक्षा निवृत्त झालेले बरे. आपण असे वारंवार कामानिमित्त इंदुमती राणीसाहेबांना शाळेतून बोलावणार. अभ्यासात खंड पडत जाणार आणि मग प्रगती कशी

होणार?'' महाराज काय समजायचे ते समजले. महाराजांनी परत शिक्षणात कधीच व्यत्यय आणू दिला नाही. एका अशा बाणेदार, कडक शिस्तीच्या शिक्षकाकडून आपल्या सुनेचे शिक्षण होत आहे, हे पाहून महाराजांना खूपच आनंद झाला. राणीसाहेबसुद्धा आपल्या शिक्षकांविषयी अतिशय आदराने उल्लेख करीत.

सोनतळीमध्ये इतर मुलींची व्यवस्था हवेलीच्या उत्तरेकडील बाजूस केली होती. पश्चिमेकडील भागात इंदुमती राणीसाहेबांचे वास्तव्य होते. त्यांच्या फराळाची, खाण्या-पिण्याची व्यवस्था तिथे उत्तरेकडील व्हरांड्यात केली होती. हवेलीच्या दुसऱ्या मजल्यावर शाळेचे वर्ग भरत. अशा प्रकारे हवेलीचे रूपांतर विद्यार्थी वसतिगृह व शाळांमध्ये केले होते. महाराजांची ही राजहवेली ज्ञानाचे मंदिर बनली होती. ठीक अकरा वाजता सुरू झालेली शाळा पाच वाजेपर्यंत चाले.

इंदुमती राणीसाहेबांना शाळा चुकविण्याची परवानगी नव्हती. नियमितपणे आपला गृहपाठ पूर्ण करून दररोज शाळेत जाण्यावर महाराजांची सक्त देखरेख होती. महाराजांच्या कडक देखरेखीखाली राणीसाहेबांचे शिक्षण चालत होते. महाराजांना आपल्या सुनेला फक्त पुस्तकी ज्ञानच द्यायचे नव्हते, तर ती समर्थपणे जीवन जगू शकेल याकडे लक्ष पुरवायचे होते. महाराज आपल्या सुनेला आता मुलगीच मानू लागले. आपल्या सुनेवर गरीब-श्रीमंत, उच्च-नीच असे संस्कार होऊ नयेत म्हणून विविध जाति-धर्माच्या मुली त्यांच्या सहकारी म्हणून ठेवल्या होत्या. याचे कारण एकच होते, की आपल्या सुनेवर मानवतेचे संस्कार व्हावेत.

इंदुमती राणीसाहेबांची मैत्रीण अंबिका बेकर हिचे वडील डॅनियल बेकर निधन पावले तेव्हा महाराजांनी इंदुमती राणीसाहेबांना अंबिकाला भेटायला घरी पाठवले होते.

शालेय शिक्षणाव्यतिरिक्त इतर वेळात राणीसाहेबांना विविध प्रकारचे शिक्षण दिले जाई. घोडेस्वारी, नेमबाजी हे शिक्षण प्रामुख्याने राणीसाहेबांना दिले जाई. हरणांची शिकार करण्याचेही शिकवले जाई. हरणाच्या शिकारीसाठी चार घोड्यांची गाडी राणीसाहेब मोठ्या कुशलतेने चालवत. चार घोड्यांची गाडी चालवता चालवता राणीसाहेबांचे नाजूक हात लालभडक होत असत. राणीसाहेबांना मोटारगाडी चालवण्याचे शिक्षण जोतिबाच्या डोंगरावर दिले जाई. या शिक्षणाच्या वेळी महाराज स्वत: तिथे जातीने हजर असत. राणीसाहेबही एवढ्या हुशार होत्या, की प्रत्येक गोष्ट त्या मनापासून शिकून आत्मसात करून घेत.

हे सर्व शिक्षण देण्यामागे महाराजांचे काही हेतू होते. पहिला हेतू म्हणजे राणीसाहेबांना पतिनिधनाच्या दु:खातून बाहेर काढणे. आपल्या समाजाने घालून दिलेल्या पडदा पद्धतीतून महाराजांना आपल्या सुनेला मुक्त करावयाचे होते. महाराजांना वाटे ही पडदा पद्धत स्त्रीवर्गास बंधनात घालून त्यांच्या स्वाभाविक

गुणांचा उत्कर्ष रोखत आहे. अशा पडदा पद्धतीचा महाराज जाहीर निषेध करत.

राजर्षींनी खूप विचारांती आपल्या सुनेला शिकवण्याचा निर्णय घेतला होता. सर्वसामान्य कुटुंबातील स्त्रियांना होत्या त्याहीपेक्षा अधिक मर्यादा राजघराण्यातील स्त्रियांना होत्या. शिवाय पुण्या-मुंबईसारख्या शहरांमध्ये पुरोगामी वातावरणाचा परिणाम बऱ्याच प्रमाणात जाणवत होता. मुंबईत तर मिश्र समाजामुळे रूढींची बंधने सैल होण्याला काही प्रमाणात अनुकूलता होती. पुण्यातही न्यायमूर्ती रानडे, आगरकर, कर्वे, महात्मा जोतिराव फुले इत्यादी लोकनेत्यांनी नव्या विचारांची पेरणी नेटाने केली होती. या दोन्ही शहरांच्या तुलनेत कोल्हापूर संस्थान आधुनिक विचारांच्या स्वीकारासाठी पुरेसे सिद्ध झालेले नव्हते. ती कलावंतांची, बलवंतांची आणि कृषिनिष्ठांची भूमी होती आणि परंपरागत जीवनाची बैठक अगदी घट्ट होती.

अशा वेळी राजर्षी शाहूंसारखे मातब्बर पुरुष असले तरी, त्यांनी घेतलेला हा निर्णय लोकमताला अनुकूलच असेल असे म्हणणे अवघडच आहे. खुद्द महाराजही ही वस्तुस्थिती जाणून होते. म्हणूनच त्यांनी सर्व बाजूंनी विचार करून, सहमतीच्या आणि विरोधाच्या सर्व बाजू पडताळून मगच ते निर्णयापर्यंत आले असणार. हा निर्णय राजर्षी शाहू महाराजांनी मोठ्या गोष्टी पणाला लावून घेतला असणार. आपले विचार प्रत्यक्षात आणण्याचे आव्हान त्यांनी स्वीकारले होते. (अरुणा ढेरे, राजर्षी शाहू छत्रपती गौरव ग्रंथ, पृ.क्र. ८८४)

महाराज म्हणत, ''राजमाता जिजाऊसाहेब, कोल्हापूर राज्य संस्थापक, महाराणी ताराबाईसाहेब, महाराणी सती अहिल्याबाई, महाराणी दुसऱ्या जिजाऊसाहेब आदी क्षत्रिय स्त्रियांनी राज्याचा गाडाही हाकला आहे व रणांगणावर जाऊन शत्रूबरोबर लढाही दिलेला आहे. हे सर्व काम पडद्यात राहून करणे केवळ अशक्य होते. पडद्याची चाल ही फक्त आपल्याच देशात आहे. या पडदा पद्धतीमुळे स्त्रियांमधील शूरतादी गुणांचा सर्वथा नाश होतो.'' ही काळाची पावले ओळखून स्त्रीने जुन्या रूढींमध्ये खितपत न पडता बाहेर पडून आपली प्रगती करून घेतली पाहिजे, असे त्यांचे ठाम मत होते. छत्रपती शाहू महाराजांनी आपल्या कारकिर्दीत स्त्रीच्या सामाजिक स्वातंत्र्याच्या हक्कांचे संरक्षण करणारे कायदे करून आपल्या पुरोगामी व लोककल्याणकारी राज्यकारभाराची एकप्रकारे ग्वाहीच दिली होती.

आपल्या सुनेला या दुःखातून बाहेर पडण्यासाठी महाराज सर्वतोपरी साहाय्य करत होते. तिला आपली मुलगी समजून एक सुंदर स्वप्न ते रेखाटत होते व त्याचाच हा श्रीगणेशा होता. आपल्या सुनेला डॉक्टर बनवण्याचे ते सुंदर स्वप्न महाराजांच्या मनात होते. त्या काळात असा विचार करणे म्हणजेही एक स्वप्न होते. राजघराण्यातील सून आणि डॉक्टर? असेच प्रश्नचिन्ह प्रत्येकाच्या मनामध्ये निर्माण होत होते. आपल्या सुनेने डॉक्टर होऊन दुसऱ्या दुःखी, पीडित लोकांचे दुःख कमी

करावे अशी महाराजांची तीव्र इच्छा होती व त्या दिशेनेच त्यांनी प्रयत्न चालवले होते.

त्या काळी राजघराण्यातील स्त्रीने शिक्षण घेणे म्हणजे महापाप होते. एक काळ असा होता, की राजघराण्यातल्या स्त्रीचे तर नखसुद्धा लोकांना दिसत नव्हते. मेणे - पालख्यांतून राजस्त्रिया येत-जात असत. त्यांच्या चार पावलांच्या चालण्या-वावरण्याच्या वेळी दोन्ही बाजूला पडदे धरले जात. पडदा हे त्यांच्या कुलीनपणाचे, शीलाचे, प्रतिष्ठेचेही लक्षण होते. अशा दृढ समजुती असताना कुटुंबातून विधवा सूनबाईला शिक्षण देण्याची कल्पना स्वीकारली जाणारच नव्हती. छत्रपतींनी मात्र या विरोधासाठी मनाची पूर्ण तयारी केली होती; परंतु खुद्द लक्ष्मीबाई राणीसाहेबांचाच या गोष्टीला तीव्र विरोध होता. या मुलीला उत्तम प्रकारे घडवायचे हा जणू राजांनी विडाच उचलला होता. राजा म्हणून आपल्या प्रजेवर प्रेम करणारी राणी त्यांना घडवायची होती आणि सासरे म्हणून एक सुविद्य, सुशील आणि समृद्ध, कर्तबगार अशी सून त्यांना तयार करायची होती.

महाराजांच्या जीवनाचे ध्येय म्हणजे त्यांच्या मनामध्ये असणारी मानवतावादी दृष्टी. आपले पुत्र प्रिन्स शिवाजी यांच्या मृत्यूनंतर महाराज एकदम हळवे झाले होते. गरिबांसाठी काहीतरी केले पाहिजे ही भावना त्यांच्या मनामध्ये निर्माण झाली होती. आपल्या जिवाचीही पर्वा न करता सामाजिक व राजकीय कार्यात ते स्वःतला झोकून देत असत. गोरगरिबांची सेवा ते खूप प्रामाणिकपणे करत असत. महाराजांच्या मनामध्ये मानवतावादी दृष्टिकोन, कोणाची भीडभाड न ठेवण्याची वृत्ती आणि साहस यांचा त्रिवेणी संगम होता. हीच त्यांची प्रेरक शक्ती आपल्या सूनबाई इंदुमती राणीसाहेब यांच्यात उतरवण्यासाठी महाराज प्रयत्नशील होते.

आपल्या सासऱ्यांचे मानवतावादी दृष्टिकोनाचे संस्कार आपोआपच इंदुमती राणीसाहेबांवर होत होते. महाराजांची राहणी एकदम साधी असे. ते कायमच थंड पाण्याने अंघोळ करत. कपडेही अगदी साधे, मलमलचा सदरा, साधी विजार, डोकीस साधा फेटा. पायात कोल्हापुरी चप्पल. हाच त्यांचा साधेपणा. जेवणसुद्धा अगदी साधे असे. भात, दही, चटणी असली की राजे खूश असत. शेतकऱ्यांची चटणी-भाकरी आवडीने खात. भोजनाचा थाटमाट त्यांना कधीच मानवत नव्हता. त्यांनी कधी मद्य, विडी, सिगारेट याचे व्यसन केले नाही. त्यांना फक्त आणि फक्त गोरगरीब, पददलित समाजाच्या उद्धाराचे व्यसन होते. कोणाहीबद्दल कधी राजे वाईट बोलत नसत.

असे पितृतुल्य, ऋषितुल्य सासरे, त्यांचे चांगले संस्कार राणीसाहेबांना फार जवळून अनुभवायला मिळाले होते. त्यामुळे राणीसाहेबांच्या व्यक्तिमत्त्वावर आपले श्वशुर छत्रपती शाहू महाराज यांचा प्रभाव पडत गेला. राजांच्या परिवर्तनाचा ठसा राणीसाहेबांच्या मनावर आपसूकच उठू लागला. राजेंचा संस्कारक्षम प्रभाव राणीसाहेबांच्या

पुढील आयुष्यात खूपच उपयोगी पडला.

'इंदुमतीदेवींना शिक्षण देण्याचा प्रसंग उद्‌भवला तेव्हा राजपरिवाराचा कडवा विरोध झाला. तो धुडकावून लावून त्यांनी इंदुमतीदेवींना शिक्षण देण्याचा धाडसी निर्णय घेतला. शिक्षणासाठी त्यांनी राणीसाहेबांना सोनतळी कॅम्पवर पाठवून त्याची अंमलबजावणी केली. या निर्णयाच्या संदर्भात डॉ. अरुणा ढेरे यांनी म्हटले आहे की, 'एक कर्ता सुधारक राजा आणि एक प्रागतिक उदारमनस्क पुरुष म्हणून शाहू महाराजांचे या प्रसंगीचे वर्णन सदैव लक्षात राहणारे आहे. इंदुमतीदेवींचे आयुष्य म्हणजे शाहू छत्रपतींच्या स्त्रीशिक्षणविषयक कल्पना राबविण्याची उत्तम प्रयोगशाळाच होती.' इंदुमतीदेवींचे व्यक्तिमत्त्व सर्वांगसुंदर बनावे, सुसंस्कृत व स्वावलंबी व्हावे, म्हणून महाराजांनी अपार कष्ट घेतले. त्यांनी विदुषी व्हावे, उच्च वैद्यकीय शिक्षण घ्यावे व डॉक्टर बनून आपल्याच संस्थानात गोरगरीब रयतेची सेवा करावी, असे महाराजांचे स्वप्न होते.'

तो काळ मोठा अवघड समजुतीचा होता. परिवर्तनाची नुकतीच चाहूल लागली होती; पण स्त्रियांकडून त्या वास्तवाचा स्वीकार सहजासहजी होणे कठीण होते. नाना प्रकारचे संकोच होते, बंधने होती. स्त्री असण्याच्याच अयोग्य आणि अन्याय्य अशा मर्यादा होत्या. समाजाचे, कुटुंबाचे, स्वत:चेही उक्त-अनुक्त असे दबाव होते. त्यामुळे स्वत:च्या आरोग्याचे प्रश्न स्त्रिया मोकळेपणाने उघड करत नव्हत्या. पुरुष वैद्यांकडून उपचार करून घेणे स्त्रियांना मान्य नसायचे. मग युरोपियन डॉक्टरांचे उपचार घेणे कितीतरी दूरची गोष्ट होती. अशिक्षित सुईणींचा किंवा घरगुती औषधांचा वापर कित्येकदा घातक ठरायचा, प्राणघातकही ठरायचा. अशा काळात स्त्री-डॉक्टरांची उपलब्धता ही सगळ्याच स्त्रीवर्गासाठी आत्यंतिक आवश्यक होती. छत्रपतींना लेडी डॉक्टरांविषयी खूप आस्था होती; कारण त्यांना स्त्रियांचे वैद्यकीय उपचाराविना होणारे हाल आणि अकाली मृत्यू यांना रोखणारी पर्यायी व्यवस्था राज्यात निर्माण करण्याची इच्छा होती. त्यासाठी ते सातत्याने प्रयत्न आणि विचार करत होते आणि त्या विचारांचा आणि त्या प्रयत्नांचा एक भाग म्हणजे आपल्या सूनबाई इंदुमतीदेवींना डॉक्टर करण्याची त्यांची धडपड. एका दीर्घकालीन प्रयत्नांचा तो एक भाग होता. राजर्षी शाहूंसारख्या राजांना असे वाटणे साहजिकच होते; मात्र राजर्षींच्या मृत्यूने ते स्वप्न अधुरेच राहिले.

'रूढी-समजुतींचे पक्के अडसर राणीसाहेबांच्या प्रगतीच्या आड येत होते. महाराज असते तर ते अडसर त्यांनी कठोर निग्रहाने दूर केले असते; पण महाराजांच्या निधनाने सारीच परिस्थिती बदलली. यावर इंदुमती राणीसाहेब मात्र शांत राहिल्या. त्यांनी बंड केले नाही, संघर्ष केला नाही. आपल्या जीवनाच्या पात्राची मर्यादा मानली; पण त्या बंदिस्त जागेतल्या प्रवाहाची खोली मात्र वाढवली.'

१७

जीवनविद्या

महाराजांनी इंदुमती राणीसाहेबांना राजवाड्यातून सोनतळीला आणले तेव्हा कुटुंबाची अवस्था फारच बिकट झाली होती. सर्वांत दुःखी कोण झाले असेल तर ते म्हणजे लक्ष्मीबाई राणीसाहेब. या सर्व गोष्टीचा लक्ष्मीबाई राणीसाहेबांना जास्तच आणि वेगळाच त्रास होत होता. त्या एकदा राजांना म्हणाल्या देखील, की माझ्या दोन्ही सुना माझ्यापासून दूर का ठेवता? मोठ्या सूनबाई राजाराम महाराजांच्या पत्नी बावड्याच्या बंगल्यात राहत होत्या आणि इंदुमती राणीसाहेब सोनतळीला.

राजांनी या सर्व गोष्टींकडे पूर्णपणे दुर्लक्ष केले; परंतु इंदुमती राणीसाहेबांवर राजवाड्याचा खूपच रोष झाला होता. इंदुमती राणीसाहेब व राजवाड्यातील लोक यांच्यात अंतर पडू नये म्हणून राजांनी एक तोडगा काढला. आपल्या सुनेला दर रविवारी खाशांच्या दर्शनासाठी जाण्याची आज्ञा केली. राजांची आज्ञा शिरसावंद्य मानून इंदुमती राणीसाहेब दर रविवारी कोल्हापुरात राजवाड्यावर जाऊ लागल्या. तेथे गेल्यावर अगोदर आपल्या सासूबाई महाराणी लक्ष्मीबाई राणीसाहेब, नणंद अक्कासाहेब महाराज यांना त्या साष्टांग दंडवत घालत व राजघराण्यातील बाकीच्या मंडळींना प्रत्येकाच्या मानाप्रमाणे वंदन करत व संध्याकाळी सोनतळीस परत येत. इंदुमती राणीच्या या प्रेमाच्या वागण्याने हळूहळू सर्वांचाच रोष, राग कमी कमी होऊ लागला. राणीसाहेबांविषयी प्रत्येकाच्या मनामध्ये मायेचा ओलावा निर्माण होऊ लागला. आपणही या राजघराण्यातील एक सदस्य आहोत, आपण सर्वांची मने जिंकून जिव्हाळ्याने, आपलेपणाने प्रत्येकाला जवळ केले पाहिजे, हे राणीसाहेबांना महाराजांनी चांगलेच समजावले होते. मुळातच इंदुमती राणीसाहेब प्रेमळ, सहृदयी व निर्मळ मनाच्या होत्या. त्यामुळे महाराजांचा हा कानमंत्र राणीसाहेबांनी त्वरित अमलात आणला.

महाराज, राणीसाहेबांना विविध प्रकारचे शिक्षण देऊन त्यांची प्रत्येक गोष्टीत चांगलीच तयारी करून घेत असत. आपल्या सुनेच्या शिक्षणाबरोबर इतर समाजातील लोकांनाही संधी देऊन कामावर घेत असत. असाच एक प्रसंग घडला. राणीसाहेब एका रविवारी नेहमीप्रमाणे राजकुटुंबाच्या दर्शनाठी सोनतळीवरून कोल्हापूरला निघाल्या होत्या. गाडीचा ड्रायव्हर दलित समाजातील होता. कोल्हापूरच्या दिशेने गाडी भरधाव निघाली. एक मुलगा गाडीला आडवा आला व घाबरून गाडीच्या समोरच पडला. ड्रायव्हर आणखीनच घाबरला. त्याने मुलास वाचवण्याचा जोरदार प्रयत्न केला व त्या प्रयत्नाच्या नादात गाडी उलटून एका खड्ड्यात पडली. गाडीत राणीसाहेब व त्यांच्या समवेत त्यांच्या मैत्रिणी होत्या. सर्व जण गाडीत कोंडले गेले. सर्वांचा धीर खचला; मात्र राणीसाहेब घाबरल्या नाहीत. पायाचा जोरदार धक्का मारून राणीसाहेबांनी गाडीचा दरवाजा उघडला व त्या घसरत घसरत कशातरी बाहेर रस्त्यावर आल्या. राणीसाहेबांना खूप मार लागला होता. कपडे मातीने खराब झाले होते. जागोजागी खरचटले होते. बाहेर आल्यानंतर त्यांनी एक एक करून सर्वांना गाडीच्या बाहेर काढले.

अपघाताची बातमी राजांना समजली. राजे ताबडतोब अपघातस्थळी दाखल झाले. गाडी सरळ केली. या सर्व प्रकारात ड्रायव्हर एकदम घाबरून थरथर कापू लागला. महाराज ड्रायव्हरला काहीच बोलले नाहीत. महाराज स्वत: आपल्या गाडीत बसले व राणीसाहेबांना ड्रायव्हिंग करायला बसवले. गाडी सुरू झाली, तसे महाराज म्हणाले, “नेहमी तुम्हीच ड्रायव्हिंग करत जा, असे मी नेहमी आपल्याला सांगत असतो. त्या ड्रायव्हरला कशाला बसवले. तो नवीन आहे अजून. अपघातामुळे तो घाबरून गेला आहे.” महाराजांनी अपघाताची किंवा राणीसाहेबांना लागलेल्याची काहीच चौकशी केली नाही. उलट त्यांना खरचटलेले असतानासुद्धा ड्रायव्हिंग करायला बसवले. या सर्व गोष्टींच्या पाठीमागे एकच हेतू होता, की कोणत्याही प्रसंगात आपल्या सुनेने न घाबरता प्रसंगाला तोंड दिले पाहिजे. त्याही अवस्थेत राणीसाहेबांचा सर्वांना भेटण्याचा कार्यक्रम रद्द झाला नाही. यातून एकच गोष्ट दिसून आली, की कितीही अडचणीचे प्रसंग आले तरी आपले कार्य तडीस घेऊन जायचे. कोणत्याही प्रसंगात कसलीही माघार घ्यायची नाही, हेच यातून महाराजांना शिकवायचे होते.

महाराज स्वत: इंदुमती राणीसाहेबांना ड्रायव्हिंग शिकवत, त्यावेळी लोक महाराजांच्या दर्शनासाठी येत असत. तेथे एक पेरूची बाग होती. त्या बागेभोवती एक वर्तुळाकार रस्ता महाराजांनी तयार करून घेतला होता. त्या रस्त्यावरून गाडी शिकल्यानंतर त्यांना चांगली प्रॅक्टिस व्हावी म्हणून, वेड्यावाकड्या वळणावरून, चढ-उतारावरून जोतिबाच्या डोंगरावर गाडीने जाऊन येण्यास महाराज सांगत. गाडी

शिकताना महाराजांनी त्यांना तांत्रिक ज्ञानही दिले होते. स्टिअरिंग, इंजिनचेसुद्धा ज्ञान राणीसाहेबांना दिले गेले होते. गाडीला कधी काही अडचण आली तर काही अडू नये म्हणून राणीसाहेब स्वत:च मेकॅनिक झाल्या होत्या. त्यांना तंत्रज्ञानाचे शिक्षण लगेच उपयोगी पडले.

एकदा अशी घटना घडली की अचानक डोह फुटला. महाराजांचा जायचा-यायचा रस्ताच बंद झाला. महाराजांना कोल्हापूर शहरात जाताच येईना. चार-पाच दिवस महाराज सोनतळीला अडकून पडले. महाराजांना असे एका ठिकाणी बसायची कधीच सवय नव्हती. महाराजांची महत्त्वाची कामे खोळंबली. वेळ घालवण्यासाठी महाराज पन्हाळा, जोतिबाचा डोंगर इकडे-तिकडे फिरू लागले. सहा-सात दिवसांनी पाणी कमी झाल्यासारखे वाटले. महाराजांनी गाडी काढली व सूनबाईंना ड्रायव्हिंग करायला बसवले. गाडी रेडडोहाकडे घ्यायला सांगितली. राणीसाहेबही अत्यंत हुशार होत्या. त्यांनी अंदाज घेऊन गाडी रेडडोहात घातली व महाराजांना सुखरूप पैलतीरापर्यंत आणून सोडले. महाराजांना आपल्या सुनेच्या धाडसाचे कौतुक वाटले. जी गोष्ट राजांना साध्य करावयाची होती, त्याची हळूहळू पूर्तता होऊ लागली होती.

राजघराण्यातील स्त्रीला जे धाडस, जे शिक्षण आवश्यक असते ते राणीसाहेबांना मिळू लागले होते. सकाळ झाली की इंदुमती राणीसाहेब बापूसाहेब महाराजांबरोबर घोडेस्वारीसाठी जोतिबाच्या डोंगराच्या पायथ्याला जात. घोडेस्वारीचे शिक्षण बापूसाहेब महाराज राणीसाहेबांना देत असत. अगदी थोड्याच दिवसांत राणीसाहेब घोडेस्वारीत तरबेज झाल्या. रोज तास ते दीड तास राणीसाहेब पठारावर घोडेस्वारी करत. कोल्हापूर संस्थानात घोडेस्वारी करण्यात स्त्रिया तरबेज होत्या. महाराणी ताराराणींपासून छत्रपती शाहूकन्या अक्कासाहेब महाराज घोडेस्वारीत पारंगत होत्या. तीच परंपरा इंदुमती राणीसाहेबांनी चालू ठेवली होती. खुद्द छत्रपती शाहू महाराज अत्यंत चांगले घोडेस्वार होते. १० ते १२ घोडी जुंपून ते अतिशय चांगल्या पद्धतीने रथ चालवत.

आपल्या सुनेला महाराजांनी मोठ्या हौसेने घोडेस्वारी शिकवली. आपण स्वत: घोड्यावर बसून लगाम धरावेत, कसे खेचावेत, घोडी कशी आवरावी, कशी वळवावी, कशी दामटावीत याचे प्रात्यक्षिकासहित शिक्षण राजे देत असत. राजेंनी हळूहळू राणीसाहेबांच्या हाती लगाम दिले. काही अडचण आली तर सुरुवातीला राजे शेजारीच बसत. राणीसाहेब शिक्षणात तरबेज झाल्या. नंतर त्यांना गर्दीतून गाडी चालवण्याचे प्रशिक्षण दिले. चित्त्याच्या शिकारीची गाडी चालविण्याचे अत्यंत अवघड व धाडसी सारथ्य शिकवले. माळरानातून, खाचखळग्यांतून भरधाव गाडी चालवण्याचा सराव करताना लगाम खेचून खेचून त्यांचे मुलायम हात लालभडक होत. हाताच्या बोटांची, तळव्यांची कातडी अक्षरश: सोलून निघे; मात्र महाराज त्याबद्दल काही वाईट वाटून घेत नसत; कारण त्यांना आपल्या सुनेला सर्व गोष्टी

शिकवून तयार करायचे होते.

राणीसाहेबांचे हात सोलून रक्ताळलेले असत, तरीही महाराज त्यांना शिकारगाडी पळवण्यास प्रोत्साहित करत. राणीसाहेबही फार आनंदाने, जोशाने, त्वेषाने शिकारगाडी पळवत. शिकारगाडीत बसणे हे सोपे काम नव्हते. गाडीची दौड फारच त्रासदायक, वेदनादायक असे. भले भले लोक गाडीतून घाबरून उड्या टाकत व पळून जात. प्रचंड आत्मविश्वास, धैर्य, कणखरपणा असल्याशिवाय कोणी शिकारगाडीत बसायचे धाडस करत नव्हते. महाराजांना आपल्या सुनेला शौर्यशाली, हिंमतवान स्त्री बनवायचे होते.

शिकारगाडीबरोबर महाराजांनी राणीसाहेबांना चित्त्याची शिकार करण्यासाठी प्रशिक्षण देणे सुरू केले. चित्त्याची शिकार म्हणजे चित्त्याकडून मृगाची शिकार करणे. त्या काळी ही शिकार करणारे छत्रपती शाहू महाराज हे एकमेव राजे होते. ही एक अत्यंत वेगळी व कोणालाही सहजासहजी न जमणारी कला होती. ही कला महाराजांनी मोठ्या कष्टाने, प्रयत्नाने आत्मसात केली होती. ही कला अशी होती की हरणांच्या कळपाचा शोध घ्यायचा. त्या कळपाचा पाठलाग करायचा. हरणांच्या कळपामागे शिकारगाडी पळवायची. हरणांचा कळप अचूक टप्प्यात आणायचा. आपले सर्व लक्ष हरणांच्या कळपावरच केंद्रित करायचे. या कळपाचे अचूक गणित त्या शिकारगाडीवाल्याला सोडवता आले पाहिजे. हे गणित चुकले की शिकार हातची निघून जात असे. कळपाची शिकार व वेग गाठण्यासाठी शिकारगाडी खाचखळग्यांतून, काट्याकुट्यातून, ओबडधोबड रस्त्यावरून आदळत आपटत नेण्याचे भयंकर दिव्य त्या गाडी चालवणाऱ्याला करावे लागे. शिकाऱ्याला आपले सर्व लक्ष कळपावर केंद्रित करावे लागे. ही कसरत करून आपली गाडी कळपाच्या समोर आणावयाची. धावत्या गाडीतील चित्त्याला कळपातील एखाद्या नरावर सोडायचे. चित्ता ज्या नरावर सोडला नेमका त्याच नरावर झडप घालायचा. बाकीच्या कोणत्याही नर किंवा मादीच्या वाटेलाही तो चित्ता जात नसे. ही अद्‌भुत रोमांचकारी शिकार फक्त महाराजांनाच येत असे. या शिकारीत महाराजांनी आपल्या सूनबाई इंदुमती राणींना पण शिकवून तरबेज केले. इंदुमती राणींनी चित्त्याच्या अशा अनेक शिकारी केल्या. त्याही आपल्या आबांप्रमाणे या शिकारीत तरबेज झाल्या.

बापूसाहेब महाराजांनी चौदा-पंधरा वर्षांच्या राणीसाहेबांना अनेक प्राण्यांच्या शिकारी करावयास शिकवले. डुकरे, ससे, हरणे, विविध पक्षी अशा अनेक प्रकारच्या शिकारी राणीसाहेब करू लागल्या. एकदा तर राणीसाहेबांनी वाघाचीही शिकार केली होती. एकदा डुकराचा पाठलाग करता करता भाला हातातून निसटला व राणीसाहेबांच्याच पायात घुसला. या जखमेचा व्रण राणीसाहेबांच्या पायावर जन्मभर होता.

छत्रपती शाहू महाराज मुलखावेगळे राजर्षी होते. महाराज जसे पट्टीचे शिकारी होते तसे त्यांनी अनेक वाघ, चित्तेही पाळले होते. आपण कुत्रे, मांजर हौसेने पाळतो तसे महाराजांनी वाघ, सिंह, चित्ते ही हिंस्र श्वापदे पाळली होती. हे सर्व प्राणी महाराजांच्या अवतीभोवती वावरत असत. हे सर्व राणीसाहेब रोज पाहत होत्या. राणीसाहेबांनी पण एका वाघाच्या बछड्याला सांभाळले होते. त्या त्याचा सांभाळ एखाद्या लहान लेकराप्रमाणे करत असत. एखादे मांजर जसे लाडाने मालकिणीच्या पायात घोटाळते, तसा वाघाचा बच्चा राणीसाहेबांच्या पायात घोटाळत असे. इंदुमती राणींनी लाडाने तिचे नाव दु:शीला ठेवले होते. ही दु:शीला राणीसाहेबांच्या अंगाखांद्यावर खेळत असे. राणीसाहेबांची दु:शीला सगळीकडे चर्चेचा विषय ठरली.

कोल्हापूरच्या शाहूराजांच्या सुनेने वाघ पाळला आहे, याची चर्चा युरोपियन लोकांमध्ये पसरली. युरोपियन स्त्रियांना या गोष्टीचे खूपच नवल वाटले. त्यांना हा पाळलेला वाघ व वाघ पाळणारी मालकीण पाहायाची खूप इच्छा होती. युरोपियन स्त्रियांना अशा गोष्टी कधी माहीतच नव्हत्या. मुंबई इलाख्याचे गव्हर्नर सर जॉर्ज लॉईड व त्यांच्या पत्नी यांना हे 'नवल' पाहायची संधी लाभली.

जॉर्ज लॉईड व त्यांच्या पत्नी मुद्दामच या सर्व गोष्टीची पाहणी करण्याकरता कोल्हापूर संस्थानच्या भेटीला आले. या पती-पत्नीच्या आगमनाप्रीत्यर्थ दाजीपूरच्या जंगलात महाराजांनी शिकारीचा बेत आखला. दाजीपूरमध्ये गव्हर्नरने इंदुमती राणीसाहेबांना भेटायची इच्छा व्यक्त केली. महाराजांनी राणीसाहेबांना पाळलेली वाघीण घेऊन दाजीपूरला येण्यास सांगितले. दाजीपूरला आल्यावर ती वाघीण इंदुमती राणींना एखादे बालक आपल्या मातेला कसे बिलगते तशी बिलगून बसली होती. हे आगळेवेगळे प्रेम पाहून गव्हर्नरांची पत्नी आनंदून गेली. त्यांना छोट्याशा, नाजूक, वयाने लहान राणीसाहेबांबद्दल प्रेम, जिव्हाळा व कौतुक वाटले.

इंदुमती राणीसाहेबांची वाघीण फारच लाडकी होती. ती खूप दंगामस्ती करत असे. एकदा एक लहान मुलगा राणीसाहेबांच्या बंगल्यात आला. राणीसाहेब नेहमीप्रमाणे शाळेत गेल्या होत्या. वाघिणीचे पिल्लू घरात खेळत-बागडत होते. त्या पिल्लाला काहीतरी दंगामस्ती करण्याची लहर आली. ते वाघिणीचे पिल्लू घरी आलेल्या मुलाबरोबर खेळू लागले, मस्ती करू लागले. तो लहान मुलगा व ते पिल्लू अतिशय छान खेळत होते. खेळता खेळता त्या पिल्लाने मुलाची मान आपल्या तोंडात पकडली. त्या मुलाला घेऊन ते पिल्लू इकडे-तिकडे फिरू लागले. बघणारांची पाचावर धारण बसली. तो मुलगा मात्र त्या पिल्लाबरोबर खूप छान खेळत होता. लोकांना वाटले ते वाघिणीचे पिल्लू आता मुलाला मारून टाकणार. आजूबाजूच्या लोकांनी खूप गोंधळ सुरू केला. इतका आरडाओरडा चालू होता, तरी वाघाने त्या मुलाची मान सोडली नाही. गर्दीतल्या कोणीतरी महाराजांच्या कानावर

ही गोष्ट घातली, की राणीसाहेबांच्या वाघिणीने जवळच्याच एका लहान मुलाची मान पकडली आहे. आता ते मूल काही जगत नाही. महाराजांनी राणीसाहेबांना काय गोंधळ चालला आहे म्हणून विचारणा केली. राणीसाहेब म्हणाल्या, काहीच नाही आबासाहेब. दु:शीला खेळते आहे मुलाबरोबर. राणीसाहेब दु:शीलाकडे गेल्या. राणीसाहेबांना बघून दु:शीलेने मुलास आपल्या तोंडातून सोडले व ती राणीसाहेबांना जाऊन चिकटली.

राणीसाहेबांनी दु:शीलेकडे लक्ष न देता प्रथम त्या मुलास उचलून कडेवर घेतले. त्या मुलाला काहीच लागले किंवा झाले नव्हते. त्या मुलाला इकडे-तिकडे फिरवण्याचा खेळ ते पिल्लू खेळत होते. राणीसाहेबांनी हे सर्व दृश्य पाहून आपल्या दु:शीलेला जवळ घेतले. लोकांना खूप आश्चर्य वाटले. वाघीण एवढी कशी राणीसाहेबांच्या आज्ञेत राहते. लोकांना खूप कौतुक वाटले. एक वाघीण माणसाच्या आज्ञेत राहते हे पाहून सर्वांना इंदुमती राणीसाहेबांचे खूपच कौतुक वाटले.

१८

मूल्यशिक्षण

आपली लहानगी सून अतिशय बुद्धिवादी आहे हे महाराजांना चांगलेच कळून चुकले होते. वाघ पाळून आपली सून धाडसी झाली आहे. तसेच तिने व्यवहारचतुर व्हावे, असे महाराजांना वाटत होते. आपल्या सुनेचे विश्व फक्त सोनतळीपुरतेच मर्यादित न राहता, तिला जगाचा मोठा अनुभव यावा म्हणून राजे त्यांना विविध ठिकाणी फिरायला घेऊन जात असत. त्या काळात मुंबईचे खूप आकर्षण होते. मुंबईची भव्यता, प्रेक्षणीय स्थळे पाहून तेथील बाजारहाट करून आपल्या सुनेला व्यवहारज्ञान मिळावे म्हणून महाराज इंदुमती राणीसाहेबांना मुंबईला वरचेवर घेऊन जात. मुंबईतील विविध संस्था, विविध कर्तृत्ववान स्त्रिया यांची ओळख करून देऊ लागले. चांगल्या कार्याला राणीसाहेबांनी मदत करावी म्हणून राजे त्यांना प्रोत्साहन देत होते.

छत्रपती शाहू महाराज जसे हुशार तसे राणीसाहेबसुद्धा राजांच्या तालमीत चांगल्याच तयार झाल्या होत्या. राणीसाहेबांनी लिहिलेले एक पत्र दाखला म्हणून पुढीलप्रमाणे :

> ‘नि. दिवाणसाहेब यांसी –
>
> आबांनी घेतलेल्या मालाचे बिल सोबत आहे. उद्या नेऊन द्यायचे आहे. बेनेट कंपनीचे बिल पाठवले आहे, म्हणजे माल घेऊन येते. काल मी मिस शिरस यांना ५०० रुपये देणगी म्हणून देईन असे म्हटले होते, त्याप्रमाणे आबांना विचारले. ५०० रुपये द्यावे असा हुकूम झाला आहे. तरी आपण पाठवून द्याल, अशी आशा आहे.’
>
> – इंदुमती भोसले

आपल्या सुनेने स्वार्थी न बनता समाजासाठी काम करावे म्हणून राजे खूप प्रयत्नशील असत. आपल्या सुनेने समाजाचे भले करण्यातच आपले आयुष्य समर्पित करावे असेच राजेंना वाटत होते.

आपण आपल्या सुनेवर जे संस्कार करतो, ते त्या अमलात आणतात की नाही, हेही राजे वेळोवेळी पाहत होते. इंदुमती राणीसाहेब आपल्या भाचीसह मुंबईत आल्या होत्या. मुंबईतील पन्हाळा लॉजचे देखरेख अधिकारी अण्णासाहेब गायकवाड यांना सांगितले, की राणीसाहेबांना व त्यांच्या भाचींना आर्मी-नेव्ही स्टोअर्समध्ये घेऊन जा आणि त्यांच्या इच्छेप्रमाणे सर्व खरेदी करा. आर्मी-नेव्ही स्टोअर्समध्ये प्रचंड पाचमजली इमारतीत स्त्रियांना आकर्षित करणाऱ्या अनेक वस्तू होत्या. आपल्या लहानग्या भाचीला देण्यासारखे खूपकाही त्या स्टोअर्समध्ये उपलब्ध होते; परंतु राणीसाहेबांना कशाचाही मोह झाला नाही. सासवडकर जगतापांची लेक मोठी हुशार होती. त्यांनी अगोदर भगव्या रंगाच्या विलायती मलमलच्या कपड्याचा एक तागा खरेदी केला. इंग्लिश बनावटीचे एक खोगीर, घोड्याच्या भाळी लावण्यासाठी एक सुंदरसा तुरा घेतला आणि कथई रंगाचा तलम मलमली तागा घेतला. ही एवढीच खरेदी झाली राणीसाहेबांची.

बंगल्यावर आल्यानंतर महाराज मोठ्या उत्सुकतेने खरेदी केलेल्या वस्तू पाहण्यासाठी बसले आणि राणीसाहेबांनासुद्धा कधी एकदा केलेली खरेदी आपल्या आबांना दाखवीन असे झाले. सर्व वस्तू पाहिल्यानंतर महाराजांनी राणीसाहेबांना विचारले, "ही मलमल कशासाठी आणलीत?" राणीसाहेब म्हणाल्या, "ही मलमल आपल्या सदऱ्यासाठी, तर ही कथई मलमल आपल्या फेट्यासाठी घेतली आहे. हे खोगीर आपल्या घोड्यासाठी, तर हा तुरा लावून आणि खोगीर घालून घोडा तयार झाला, तर तो छत्रपतींना किती शोभेल." महाराज खूश झाले आणि त्यांनी आपल्या लाडक्या सुनेला विचारले," हे सर्व झाले; परंतु आपण आपल्यासाठी व आपल्या भाचीसाठी काय आणले?" राणीसाहेब म्हणाल्या, "मला तर काहीच नको होते आणि भाचीसाठी म्हणाल तर तिला एक चॉकलेटचा बार घेऊन दिला."

महाराजांनी घेतलेल्या परीक्षेत राणीसाहेब पूर्णपणे उतरल्या. महाराजांनी केलेले संस्कार राणीसाहेबांनी १०० टक्के आत्मसात केले होते. महाराजांना आपल्या सुनेचा पुरेपूर अभिमान वाटला. इंदुमती राणीसाहेबांचे आबा हेच सर्वस्व होते. राणीसाहेबांचे आपल्या आबांवरचे प्रेम खरेदीच्या रूपानेच दिसून आले. राजे आपल्या सुनेला फक्त उपदेश करत नव्हते, तर सर्व गोष्टी कृतीतून अमलात आणून देत होते. १९२० साली कोल्हापूरला प्लेगने कहर माजवला, तेव्हा सोनतळी कॅम्पातील

व खासगी खात्यातील नोकरचाकरांच्या बायकांना, मुलांना, राजस्त्रियांना सुरक्षित स्थळी हलवून त्यांच्या राहण्या-जेवणाची पूर्ण सोय करण्याची जबाबदारी राणीसाहेबांवर टाकण्यात आली होती. ती जबाबदारी राणीसाहेबांनी कशी पार पाडली हे पत्रावरून दिसून येईल.

‘आबा,

आपण पत्रात माझी जी स्तुती केली, त्या स्तुतीला मी पात्र नाही. वडिलांची आज्ञा आपल्या मुलांनी पाळणे हे मुलांचे आद्य कर्तव्य आहे.

आपण सांगितल्याप्रमाणे मी सर्व मुलींना लस टोचून घेतली. सोनतळीला जाऊन पेंडसे दिवाणजींना सांगितले, की अप्पासाहेब माने रुकडीला आहेत, त्यांना सांगून रुकडीचा बंगला पांढऱ्या रंगाने रंगवून तेथे मुलींची सोय करणेस कळवले. दोनच्या गाडीने मुली रुकडीस जातील. सौ. काकीसाहेब महाराज (बापूसाहेब महाराजांच्या पत्नी) यांची व्यवस्था रामलिंगच्या बंगल्यात करणेस सांगितली. सर्वांची मी व्यवस्थित काळजी घेत आहे. आपण दिलेली सर्व जबाबदारी मी चांगल्या रीतीने पार पाडण्याचा प्रयत्न करत आहे. माझा अभ्यास चांगला चालू आहे. पेपर्स चांगले गेले आहेत. मला वाटते आपण केलेल्या संस्कारात मी खरी उतरेन व आपला हेतू सिद्धीस नेण्याचा प्रयत्न करेन.

‘आबा, जोपर्यंत मी सन्मानाने वागेन तोपर्यंत मला कोणाचीही भीती नाही.’

– आपली आज्ञाधारक
इंदुमती

१ ऑक्टोबर, १९२० रोजी छत्रपतींनी आपल्या सुनेला इंदुमती राणीसाहेबांना लिहिलेल्या पत्रावरून राजांचा काय हेतू होता ते लक्षात येते. राजे आपल्या सुनेस सांगत, ‘रुकडीला आपल्या काकीसाहेब महाराज आहेत. त्यांची आपण जातीने वेळोवेळी चौकशी करत जा. त्यांच्या तब्येतीत चढ-उतार होत असेल तर आपण सकाळी लवकर उठून सहा वाजताच रुकडीला जावे व नऊ वाजेपर्यंत शाळेच्या वेळेत आपण परत यावे. रुकडीला गेलात म्हणून शाळा, अभ्यास चुकवू नये.

‘सोनतळीस तुमच्याशिवाय कोणीच नाही. सर्व जोखीम तुमच्यावरच आहे. मामाही नाहीत व सौ. सेनापती अक्कासाहेबांस व मामांस सासूप्रमाणे मानले पाहिजे अशी इच्छा आहे. त्यांनी धमकावले तरी तुम्ही धमकावून घेतले पाहिजे, असे मी तुला नेहमी सांगत आहे. तुम्हीही त्याप्रमाणे वागत आहात, त्याबद्दल मला आनंदच

वाटत आहे. अशीच तुम्हाला परमेश्वर सद्बुद्धी देवो व हल्ली तुम्ही माझे आज्ञेत वागत आहात त्यापेक्षा अधिक आज्ञेत वागण्याची बुद्धी देवो. सौ. सेनापती अक्कासाहेब व मामा यांना तुमच्या खुशालीचे पत्र शेडेबाळास लिहीत जा. घोड्यावर बसताना अगर गाडीत बसताना दंगा करून कोणास पाडू नका.

'सोनतळीची सर्व जबाबदारी आपल्या एकटीवरच आहे. आपण तेथे मोठ्या आहात. सर्वांना बरोबर घेऊन राहत जा. जेवतेवेळी सर्व मुलींना बरोबर घेऊन जेवत जा. सर्वांनी चहा घेतल्यावर नंतर आपण चहा घेत जा. जेवतेवेळी प्रत्येक मुलीची जातीने चौकशी करा. सर्व मुलींनी व नोकर लोकांनी तुमच्यावर प्रेम करावे अशा रीतीने त्यांना वागवत जा.'

कण्वऋषींनी आपल्या मुलीस –

वाडवडिला सेवीत जावे। सवतीसी प्रेम धरावे।।
पतिकोपी नम्र असावे। सेवकांवरी सहृदय पाहावे।।
निजधर्मा दक्ष राहावे। भाग्य येता मत्त न व्हावे।।
ऐशिलचि गृहिणी म्हणती। इतरा कुलग्याधीच होती।।

असा उपदेश केला आहे. तो ध्यानात ठेवून वागत जावे.'

आपल्या आबांच्या उपदेशपर संदेशाला राणीसाहेबांनी भावनापूर्वक साथ दिली. राणीसाहेबांच्या बालमनावर या पत्राचा खूप परिणाम झाला. त्यांचे विचार अतिशय प्रगल्भ आणि अनुभवी झाले होते, हे त्यांच्या १० जानेवारी, १९२१च्या पत्रातून दिसून आले.

'आबा, मी परदेशी आहे, हे कसे विसरीन बरे! आबा, आम्हा मुलांचे आपल्या पित्याला सुखी ठेवणे हेच कर्तव्य आहे. शनिवारी इंग्लिशचा पेपर झाला होता. इंदुमती राणीसाहेबांना ७२ टक्के मार्क मिळाले होते. राणीसाहेबांना वाटत असे, की मला या चांगल्या मार्गाला माझ्या सासऱ्यांनीच लावले आहे. मी किती जरी चांगल्या रीतीने वागले व किती जरी मी मोठी होऊन माझा नावलौकिक झाला, तरी त्याचे सर्व श्रेय माझ्या आबांनाच आहे.

'आबा, या जगात फाटक्या कापडाला टाका घालणारे कोणी सापडणार नाही; परंतु कापड टराटरा फाडणारे पुष्कळ लोक, नातेवाईक सापडतील. आम्हा स्त्रियांचे आयुष्य तर अत्यंत दुःखदायक, माझ्यासारख्या बालविधवेच्या दुःखाला तर अंत नाही; परंतु आबा, आपण या इंदुरूपी कापडाला टाका घातला आहे. या टाक्यामुळे हे वस्त्र परत नव्याने आयुष्य जगत आहे.

'आबा, जरी मला कोणी वाईट म्हटले तरी, जोपर्यंत माझे मन शुद्ध आहे

तोपर्यंत या जगालाच काय परंतु ईश्वरालासुद्धा भिणार नाही. इंग्लिशमध्ये एक म्हण आहे. 'The Truth never dies'

राणीसाहेबांची आपल्या आबांबद्दल अशी प्रेमळ अंतरिक भावना होती. राणीसाहेबांनी आबांची आज्ञा कायमच शिरसावंद्य मानली. त्यांनी आपल्या सासऱ्यांची कधीही अवज्ञा केली नाही, की कधी उलट उत्तर देऊन त्यांचा अवमान केला नाही. १२ फेब्रुवारी, १९२१ रोजी महाराजांनी आपल्या सुनेला लिहिलेले पत्र बरेच काही सांगून जाते. आपल्या सुनेला ते कसे गोड बोलून सांभाळून घेत होते, हेही या पत्रातून स्पष्ट होते.

'राणीसाहेब, आपल्या आयुष्यात सर्वच गोष्टी आपल्या मनासारख्या कधीच घडत नाहीत. तुम्ही आपल्या सुखाचा त्याग करून इतरांच्या सुखाचा विचार करणे हाच तर खरा स्त्रीधर्म आहे. आपण खूप खूप शिका. शिक्षणामुळेच तर माणसाची बुद्धी विकसित होऊन, त्याचे विचार अधिक अधिक उदात्त होतात. खूप खूप अभ्यास करा, अभ्यासात कोठेही कमी पडू नका. आपण खूप शिकून मोठी विदुषी व्हावे हीच तर माझी प्रामाणिक इच्छा आहे. माझी ही इच्छा तुम्ही पूर्ण कराल ही माझी खात्री आहे. माझी ही इच्छा पूर्ण करण्याची जबाबदारी आपल्यावर आहे.'

राणीसाहेबांनी आपल्या चांगल्या वर्तनाने आबांचा विश्वास संपादन केला. आपल्या सासऱ्यांच्या इच्छेखातर राणीसाहेब तन-मन-धन लावून अभ्यास करत होत्या. व्यवस्थित वेळापत्रक आखून इंदुमती राणीसाहेब अभ्यास करत होत्या. आपल्या आबांच्या मार्गदर्शनाचा त्या पुरेपूर फायदा उठवत होत्या. छत्रपतींच्या सुनेपेक्षा त्या कन्या म्हणून वावरत होत्या. गोरगरिबांच्या सेवेतच आपले आयुष्य वाहून घ्यावे. गरिबांना औषधपाणी करून त्यांचा आजार दूर करावा, लोकांना रोगमुक्त करावे, दीनदुबळयांच्या सेवेतच आपले आयुष्य व्यतीत करावे, अशीच राजांची इच्छा होती. या इच्छेसाठी तरी इंदुमती राणींना डॉक्टर व्हायचे होते. आपल्या आबांच्या इच्छेखातरतरी त्या डॉक्टर होणार होत्या. एवढ्या छोट्या वयातही राणीसाहेब विचाराने अतिशय पोक्त झाल्या होत्या.

१९२१ साली छत्रपती शाहू महाराज इंदुमती देवींना घेऊन दिल्लीला गेले होते. दिल्ली येथील मेडिकल कॉलेजच्या प्राचार्यांशी तुमच्या कॉलेजची भावी विद्यार्थिनी म्हणून ओळख करून दिली. इंदुमती राणीसाहेबांच्या बुद्धिमत्तेची चमक व वागणुकीतील गोडवा पाहून प्रिन्सिपल मॅडमनी त्यांची अगदी आस्थेवाईकपणे चौकशी केली. राजघराण्यातील मुलींचा डामडौल काही खास असतोच; परंतु या प्रिन्सेस काही वेगळ्याच होत्या. त्यांचा प्रभाव प्राचार्यांवर पडला. आपण एस.एस.सी. उत्तीर्ण झाल्यानंतर लगेचच मी आपल्याला कॉलेजमध्ये ॲडमिशन देईन म्हणून प्राचार्यांनी इंदुमती देवींना वचन दिले. हे सर्व पाहून शाहू महाराजांना अतिशय आनंद

झाला. त्यांना जे अपेक्षित होते तेच सारे घडत होते.

राजर्षी शाहू महाराज अत्यंत दूरदृष्टीचे राजे होते. आपल्या सुनेला पुढील शिक्षणासाठी दिल्लीस राहावे लागेल म्हणून राजांनी आपल्या सुनेच्या राहण्याची व्यवस्था करण्यासाठी सब्जी मंडीच्या पूर्वेस ओल्ड सेक्रेटरी एटच्या जवळ एक बंगला लगेचच खरेदी केला. बंगल्याचे पूर्ण नूतनीकरण करून, बंगल्याला भक्कम कम्पाउन्ड घातले. आपल्या सुनेला एकटीलाच या बंगल्यात राहावे लागेल म्हणून सुरक्षेच्या दृष्टीने सर्व काळजी घेतली. अजून राणीसाहेबांच्या दिल्लीच्या शिक्षणाला अवधी होता, तरीही राजांनी पूर्वतयारीला सुरुवात केली. राणीसाहेबांच्या शिक्षणात राजेंनी कोणतीही कसर ठेवली नव्हती.

१९

सर जॉर्ज लॉईड

१९२० साली गव्हर्नर सर जॉर्ज लॉईड सपत्नीक करवीर संस्थानला भेट देण्यासाठी आले होते. त्या वेळी त्यांचा मुक्काम दाजीपूरला होता. 'वाघ पाळणारी मुलगी दाखवा' अशी त्यांनी छत्रपती शाहू महाराजांपाशी इच्छा व्यक्त केली होती. त्यांच्या इच्छेप्रमाणे इंदुमती राणींची भेट करून दिली. इंदुमती राणींच्या बरोबर एक पट्टेरी वाघीण होती. इंदुमती राणींचे देखणे व्यक्तिमत्त्व व त्यांच्या बरोबरची वाघीण पाहून जॉर्ज लॉईडच्या पत्नीला खूप आश्चर्य वाटले. राणीसाहेबांचे वागणे, बोलणे, चालणे पाहून सर्व जण त्यांच्या प्रेमात पडले व आपल्या बरोबर जेवणासाठी खास घेऊन गेले.

जेवतेवेळी इंग्रज दांपत्य राणीसाहेबांचे खूपच कौतुक करत होते. जेवताना गप्पांच्या ओघात छत्रपती शाहू महाराजांनी आपल्या सुनेची दर्दभरी कहाणी कथन केली. त्यांच्या पुढच्या भविष्याची केलेली तरतूद, त्यांनी डॉक्टर व्हावे ही इच्छा त्या दांपत्याला कथन केली. महाराज म्हणाले, 'मी माझ्या पद्धतीने माझ्या सुनेच्या आयुष्याला वळण लावण्याचा प्रयत्न करत आहे. आपणही तिच्यावर मायेची पाखर घालून लक्ष ठेवावे. नशिबाने माझ्या सुनेला खूप छळले आहे. आता माणसांच्या त्रासाची त्यात भर पडू नये, एवढीच इच्छा.' महाराजांनी सांगितलेल्या दर्दभरी कहाणीने इंग्रज पती-पत्नीचे हृदय पिळवटून निघाले. लेडी लॉईड यांनी इंदुमती राणीसाहेबांना फार प्रेमाने जवळ घेतले. सर लॉईड त्या वेळी म्हणाले, की आम्ही जरूर राणीसाहेबांकडे लक्ष देऊ.

खरोखरच, शाहू छत्रपतींच्या निधनानंतर सर जॉर्ज लॉईड यांनी कोल्हापूरचे रेसिडेन्ट कर्नल मेरी वेदर यांना पत्र लिहून राणीसाहेबांची व्यवस्था कशी आहे म्हणून चौकशी केली. या चौकशीला उत्तर देताना राणीसाहेबांची सध्याची परिस्थिती,

छत्रपतींची शेवटची इच्छा, अर्धवट राहिलेले बिनासहीचे मृत्युपत्र जोडून ते पत्र तातडीने राज्यपालांकडे पाठवून दिले. पुढे छत्रपती राजाराम महाराजांनीसुद्धा अदबीने इंदुमती राणींची चौकशी केली. छत्रपती राजाराम महाराज अतिशय सरळ आणि शांत स्वभावाचे होते. त्यांच्याही मनात आपल्या वहिनी इंदुमती राणीसाहेब यांच्याविषयी आदराची आणि प्रेमाचीच भावना होती. त्यामुळे राजाराम महाराजांनी सारासार विचार करून तातडीने एक राजाज्ञा काढली. ती राजाज्ञा पुढीलप्रमाणे :

> 'श्री पुण्यशील इंदुमती राणीसाहेब महाराज यांचेसंबंधी कै. छत्रपती शाहू महाराज यांचे आज्ञेवरून हुजूर पर्सनल क्लार्क मंडलिक यांचे हातचा विलचा ड्राफ्ट रावबहादूर सबनीस दिवाणसाहेब निसबत सरकार करवीरकडून हुजूरकडे देण्यात आला होता. त्याची नक्कल सोबत आहे. तो ड्राफ्ट हुजूरनी अवलोकन केला. कै. छत्रपती शाहू महाराज यांची आज्ञा हुजुरास शिरसावंद्य असल्याने सदरहू ड्राफ्टमध्ये केलेली व्यवस्था हुजुरास पसंत आहे. तरी त्यासंबंधी आपल्या सल्ल्याने मे. रावबहादूर सबनीस दिवाण यांनी पुढील तजवीज करावी व कसे केले, याबद्दल हुजुरास वेळोवेळी जाहीर करत असावे.
>
> ता. २७-५-१९२२
>
> – राजाराम छत्रपती

'इंदुमती हॉल' ही इमारत त्या वेळी कोल्हापूरच्या राजकुमारांच्या शिक्षणासाठी बांधलेली होती. त्या बंगल्याचे थोडेफार नूतनीकरण करून डिसेंबर १९२३मध्ये छत्रपती राजाराम महाराजांच्या राजाज्ञेप्रमाणे इंदुमती राणीसाहेब 'इंदुमती हॉल'मध्ये राहायला गेल्या. वयाच्या सतराव्या वर्षी राणीसाहेब राजवाडा सोडून बाहेर राहायला गेल्या. एक महत्त्वाचे पर्व संपून गेले. इंदुमती देवींच्या आयुष्यातील हे फार मोठे परिवर्तन होते. छत्रपतींनी त्यांना तशी शिकवणच दिली होती. कोणत्याही गोष्टीत राणीसाहेब अडकून राहिल्या नव्हत्या. राजवाड्यातील कटकारस्थाने, घडामोडी या सर्वांपासून त्या जाणूनबुजून अलिप्त राहिल्या होत्या.

निर्जन ठिकाणच्या 'अर्विन बंगल्यात' इंदुमती राणीसाहेब राहण्यास आल्या. १९१५पासून त्या वास्तूस माणसाचा पदस्पर्श झाला नव्हता. गवताच्या दाट जंगलाने बंगल्यात वास्तव्य केले होते. गवतामुळे व कोणीही राहत नसल्यामुळे त्या बंगल्यात अनेक साप निघू लागले. त्या काळात रॉकेलच्या चिमण्या मिणमिणत असत. त्यामुळे अंधूकसा उजेड पडे. त्या उजेडात साप दिसायचे नाहीत. त्यामुळे धांदल उडे. दर दोन-तीन दिवसांनी साप निघायचे. बंगल्यातील लोक अतिशय

भयभीत व्हायचे; परंतु राणीसाहेब अत्यंत शांत असायच्या. त्यांना कसलीही आणि कोणतीच भीती वाटत नव्हती. सर्व बंगल्यात सापांचे वास्तव्य झाले होते. प्राचीन काळी जनमेजय राजाने एक सर्पयज्ञ केला होता. त्यात सर्व विषारी सापांची आहुती दिली होती. त्यानंतर अशा प्रकारचा सर्पयज्ञ इंदुमती देवींनी केला. हा वेगळा आणि आधुनिक सर्पयज्ञ इंदुमती देवींनी मिसा केंद्रिक या आंग्ल वृद्धेच्या साक्षीने केला. आपल्या विवेकाची, विचारांची, सापासारखी प्रवृत्ती असणाऱ्यांची आहुती यात राणीसाहेबांनी देऊ केली.

परदेशातून परत आल्यानंतर, पुढचे शिक्षण घेण्यासाठी कोल्हापूर शहरापासून लांब, निवांत व रम्य असे स्थान शोधून राजर्षी शाहूंनी येथे बंगला बांधला होता. हा बंगला नंतर काही काळानी मोकळाच राहिला होता. याच बंगल्याचे नाव 'इंदुमती हॉल' असे ठेवण्यात आले. या हॉलमध्ये येऊन राहण्याचा निर्धार राणीसाहेबांनी केला होता. या 'इंदुमती हॉल'मध्ये ज्ञान, विचार यांचे आदान-प्रदान व्हावे, अशी राणीसाहेबांचीच इच्छा होती. या बंगल्याचे पुढे राणीसाहेबांनी ज्ञानमंदिर बनवले. पुढे या बंगल्यात स्वर्गीय सौंदर्य, प्रसन्नता, पवित्रता राणीसाहेबांनी निर्माण केली. पुढे बगिचा निर्माण करून विविध फूल-फळझाडांनी शोभा निर्माण केली. इंदुमती राणीसाहेब अत्यंत धोरणी व हुशार होत्या. त्यांनी आपली बाग फुलवण्यासाठी पुण्याहून एम्प्रेस गार्डनमधून एका माळ्यास आधुनिक प्रशिक्षण देऊन आणले होते. बंगल्याचे अंगणही प्रशस्त आणि फुलांनी बहरून टाकले होते. विविध प्रकारच्या वेली, फुलं, फळझाडांनी बहरलेल्या, नटलेल्या उद्यानास राणींनी स्वर्गीय मंदिराची उपमा देऊन सजवले होते. शिक्षणाबरोबर भजन, कीर्तन, अभंग गायनाने, टाळ-मृदंगाच्या नादाने इंदुमती हॉल भावभक्तीने भरून जायचा. हनुमान जयंती, कृष्णाष्टमी मोठ्या उत्साहाने व भक्तिभावाने साजरी केली जायची.

इंदुमती देवींच्या बरोबर राहायला एस.पी.जी. मिशनच्या कोल्हापूरमधील मेरी अन्सन स्कूलच्या प्राचार्या मिस केंड्रिक यांची नेमणूक केली होती. केंड्रिक ७०वर्षांच्या होत्या. तर राणीसाहेब अवघ्या १७ वर्षांच्या होत्या. इंदुमती राणींचे भरल्या राजवाड्यातून बाहेर राहायचे ठरले तेव्हा दिवाण सर सबनीस व छत्रपती राजाराम महाराज यांनी विचारविनिमय करून वरील निर्णय घेतला होता. राणीसाहेबांना एकटे बाहेर ठेवून अनेक गुंतागुंतीचे प्रश्न निर्माण होणार होते; परंतु मिस केंड्रिक यांच्या सोबतीने बरेच प्रश्न सुटणार होते. एक दिवस अचानकच राणीसाहेबांची शिधासामग्री बंद झाली. इंदुमती राणीसाहेबांचा खर्च खासगीतून करायचा की दरबारातून या संभ्रमामुळे तीन दिवस छत्रपती राजर्षी शाहूंच्या सुनेवर भुकेली राहायची वेळ आली. फेब्रुवारी १९२४ साली हा प्रसंग घडला.

सतरा-अठरा वर्षांच्या राणीसाहेबांवर अनेक विचित्र प्रसंग गुदरले; परंतु राजश्री

शाहूंच्या तालमीत तयार झालेल्या राणीसाहेब कोणत्याही प्रसंगातून सहीसलामत बाहेर पडत होत्या.

इंदुमती हॉलमध्येच इंदुमती देवींची शाळा भरत होती. सोनसळीच्या कॅम्पमध्ये इतर मैत्रिणींसमवेत राणीसाहेब शिकत होत्या. इथे मात्र कोणाच्या आधाराशिवाय एकटीलाच शिक्षण घ्यावे लागत होते. शाहू महाराजांनी घालून दिलेली शिस्त तशीच चालू होती. सर्व शिक्षक त्याच आदराने व त्याच शिस्तीने अजूनही येत होते व शिकवतही होते. सर्वांनी वक्तशीरपणे, वेळेत यावे म्हणून सर्वांची चोख व्यवस्था ठेवली गेली होती. राणीसाहेब सर्वांशी अदबीने वागत व आपले शिक्षण सुरू ठेवत. राणीसाहेबांच्या विनम्र स्वभावामुळे सर्व शिक्षक वर्ग त्यांच्यावर प्रेम करत असे.

आपल्या गुरूंना आपल्याबद्दल अभिमान वाटावा यासाठी राणीसाहेब खूप अभ्यास करून ज्ञान मिळवण्याचा प्रयत्न करत. वेळेत अभ्यास, अवांतर वाचन, गृहपाठ शिस्तबद्ध चालत. त्यात केंड्रिकसारखी करारी, शिस्तीची पालक मिळाली होती. केंड्रिक ज्ञानाची अनेक दालने उघडून दाखवत. या दोघी एकमेकींवर आई-मुलीसारखे प्रेम करत. मिस केंड्रिकमुळे राणीसाहेबांच्या ज्ञानात खूपच भर पडली. राणीसाहेब मिस केंड्रिकबरोबर इंग्रजीतच संभाषण करत. त्यामुळे राणीसाहेबांचे इंग्रजी अत्यंत अस्खलित असे.

पुढे काही वर्षांनी दिल्लीच्या लेडी आर्विन कॉलेजच्या प्राचार्यांनी राणीसाहेबांच्या ॲडमिशनसाठी पत्र पाठवले. राजर्षी शाहूंच्या मृत्यूनंतरही आठवणीने महिला मेडिकल कॉलेजच्या प्राचार्यांनी राणीसाहेबांच्या पुढील शिक्षणासाठी विचारणा केली होती. हे पत्र वाचून राणीसाहेबांना खूप आनंद झाला. मॅट्रिक पास झाल्यानंतर मेडिकल कॉलेजला प्रवेश मिळवण्याच्या हेतूने राणीसाहेबांनी जोरदार प्रयत्न सुरू केले. दिवस-रात्र त्या अभ्यास करू लागल्या. त्यांना आपल्या सासऱ्यांचे स्वप्न साकार करावयाचे होते. डॉक्टर होऊन इंदुमती राणीसाहेबांना गोरगरिबांची सेवा करावयाची होती. इंदुमती हॉलचे सारे वातावरण अभ्यासमय झाले होते.

१९२४ साली छत्रपती शाहू महाराजांच्या प्रयत्नांना यश आले. कोल्हापूर मॅट्रिक परीक्षेचे सेंटर व्हावे म्हणून छत्रपती शाहूंनी खूप प्रयत्न केले होते. या प्रयत्नांना यश मिळण्यापूर्वीच महाराजांचे निधन झाले. महाराजांनी कोल्हापूरमध्ये अनेक जाति-धर्मांसाठी शाळा, महाविद्यालये, वसतिगृहे काढली होती. सबंध महाराष्ट्रातून मुले शिक्षणासाठी कोल्हापुरात दाखल होऊ लागली होती. कोल्हापूर हे शिक्षणाचे माहेरघर बनले; परंतु मॅट्रिकची परीक्षा देण्यासाठी मुलांना पुणे- मुंबईला जावे लागत होते. मुलांची ही अडचण दूर करण्यासाठी राजर्षी शाहू महाराजांनी कोल्हापूरला सेंटर व्हावे म्हणून खूप प्रयत्न केले. त्या प्रयत्नांना यश मिळण्याअगोदर महाराज निधन पावले. महाराजांच्या पावलावर पाऊल टाकतच पुढे

छत्रपती राजाराम महाराज प्रयत्न करू लागले. दोन्ही राजेंच्या प्रयत्नाला यश येऊन कोल्हापूर सेंटर मंजूर झाले. याच मंजूर झालेल्या सेंटरमध्ये इंदुमती राणीसाहेब मॅट्रिकची परीक्षा देणार होत्या. कोल्हापूरच्या राजकुटुंबातील पहिल्याच सूनबाई एस.एस.सी. परीक्षा उत्तीर्ण होणार होत्या. त्या वेळची सामाजिक परिस्थिती, रूढी, परंपरा, घरातून होणार विरोध सर्व गोष्टींना विरोध करून आपल्या सासऱ्यांनी सुरू केलेला हा शैक्षणिक यज्ञ इंदुमती देवींनी सुरूच ठेवला.

आता राणीसाहेबांचा मॅट्रिक परीक्षा उत्तीर्ण होण्याचा मार्ग पूर्ण मोकळा झाला. सर्व गुरुजन, मिस केंड्रिक, शाहू महाराज या सर्वांच्या प्रयत्नाला फळ आले. राणीसाहेब चांगल्या मार्कांनी पास होणार याची सर्वांनाच खात्री होती. राणीसाहेब तर अतिउत्साहाने भरपूर अभ्यास करत होत्या. राजघराण्यातील अनेक लोकांनी राणीसाहेबांना परीक्षेला बसण्यास विरोध केला; परंतु कोणत्याही विरोधाला न जुमानता राणीसाहेब परीक्षेची जोरदार तयारी करत होत्या. छत्रपती राजाराम महाराज राणीसाहेबांना खूप साहाय्य करत होते. त्यांची योग्य ती काळजी घेतली जात होती. खासबागेतील परीक्षा मंडपात राणींच्या बसण्याची खास सोय केली होती. परीक्षा मोठ्या उत्साहात पार पडली. भरपूर अभ्यास केल्यामुळे पेपर सुरळीत गेले. निकालाची काही चिंता करण्याचे कारणच नव्हते. परीक्षेनंतर राणीसाहेब हवापालट करण्यासाठी मिस केंड्रिकबरोबर महाबळेश्वरला गेल्या.

महाबळेश्वरहून आल्यानंतर चारच दिवसांत मॅट्रिकचा निकाला जाहिर झाला. राणीसाहेब चांगल्या मार्कांनी उत्तीर्ण झाल्या. कोल्हापूर सेंटरमध्ये राणीसाहेब दुसऱ्या क्रमांकाने उत्तीर्ण झाल्या. खरेतर बोर्डात पहिले येण्याची राणीसाहेबांची बुद्धिमत्ता व धडपड, प्रयत्न होते; परंतु शिक्षणाबद्दल त्यांचे वेळोवळी खच्चीकरण केले गेले. अगदी परीक्षेच्या आदल्या दिवशीपर्यंत सारा गोंधळच गोंधळ चालू होता. राणीसाहेब डगमगणाऱ्या नव्हत्या. त्यांच्यावर छत्रपती राजर्षी शाहूंचे संस्कार होते. परीक्षेत दुसरा क्रमांक आलेला पाहून राणीसाहेबांना खूप आनंद झाला. राणीसाहेबांना व सर्व गुरुजनांना छत्रपती शाहूराजांची प्रकर्षाने आठवण झाली. महाराजांच्या आठवणीने सर्वांचे डोळे भरून आले. आज महाराज जिवंत असते, तर आपल्या हुशार, बुद्धिवान, तेजस्वी, लाडक्या सुनेला कुठे ठेवू कुठे नको, असे केले असते; परंतु हे भाग्य राजांच्या नशिबी नव्हते.

मॅट्रिक परीक्षा चांगल्या गुणांनी पास झाल्यामुळे इंदुमती राणीसाहेबांचा मेडिकल कॉलेजला जाण्याचा व आबांची इच्छा पूर्ण करण्याचा मार्ग मोकळा झाला होता. आनंदाच्या भरात त्यांनी बापूसाहेब महाराजांना पत्र लिहिले.

२०

शेवटाची चाहूल

प्रिन्स शिवाजी राजांच्या अपघातापासून महाराज फारच हळवे झाले होते. विचार करून करून राजांचे शरीर आजारांनी पूर्ण पोखरले होते. आपल्या जगण्याची शाश्वतीच राजांना वाटेनाशी झाली होती. म्हणूनच की काय राजांनी आपल्या सुनेची दिल्लीत राहायची तयारी केली होती. खरेतर इंदुमती राणीसाहेब अजून मॅट्रिकही झाल्या नव्हत्या; परंतु का कोणास ठाऊक, राजांना आपल्या जाण्याची चाहूल लागली असावी बहुतेक. म्हणूनच आपल्या माघारी आपल्या सुनेची शिक्षणाची गैरसोय होऊ नये म्हणून राजेंनी दिल्लीत अगोदरच बंगला घेऊन ठेवला व व्हॉइसरॉयच्या वर्तुळातील वरिष्ठ अधिकाऱ्यांच्या राणीसाहेबांबरोबर ओळखी करून दिल्या. आपल्या माघारी आपल्या सुनेची व्यवस्था नीट लागावी म्हणून ७ ऑगस्ट, १९२१ रोजी महाराजांनी मॉंटगोमेरी यांना एक पत्र लिहिले. त्यात आपले मन मोकळे केले. ते पत्र पुढीलप्रमाणे :

'There is a family matter about which I wish to write to you that is my widowed daughter-in-law- I want to educate her thoroughly upto Matriculation and then to make a lady Doctor. I intend to travel down to Bombay with her. On my way I will meet you in poona and bring her to you and Mrs. Monotogamerie.

Though, strict zanana is observed amongst us and I am a conservative gentleman still I will bring my daugher-in-law with me to you. I wish to make some arrangements with regard to her maintenance by appointing a committee of the Resident and two other sympathetic officers like yourself.

I wish that she should get her maintenance directly from the resident and she should not depend upon her husband's brother or any one else. I put all this matter before you because as I have already said I consider you as my family. If you permit I wish to place this matter before you.'

महाराजांना आपल्या मृत्यूची जणू चाहूलच लागली होती; कारण त्यांनी आपल्या सुनेच्या भवितव्याचा विचार करून काही निर्णय घेण्याचे ठरवले होते. आपली जीवनयात्रा मध्येच संपली तर काय करायचे, आपल्यानंतर आपल्या सुनेचे काय होईल, तिची पुढची काहीतरी तजवीज करून ठेवायला पाहिजे या त्यांच्या विचारातूनच वरील पत्र लिहिले गेले असावे.

आपल्या माघारी आपली सून इंदुमती राणीची काही व्यवस्था करणे राजांना भाग होते. आपल्या मुलांच्या शिक्षणासाठी ट्यूटर आर्विन नावाचा एक बंगला बांधला होता. त्यास 'आर्विन बंगला' असेच नाव होते. या बंगल्यात पुढे इंदुमती राणींना राहता यावे म्हणून या बंगल्याचे नाव 'इंदुमती हॉल' असे ठेवण्यात आले. राजे अत्यंत हुशार आणि धोरणी होते. आपल्या सुनेला पत्रव्यवहार करता यावा, यासाठी स्वतंत्र बोधचिन्ह निवडले. हे बोधचिन्ह 'भग्न नौके'चे होते. हे बोधचिन्ह निवडण्यातसुद्धा राजेंचा काही हेतू होता.

या बोधचिन्हामागे राजेंचे विचार खूप वेगळे होते. आपल्या सूनबाई इंदुमतीदेवी ज्या नौकेने प्रवास करीत होत्या, ती नौका आकस्मिकपणे अपघात होऊन फुटली आहे. आता या फुटलेल्या नौकेतूनच आपल्या सुनेला संपूर्ण आयुष्याचा प्रवास करावयाचा आहे. या नौकेतून प्रवास करताना अतिशय काळजीपूर्वक प्रवास करावा लागणार आहे. चुकून जरी एखादा अपराध किंवा चूक झाली तर नौका बुडून जाणार होती. ही सर्व परिस्थिती आपल्या सुनेच्या डोळ्यांसमोर कायम राहावी, म्हणून 'भग्न नौका' हे तिच्या जीवनाचे प्रतीक आहे, हे कायम आपल्या सुनेच्या मनावर बिंबवावे आणि तिने वास्तवाचा सतत विचार करावा व सर्व परिस्थिती पेलण्यास सज्ज असावे हाच त्यामागचा राजांचा हेतू होता.

त्या बोधचिन्हाच्या अगदी मध्यभागी भग्न नौका असून बोधचिन्हाच्या वरच्या भागात 'सत्याय सज्ज:' असा आदेश दिला होता.

महाराजांनी इंदुमती राणीसाहेबांच्या भवितव्यासाठी मृत्युपत्र तयार केले. ते पुढीलप्रमाणे होते.

चि. पुण्यशील इंदुमती राणीसाहेब महाराज यांची व्यवस्था त्यांच्या हयातीपर्यंत चांगलीच राहावी यासाठी त्यांची व्यवस्था खालीलप्रमाणे करण्यात आली आहे. या मृत्युपत्राप्रमाणे राणीसाहेबांची व्यवस्था होईल.

अ - इंदुमती राणीसाहेबांना दरमहा दीड हजार रुपये रोख देण्यात येतील. शिवाय शेरीबाग, त्यातील इमारती, हुपरी-रेंदाळ पार्क यातील इमारतीसुद्धा, थोरले व धाकटे आगर, उदगाव जवळचा बंगला, मळी, कुरण, बाभळी काठ हे सर्व त्यांचे वहिवाटीस देण्यात येतील. राणीसाहेबांच्या हयातीपर्यंत या सर्वांवर त्यांचीच मालकी राहील. या सर्वांपासून जे उत्पन्न येईल ते इंदुमती राणीसाहेबांनाच द्यावे.

ब - करवीर दरबारने दिल्ली येथे जो बंगला घेतला आहे, तो राणीसाहेबांच्या हयातीपर्यंत त्यांच्याच ताब्यात राहील. या बंगल्यापासून भाड्याच्या रूपाने जे उत्पन्न येईल, ते इंदुमती राणीसाहेबांनीच घ्यावे.

क - इंदुमतीदेवी यांना कोल्हापूर येथे राहण्यास जो आर्विन नावाचा बंगला देण्यात आला आहे. त्याची मालकी इंदुमती राणीसाहेबांच्या हयातीपर्यंत राणीसाहेबांकडेच राहील. या बंगल्याला 'इंदुमती हॉल' असे नाव देण्यात आले आहे. या बंगल्याची देखभाल, दुरुस्ती सर्व दरबाराच्या खर्चानेच करण्यात येईल. वरील सर्व प्रॉपर्टी इंदुमती राणीसाहेब हयात असेपर्यंत त्यांच्याकडे राहतील. ही इस्टेट विक्री करता येणार नाही किंवा दत्तक घेऊन त्याच्या नावे करता येणार नाही. इंदुमती राणींच्या मृत्यूनंतर ही सर्व प्रॉपर्टी दरबारात परत जमा करण्यात येईल.

इंदुमती राणीसाहेब यांच्या व्यवस्थेसाठी पुढील तजवीज केली जाईल. त्यांच्यासाठी नोकर, गाड्या करवीर दरबार पुरवेल, तर नोकर न दिल्यास त्याऐवजी त्यांचा पगार देण्यात येईल.

इंदुमती राणीसाहेब १८ वर्षांच्या सज्ञान होईपर्यंत त्यांच्या प्रॉपर्टीची सर्व व्यवस्था बापूसाहेब महाराज कागलकर हे पाहतील. इंदुमती राणीसाहेबांनी खर्च करून, जी रक्कम शिल्लक राहील त्यावर सर्वस्वी त्यांचाच अधिकार राहील. नंतर इतर सर्व स्थावर इस्टेटीप्रमाणे सर्व उर्वरित शिल्लक रक्कम दरबारात जमा होईल.

ड - इंदुमती राणीसाहेबांचे सर्व दागिने त्यांनी हयातीत उपभोग घेऊन नंतर सरकार दरबारी जमा करावे.

या मृत्युपत्राची प्रत राजेंचे सर्वांत विश्वासू दिवाण रघुनाथराव सबनीस यांच्याकडे ठेवलेली होती.

२१

छत्रपती शाहूंचा मृत्यू

छत्रपती शाहू महाराज सारखेच आजारी पडू लागले. मिरजेला डॉ. वॉनलेस यांची ट्रीटमेन्ट चालू होती. डॉ. वॉनलेसांनी महाराजांना उपोषण सोडण्याचा सल्ला देऊन, संपूर्ण विश्रांती घेण्यास सांगितले होते. महाराजांच्या सर्वांगातून मुंग्या येत होत्या. महाराजांच्या रक्तात दोष निर्माण झाला होता. महाराजांनी दोन-अडीच महिने गोळ्या घेऊन नंतर त्या वैतागाने बंद करून टाकल्या होत्या. डॉ. वॉनलेस कसोशीने प्रयत्न करत होते; परंतु राजांच्या साखरेचे प्रमाण अजिबात कमी होत नव्हते. यातच महाराज बडोद्याला जायला निघाले. डॉक्टरांनी जाण्यास सक्त विरोध केला होता. प्रत्येकाला वाटत होते, महाराज आजारी आहेत, त्यांनी एवढ्या लांबच्या प्रवासाला जाऊ नये. बडोद्याची गरम हवा राजांना सोसणारी नव्हती; परंतु राजे आपल्या प्रकृतीपेक्षा कर्तव्याला श्रेष्ठ मानणारे होते.

याचे कारणही तितकेच महत्त्वाचे होते. बडोद्याचे फत्तेसिंह महाराज यांच्या पत्नी पद्मावतीदेवी यांचा शाहू महाराजांवर विशेष लोभ होता. आपल्या मुलांकडे लक्ष द्यावे म्हणून मरते समयी पद्मावती देवींनी, शाहू महाराजांकडून वचन घेतले होते. त्या वचनाची पूर्तता म्हणून पद्मावती राणीसाहेबांच्या कन्या लक्ष्मीदेवी आणि सावंतवाडीचे राजे बापूसाहेब महाराज यांचा विवाह ठरवण्यात छत्रपती शाहू महाराजांची प्रमुख भूमिका होती. त्यामुळे पद्मावती देवींच्या शब्दाखातर आपले आजारपण दूर ठेवून महाराज बडोद्याला जायला निघाले होते.

बडोद्याला गेल्यानंतरही आजाराने महाराजांची पाठ सोडली नाही. लक्ष्मीदेवींचे आजोबा सयाजीराव गायकवाड लग्नाच्या दिवशीच काही कामानिमित्त युरोपला रवाना झाले. दिनांक ३० एप्रिलला छत्रपती शाहू महाराजांच्या उपस्थितीत विवाह समारंभ मोठ्या थाटामाटात पार पाडला. आपण पद्मावती देवींना दिलेला शब्द

पाळल्याचा राजांना खूप आनंद झाला. या आनंदात राजेंचे आपल्या तब्येतीकडे मात्र अजिबातच लक्ष नव्हते. त्यातच त्यांचे शिकारीचे वेड त्यांना गप्प बसू देत नव्हते. बडोद्यातील काही पाहुण्यांच्या सोबत राजे वीस मैलांवर असणाऱ्या चित्त्याच्या शिकारीस निघून गेले.

या सर्व दगदगीचा परिणाम होऊन राजे आणखी आजारी पडले. बडोद्याच्या डॉक्टरांना तब्येत दाखवण्यात आली. तेथील डॉक्टरांनीही विश्रांतीचा सल्ला दिला. थोडी तब्येत सुधारताच राजे मुंबईला निघून आले. मुंबईत निष्णात डॉक्टरांचे पथक राजेंच्या तैनातीला हजर होते. आजाराने राजांना पूर्णत: कवेत घेतले होते. सर्वांच्या चिंतेत आणखी भर पडली. इंदुमती राणीसाहेब, बापूसाहेब महाराज, अण्णासाहेब कागलकर, बाबा खानविलकर हे सर्व जण चिंतेने अगदी व्याकूळ झाले. प्रत्येकाला वाटायचे आता यातून मार्ग कसा काढायचा. डॉक्टर हरतऱ्हेने उपचार करत होते. महाराज वेदनेने व्याकूळ झाले, तरीही ते सर्वांना धीर देत होते.

आपला मृत्यू जवळ आला आहे हे समजूनही महाराज इतरांनाच धीर देत होते. त्यांना आता फक्त आणि फक्त आपल्या सुनेची इंदुमती देवींची काळजी होती. आजारी महाराज सर्व जनतेची, समाजाची काळजी करत होते. प्रबोधनकार ठाकरेंचे लेखन महाराजांना अतिशय आवडत होते. 'रंगोबापूजी' हा ग्रंथ पुरा करणेच्या संबंधी महाराजांनी प्रबोधनकारांकडून वचन घेतले. आपल्या अत्यवस्थ समयीसुद्धा सर्वांची काळजी घेणारा हा आगळावेगळा राजा होता.

इंदुमती राणीसाहेब व बापूसाहेब महाराज डोळ्यांत तेल घालून राजेंची काळजी घेत होते. त्या काळी हृदयरोगावर मृत्यू हेच औषध होते. महाराजांना रात्रभर रक्ताच्या उलट्या होत होत्या. डॉक्टरही प्रयत्नांची पराकाष्ठा करत होते. महाराजांचा झाडासारखा देह या आजाराला सक्षमपणे तोंड देत होता. त्यातूनही ते आपल्या सुनेची काळजी घेत होते. राजे असह्य वेदनेने हैराण झाले होते. मृत्यू समीप येऊन ठेपला होता. राजे तरीही त्याला टक्कर देत होते. फक्त वेळ जात होता. दुखणे काही हटत नव्हते. राजेंच्या छातीत असह्य वेदना होत होत्या. किती तोंड देणार असल्या आजाराला. राजा असले तरी तेही एक माणूस होते.

राजे आपल्या लाडक्या सुनेला व सर्व प्रजेला सोडून निघून गेले. छत्रपतींच्या निधनाने खरे दु:ख कोणाला झाले असेल तर ते इंदुमती राणीसाहेबांना. सर्व जनतेपेक्षा राणीसाहेबांना अतिशय दु:ख झाले. आधारच तुटला. आता जगायचे कोणाच्या जिवावर? इंदुमती देवींना चांगले संस्कार, शिक्षण, चांगला आधार फक्त छत्रपती शाहू महाराजांनीच दिला होता. महाराजांनी दिलेले संस्कार निरंतर राहणार होते; परंतु आधार मात्र गेला होता. पुढील जीवनक्रम चालवणे अतिशय अवघड होते.

राजेंच्या मृत्यूनंतर इंदुमती राणीसाहेब सोनतळी कॅम्पवरून कोल्हापुरात परत आल्या. छत्रपती शाहू महाराजांच्या अभेद्य कवचामध्ये राणीसाहेब सुरक्षित होत्या. आता ते कवच नाहीसे झाले होते. आता कोणाच्या जिवावर पुढील दिवस काढायचे, या विचारात राणीसाहेब दिवस-रात्र असायच्या. छत्रपती राजर्षींच्या अत्यंत लाडक्या सूनबाई होत्या इंदुमती राणी. आपल्या पुत्राच्या मृत्यूने घायाळ झालेले राजे इंदुमती देवींच्या रूपात प्रिन्स शिवाजीराजेंना पाहत होते. सर्व राजघराण्याचा विरोध पत्करून इंदुमती राणींना सोनतळी शिक्षणासाठी ठेवले होते. आता राणीसाहेबांना पुढचा समय अतिशय अवघड होता.

राणीसाहेबांच्या विरुद्ध विविध अफवा पसरवून त्यांना हैराण केले गेले. दुष्ट प्रवृत्तीच्या लोकांनी इंदुमती राणीसाहेबांचे जिणे हराम करून टाकले होते. अनेक अपप्रचारांनी राणीसाहेबांना नको नको करून सोडले होते. इंदुमती राणीसाहेबांनी कागलकर बापूसाहेब महाराजांचा मुलगा दत्तक घेतला किंवा इस्टेटीच्या वाटणीसाठी रेसिडन्ट-गव्हर्नर इत्यादी मंडळींशी संधान बांधले. लोकांनी येनकेन प्रकारेण अशा अफवांचे पीक आणले. गल्लीबोळात बसून लोक राणीसाहेबांबद्दल फक्त कंड्या पिकवायचे काम करू लागले. राणीसाहेबांना या सर्व गोष्टींचा अतिशय त्रास होऊ लागला. छत्रपती शाहूंनी इंदुमती राणींना अतिशय चांगल्या प्रकारे संस्कारित केले होते. ज्ञानोपासना, दु:खितांचे अश्रू पुसणे, सत्ता, संपत्ती, वैभव यांची आसक्ती न बाळगणे या सर्व गोष्टी शिकलेल्या राणीसाहेबांना या कुटिल कारस्थानाचा अतिशय त्रास होऊ लागला. राणीसाहेब एका फार मोठ्या उंचीवर येऊन ठेपल्या होत्या. त्यांना हे सर्व कसे बरे सहन होणार?

या सर्व इतिहासाचे साक्षीदार होते ते रघुनाथराव सबनीस. अगदी वधूपरीक्षेपासून सर्व घटनांचे ते साक्षीदार होते. छत्रपतींनी अगदी विश्वासाने मृत्युपत्रही त्यांच्याकडे सुपूर्द केले होते. त्यामुळे या सर्व अफवांचे फुटलेले पेव पाहून त्यांना अतिशय दु:ख होऊ लागले. केवळ सोळा वर्षांच्या इंदुमती देवींना किती त्रास होणार याचाच विचार रघुनाथराव सबनीस रात्रंदिवस करू लागले. छत्रपतींनी मृत्युपत्राची तयारी केली होती. ते मृत्युपत्र लिहून तयार होते; परंतु महाराज अचानकच खूप आजारी पडले. महाराजांनी लिहिलेले मृत्युपत्र तारेने मागवले होते; परंतु ते मुंबईत पोहोचण्यापूर्वीच महाराज निघून गेले. मृत्युपत्रावर महाराजांची स्वाक्षरी झालीच नाही. बिनसहीच्या मृत्युपत्राला कायदेशीर अधिकार काय असणार? शाहू छत्रपतींच्या अकाली निधनाने अनेक प्रश्न अनुत्तरितच राहिले. महाराजांच्या निधनाने शोकमग्न झालेल्या राजकुटुंबाला अनेक अफवांना तोंड देतच बसावे लागले. अनेक कट-कारस्थानांनी कोल्हापूरकर राजकुटुंब हैराण झाले. छत्रपतींच्या निधनाने झालेले दु:ख अजून ओसरलेही नव्हते, त्यातच अशा अफवांचे जणू पेवच फुटले होते.

२२

मॅट्रिक परीक्षा उत्तीर्ण

इंदुमती देवींना मॅट्रिक पास झाल्याचा खूप आनंद झाला; परंतु ज्यांच्याकडे आनंद व्यक्त करायचा ते माणूसच राहिले नव्हते. राणीसाहेबांना आता मेडिकलला जाण्याचा मार्ग मोकळा झाला होता. अत्यंत आनंदाच्या भरात त्यांनी बापूसाहेबांना अतिशय सुरेख व भावनिक पत्र लिहिले. त्यांना खूप अपेक्षा होत्या. महाराज पुढील शिक्षणासाठी आपल्याला परवानगी देतील. डॉक्टर होऊन राणीसाहेबांना गोरगरिबांची, स्त्रिया-मुलांची सेवा शुश्रूषा करावयाची होती. राजाराम हायस्कूलच्या पास झालेल्या विद्यार्थ्यांची नावे तारेने कळवली गेली. त्यात राणीसाहेबांचे नाव होते. राणीसाहेबांना रिझल्ट समजल्यावर खूपच आनंद झाला. त्यांची तपश्चर्या फळाला आली. सर्वांनी इंदुमती राणीसाहेबांचे खूपच कौतुक केले. दुसरा क्रमांक आलेल्या राणीसाहेबांचा आनंद गगनात मावत नव्हता. त्यांना या क्षणी फक्त आणि फक्त आपल्या आबांची आठवण येत होती. आपल्या सुनेचा दुसरा नंबर आलेला पाहून राजे आनंदाने हुरळून गेले असते. शिक्षकांचे तोंडभरून कौतुक, तर सुनेची प्रेमाने पाठ थोपटली असती आणि तिला कुठे ठेवू कुठे नको केले असते. मॅट्रिक परीक्षा चांगल्या मार्कांनी उत्तीर्ण झाल्यामुळे गरिबांची सेवा करण्याची आबांची अंतिम इच्छा पूर्ण करण्यासाठी मेडिकलला जाण्याचा मार्ग मोकळा झाला. त्याबद्दल त्यांनी आनंदाने बापूसाहेब महाराजांना पत्र लिहिले ते पुढीलप्रमाणे :

My dear Kakasaheb,

I learnt from you last year that the Lady Superintendent of the Zanana Medical College at Delhi wanted me to join the College last year. This question was postponed until I had passed the Matric Examination.

It was his late Highness Shri Shahu Chhatrapati Maharaja's wish, as you, Sir R. V. Sabnis and others are aware, that I should join the College. And in November 1921, His late Highness took me to the college and introduced me to the Suprintendent as one of her future pupils.

According to his late highness's wishes, His Highness Sir Rajaram Chhatrapati Maharajsaheb was pleased to continue the teaching staff appointed by His Late Highness and I am happy to say, with this sympathetic help tendered to me by His Highness I passed have the Matriculation Examination this year.

Now I have to fulfil His late Highness wish by joining the Medical College and I am fully confident his Highness will extend me the same sympathetic hand and send me to the Medical College at an early date. I have, therfore to request you, to make the necessary arrangements in order to secure admission for the next term, my name should go in before the 15th July next.

Yours Obediently,

Indumati Princess

हातातोंडाला आलेला घास कोणीतरी हिरावून घेत होते. कोण घेणार हिरावून तर त्या रूढी, परंपरा आणि बुरसटलेले विचार, नातेवाईक, राजघराण्यातील लोकांच्या वरची रूढी-परंपरेची घट्ट पकड सैल व्हायला तयार नव्हती. मुलींना शिक्षण देणे म्हणजे तिला वाममार्गाला लावणे अशीच त्या काळी समजूत होती. 'वैद्यकीय शिक्षणासाठी' राणीसाहेब दिल्लीला जाणार ही कल्पनाच मुळी त्या काळाला रुजणारी नव्हती. बुरसटलेल्या, कालबाह्य विचारांच्या लोकांनी इंदुमती राणींनी शिकू नये म्हणून जिवाचा आटापिटा केला. राजघराण्यातील तरुण विधवा शिक्षणासाठी शेकडो मैल दूर राहणार हे त्यांना कधीच पटणारे नव्हते.

जुन्या, बुरसटलेल्या विचारांच्या लोकांमुळे इंदुमती देवींची डॉक्टर होण्याची इच्छा अपूर्ण राहणार होती. आपली यात काय चूक असे असे त्यांना वाटणे

साहजिकच होते. मेडिकलसाठी दिल्लीला जाण्याची राणीसाहेबांनी पूर्ण तयारी केली होती; परंतु यात राणीसाहेबांची पूर्ण निराशा झाली. राणीसाहेब विचार करू लागल्या, हे असे का घडते आहे. जुन्या रूढी-परंपरा आपण किती दिवस कुरवाळत बसणार आहोत. राणीसाहेबांचे मन आकांत करू लागले. चूक की बरोबर या विचारचक्रात त्या अडकून बसल्या होत्या. राणीसाहेब मॅट्रिक परीक्षा उत्तीर्ण झाल्या होत्या. त्यांच्यात बरीच समज आली होती. चांगल्या-वाइटातील फरक त्यांना कळत होता. आपल्यावर अन्याय होत आहे, हे त्यांना पूर्ण समजून चुकले होते.

या विचारचक्रात राणीसाहेबांना काय करावे हे सुचत नव्हते. त्यांनी रेसिडेन्टला पत्र लिहिण्याचे ठरवले. तेथे काही मदत मिळेल असे त्यांना वाटत असावे.

Indumati Hall
July 9th/25

Dear Colonel Pottinger,

I am writing to ask if you will kindly help me in the following

1. Until His Late Highness' death. I had a monthly allowance for pocket money, which was placed in the treasury in my name. On coming here, I asked the Darbar for the whole sum, but it was refused on the ground that so much had been spent on my companions by my Father-in-law. This is surely not a reasonable excuse to deprive me of my pocked money.

2. Miss Kendriks was appointed by the Darbar and since her arrival I have been paying her stipend out of my monthlys allowance of Rs. 1500/- I was requested to do this until my affairs were settled (I of course hope to have the sum refunded.) It has been very difficult for me. More so Because I have had to pay the masters nearly Rs. 1500/- a month for the last year. Thus one can plainly see that Rs. 1500/- is not a large enough sum to keep up my position. From lands I have only received Rs. 9466-7-5 for two years and ten months. The Small

& Big Agars have not yet been handed over to me. I have not yet received a pie for the Delhi Bungalow.

3. I have been asked to pay for the corn and grass for horses & cattle and also all conveyance expenses. Until Feb. 1924 the Darbar paid the above & for reasons unknown to me the payment was then stopped.

4. I want some arrangement made regarding my holidays. I have now attained majority and do not think I should be treated as a child. I should be allowed to visit places of my own choice. Servant's Bhatta (Travelling Allowance) should be allowed on such occasions by the Darbar. I asked for it on my return from Mahabaleshwar, but no notice was taken.

Now I have placed before you all the grievances respecting the will and hope that an early settlement may be possible with British guarantee for stability.

Apologing for troubling you.

Sincerely Yrs,

Indumati Princess

या पत्रावरून त्यांच्या अस्वस्थतेची कल्पना येते. नम्र, शांत, समजूतदार, विचारी राणीसाहेब अन्यायाविरुद्ध पेटून उठणार होत्या; कारण ध्येयाकडे जाणारी त्यांची वाटच प्रतिगामी विचारसरणीने अडवून धरली होती. राणीसाहेबांचा आर्थिक, शैक्षणिक, सामाजिक सर्वच स्तरांतून कोंडमारा होत होता. मन कुठेतरी बंड करून उठत होते. त्या बंड करणार होत्या; परंतु तेसुद्धा आपल्या विवेकसरणीला धरूनच. कोणतेही वावगे पाऊल वा कृती त्या करणार नव्हत्या. आपण छत्रपतींची सून आहोत, असे त्यांचे मन वेळोवेळी त्यांना समजावत होते.

आपल्या सासऱ्यांनी केलेले संस्कार त्या कदापिही विसरणार नव्हत्या. या बंडाचे कारण म्हणजेच राजर्षी शाहू छत्रपतींनी केलेले संस्कार होत. राणीसाहेबांवर आपल्या सासऱ्यांनी जे काही संस्कार केले होते, त्याचाच परिणाम म्हणजे राणीसाहेबांचा अन्यायाविरुद्धचा पवित्रा होय. राजांचे संस्कार वाया जाणारे नव्हते. इंदुमती देवींनी परखड शब्दांत रेसिडेंन्ट साहेबांना पत्र लिहिले होते. कोणतेही आकांडतांडव न

करता योग्य आणि समर्पक शब्दांत त्यांनी पत्र लिहिले होते. पत्राची मांडणी अतिशय उत्तम व विचार करायला लावणारी होती. पत्राच्या उत्तराच्या प्रतीक्षेत राणीसाहेब होत्या. त्यांच्या मनाला न्यायाची प्रतीक्षा होती. आपण काय चूक केली म्हणून आपल्याला ही शिक्षा, असे त्यांना वेळोवेळी वाटत होते. काहीतरी मार्ग नक्कीच निघेल अशी त्यांना आशा होती.

छत्रपती शाहूंच्या मृत्यूनंतर राणीसाहेबांनी अनेक अडचणींना तोंड देत मॅट्रिकची परीक्षा दिली. त्या चांगल्या मार्कांने उत्तीर्णही झाल्या. कोल्हापूर सेंटरमधून त्या दुसऱ्या नंबरने उत्तीर्णही झाल्या. परत छत्रपती शाहू महाराजांनी ठरवल्याप्रमाणे दिल्लीला मेडिकल कॉलेजमध्ये प्रवेश घेणे त्यांना शक्य झाले नाही. राजघराणे आणि अन्याय्य रूढी यांच्या बळकट साखळ्यांनी इंदुमतीदेवींचे पाय बांधून त्यांची गती थांबवली होती.

ही गोष्ट त्यांच्या व्यक्तिगत जीवनात निराशादायी तर होतीच; पण त्यामध्ये एका समाजसुधारणेच्या प्रयत्नांचा पराभवही होता, असे आज आपल्याला स्पष्टपणे उमगते. ज्या शाहू छत्रपतींनी आपल्या सर्व शक्ती पणाला लावून सार्वत्रिक शिक्षणाचे कार्य सातत्याने चालवले आणि ज्या संस्थानाने स्त्रियांच्या शिक्षणाचा आस्थेने पाठपुरावा केला. त्या शाहू छत्रपतींच्या आणि त्या संस्थानाच्या एका प्रागतिक स्वप्नांचा हा पराभव होता. केळकर माय-लेकींना त्याच छत्रपतींनी उच्च शिक्षणाची संधी दिली होती. डॉ. आनंदीबाई जोशी यांना कोल्हापुरात काम करण्यासाठी पाचारण करून त्यांना रेल्वेभाडेही आगाऊ धाडून दिले होते; पण त्याच्यानंतर इंदुमतीदेवींना मात्र उच्च शिक्षणाची संधी कुवत, परिस्थिती असूनही मिळू शकली नाही.

२३

वनिता समाज मंडळ व महिला क्लब

इंदुमती देवींच्या मनाची घालमेल रेसिडेन्ट कर्नल पॉटिंजर व त्यांच्या पत्नीला कळली. नशिबाने मांडलेल्या विचित्र खेळात इंदुमती राणीसाहेब फसल्या आहेत, त्यातून त्यांना बाहेर कसे काढावे या विचारातच दोघेही होते. त्यातूनच या दोघांनी क्लब स्थापन करण्याचे ठरवले. या क्लबच्या माध्यमातून खेळण्यात, चर्चा करण्यात, गप्पा, चहा, भोजनपार्टीत राणीसाहेबांचा वेळ मजेत जाईल अशी योजना करण्यात आली. विचार करून करून राणीसाहेबांना त्रास होईल म्हणून काहीतरी युक्ती लढवली होती. आणि ती म्हणजे क्लब स्थापनेची.

पाश्चिमात्य देशाची क्लब संस्कृती आपल्या देशात सहजासहजी रुळणाऱ्यापैकी नव्हती. राणीसाहेबांना या क्लबचा नक्कीच त्रास होणार होता. अगदी बोटावर मोजण्याइतक्याच राजस्त्रिया या क्लबच्या मेंबर झाल्या. आठवड्यातून फक्त बुधवार आणि शनिवार संध्याकाळी फक्त पाच ते सात जमायची वेळ होती. मोजून फक्त पाचच क्लब मेंबर, त्यातील कोणी ना कोणीतरी गैरहजर असायचेच. क्लबच्या निर्मात्या पॉटिंजर यांनी आपल्या कन्या यांना या क्लबचे सभासद करून घेतले होते. पूर्वेकडील सरंजामदारांचा आणि पश्चिमेकडील मिशनऱ्यांचा अनोखा संगम या क्लबमधील प्रांगणात झाला होता. या मिशनऱ्यांच्या बिनधास्त वातावरणात त्यागी, निरपेक्ष, संयमी व विरक्त अशा राणीसाहेब वावरत होत्या.

टेनिस आणि बॅडमिंटन हे दोनच खेळ या क्लबमध्ये खेळले जात. हा खेळ पाश्चिमात्य स्त्रियांना चांगल्या प्रकारे खेळता येत असे; कारण पाश्चात्त्य स्त्रिया आटोपशीर व सुटसुटीत पोशाख घालत. त्यांची अंगकाठीही शिडशिडीत असे. आपल्या महाराष्ट्रीयन स्त्रिया सैल, पायघोळ साडी नेसत. स्थूल प्रकृतीमुळे त्यांच्या हालचालींवर मर्यादा येत. खेळाला लागणारे प्रावीण्य आपल्या स्त्रियांकडे नव्हते. या

उलट राणीसाहेबांचा ऐटबाज कोल्हापुरी पोशाख, सडपातळ अंगकाठी, चेहऱ्यावर अनोखे तेज आणि कोणतेही काम मन लावून करण्याची वृत्ती त्यामुळे इंदुमती राणीसाहेब मन लावून टेनिस खेळत होत्या. जे काम हाती घेतले ते मन लावून करायचे हा तर त्यांचा हातखंडाच होता. राणीसाहेबांच्या सराईत टेनिस खेळामुळे पॉटिंजर यांच्या कन्येने त्यांना पियानोचे शिक्षण द्यायचे ठरवले. अगदी थोड्याच दिवसांत राणीसाहेब अगदी सहजरीत्या पियानो वाजवू लागल्या.

इंदुमती राणीसाहेब क्लबच्या सदस्यांशी अत्यंत अदबीने व प्रेमाने वागत. त्यामुळे काही दिवसांतच राणीसाहेब सर्व क्लब सदस्यांच्या जीव की प्राण झाल्या. महिन्यातून एकदा तरी चहापार्टी वा डिनर पार्टी राणीसाहेब आयोजित करत. त्यामुळे ती बौद्धिक पर्वणीच होती. अनेक खेळ गणितांची सोडवणूक करणारे, विचाराला चालना देणारे असत. या क्लबमुळे राणीसाहेबांच्या जीवनात काही प्रमाणात का होईना आनंद निर्माण झाला व क्लब स्थापनेचा हेतू सफल झाला. क्लबमधून थोडीफार करमणूक होत असे; परंतु विचारचक्र कसे थांबणार? सकाळी उठल्यापासून रात्री झोपेपर्यंत ते चालतच असे. राणीसाहेबांना आता कशात तरी स्वत:ला गुंतवण्याशिवाय पर्याय नव्हता. या पर्यायाला केंड्रिकने उत्तर शोधले; कारण पूर्वीचे अभ्यास, शाळा, गृहपाठ, पोथीपुराणे, रामायण-महाभारत ऐकणे हे सर्वच बंद झाले. त्यामुळे वेळ जात नसे. त्यातून नैराश्याचे सावट मनावर रुंजी घालू लागले. मनामध्ये भयानक पोकळी निर्माण झाली. राणीसाहेबांची अवस्था शीड तुटलेल्या गलबतासारखी झाली. शीड तुटलेले गलबत कसे भरकटते तशी त्यांची अवस्था झाली होती.

इंदुमती राणीसाहेबांच्या जीवनात केंड्रिकचे महत्त्व अनन्यसाधारण आहे; कारण राणीसाहेबांची ही अवस्था चतुर, चाणाक्ष आणि कर्तव्यदक्ष केंड्रिकने ओळखली. त्यांनी इंदुमतीराणींच्या जीवनात ज्ञानार्जनाचे पर्व सुरू केले. राणींचे शीड तुटलेले गलबत सावरले. वाचनाची गोडी लावून राणीसाहेबांच्या जीवनातील पोकळी भरून काढण्याचा प्रयत्न सुरू केला. राणीसाहेबांना केंड्रिकने वाचनाची आवड निर्माण केली. वाचनाच्या आवडीमुळे उत्तमोत्तम ग्रंथसंग्रह करण्याची राणींना आवड निर्माण झाली. इंदुमती राणीसाहेबांना आता ग्रंथालय तयार करण्याचे वेध लागले. एन्सायक्लोपीडिया ऑफ ब्रिटानिका, या ज्ञानकोशाचे २४ खंड त्या वेळी प्रकाशित झाले होते. या सर्व ग्रंथांची किंमत ११०० रुपये होती. हे सर्व ग्रंथ आपल्या ग्रंथालयासाठी त्यांनी खरेदी केले. The Book of Knowledge या ग्रंथाचे दहाही खंड प्राप्त करून घेऊन आपले ग्रंथालय विविध ग्रंथांनी भरून टाकले. इंग्रजी ग्रंथांबरोबर मराठी ग्रंथही खरेदी केले. इंदुमती देवींना नाटकांची भरपूर आवड होती. त्यामुळे त्यांनी नाट्यशास्त्रावरील पुस्तके, नाटक, नट, नाटककार, नाट्यसंगीत व रंगभूमी या विषयांवरील अनेक ग्रंथ खरेदी केले व आपल्या वाङ्मयीन ज्ञानात भरच

घातली. शेक्सपिअरपासून बर्नार्ड शॉ पर्यंतच्या कालखंडातील सर्व नाट्यकृतींना आपल्या ग्रंथालयात स्थान दिले.

'राणीसाहेबांच्या ग्रंथालयात अनेक धार्मिक, पौराणिक ग्रंथ उपलब्ध होते. रामायण, महाभारत, भगवद्‌गीता, देवी भागवत इत्यादी धार्मिक ग्रंथही संग्रहित करून ठेवले. सर्व धर्मग्रंथांचे वाचन, चिंतन त्या दररोज नित्यनेमाने करत असत. वेगवेगळ्या प्रकारचे ज्ञानकोश, रामायण, महाभारताची महाकाव्ये, प्रवासवर्णन, इतिहास, भूगोल, कथा-कादंबऱ्या, काव्य, नाटके, इंग्रजी, संस्कृत, मराठी भाषेतील अनेक ग्रंथांनी त्यांचे ग्रंथालय समृद्ध झाले होते.' (इंदुमती राणीसाहेब, कृ. गो. सूर्यवंशी, पृ. क्र. १०४)

> 'Respected Rani Saheb was indeed very well read and reading was her favourite pastime. She had built up an excellent library with the books ranging from big game hunting to philosophy, suggesting how varied her interests were. After our marriage she generously gave us a number of fine books of cookery and home decoration to read.'

हे डॉ. ए. व्ही. नारळीकरांचे म्हणणे अगदी रास्त आहे, असे म्हणावे लागेल. आई जशी आपल्या मुलाची काळजी घेते अगदी तशीच काळजी त्या आपल्या ग्रंथांची घेत असत. आई मुलाला दृष्ट लागू नये म्हणून काळजी घेते, तशीच काहीशी काळजी राणीसाहेब आपल्या पुस्तकांची घेत असत. वाचायला कोणी पुस्तक नेले आणि ते नीट नाही हाताळले तर राणीसाहेबांना खूप वाईट वाटे. त्या तत्काळ नवीन पुस्तकाची प्रत मागवून घेत. खराब पुस्तक आपल्या ग्रंथालयात ठेवणे त्यांना मुळीच आवडत नसे. पुस्तकाची मांडणी विभागवार आणि संगतवार रचून ठेवून केलेली असे. कोणते पुस्तक कोठे ठेवले आहे ते राणीसाहेबांना लगेच उमगत असे.

रोज सकाळी लवकर उठून आपल्या कुलदैवताबरोबरच छत्रपती शिवाजी महाराज, राजर्षी शाहू महाराज, आपले पती प्रिन्स शिवाजी या सर्वांच्या फोटोची, प्रतिमेची पूजा करूनच मग त्या पुढील कामाला लागत. सायंकाळी महत्त्वाच्या ग्रंथांचे वाचन करत. संध्याकाळ झाली की राणीसाहेब व मिस केंड्रिक फिरायला बाहेर पडत. बाहेर त्या विविध विषयांवर चर्चा करत. कोणाही विषयी वाईट विचार व प्रचार केला जात नसे. जे काही करावयाचे ते आपल्या आनंदासाठी व प्रजेच्या सुखासाठीच केले जाई. सत्तर वर्षांच्या केंड्रिक इंदुमती देवींना आनंदी ठेवण्यासाठी

हरतऱ्हेने प्रयत्न करत.

रात्रीच्या जेवणानंतर ज्वलंत विषयांवर, रोजच्या घडामोडींवर दोघीही चर्चा करत. ऐकमेकींचे मन रिझवत. मिसेस केंड्रिक कोणतीही गोष्ट अगदी समरसतेने सांगत. त्या स्थळकाळाचे वर्णनच अगदी डोळ्यांसमोर उभे करत. त्यामुळे इंदुमती राणीसाहेब तेच वर्णन प्रत्यक्ष तेथे जाऊन आल्याप्रमाणेच करत. ऐकणाराला वाटे राणीसाहेब इंग्लंडमध्ये बरेच दिवस राहून तेथील घडामोडी प्रत्यक्ष अनुभवून आल्या आहेत. काही काही ऐकणारे लोक राणीसाहेबांना म्हणत, 'आपण विलायतेला जाऊन आलात का?' परंतु राणीसाहेब कधीही परदेशात गेलेल्या नव्हत्या. इंदुमती राणीसाहेब राजकुळातील आहेत हे केंड्रिक कधीही विसरत नसत. त्या राणीसाहेबांशी बोलताना-वागताना अदबीनेच वागत. मिस केंड्रिकच्या वागण्याच्या परिणामामुळे इंदुमतीदेवी आदर्श भारतीय राणी म्हणूनच प्रसिद्ध झाल्या. एकदा राणीसाहेबांच्या शैक्षणिक संस्थेत राज्यपाल आले तेव्हा राणीसाहेबांनी अगदी पंधरा मिनिटांत नियोजनबद्ध कार्यक्रम पार पाडला. अगदी राज्यपालांनीसुद्धा या वक्तशीर व नियोजनबद्ध कार्यक्रमाचे कौतुक केले. राणीसाहेबांच्या या यशात मिस केंड्रिकचा महत्त्वाचा आणि मोठा वाटा होता.

२४

केंड्रिक आणि राणीसाहेब

छत्रपती राजाराम महाराजांचा द्वितीय विवाह तंजावरच्या मोहिते घराण्यातील मुलीशी कोल्हापूर येथे संपन्न होणार होता. इंदुमती राणीसाहेब नेमक्या मिस केंड्रिक यांच्यासमवेत हवापालटासाठी पन्हाळ्याला गेल्या होत्या; परंतु अचानकच राणीसाहेबांना कोल्हापूरला येणे भाग पडले; कारण छत्रपती राजाराम महाराज हे थोरले दीर होते. लग्नाला हजर राहणे क्रमप्राप्त होते. विवाहाची वेळ गोरज मुहूर्तावर ठरली होती. राणीसाहेबांना केंड्रिक समवेत पन्हाळ्यावरून निघणे गरजेचे होते. राणीसाहेबांनी केंड्रिकला इंदुमती हॉलमध्ये सोडले व आपण लग्नघरी हजर झाल्या. वेळेबाबत मिस केंड्रिक अतिशय काटेकोर होत्या. वक्तशीरपणा केंड्रिकच्या नसानसांत भरला होता. शिस्तीचा पाठ त्यांनी राणीसाहेबांनाही घालून दिला होता. कोठे जाणार, किती वेळात परत येणार आणि दिलेल्या वेळेत परत आलेच पाहिजे, ही केंड्रिकची शिस्त राणीसाहेबांनी अगदी काटेकोरपणे पाळली होती. केंड्रिक अगदी आईच्या मायेने, सावलीसारखी राणीसाहेबांची पाठराखण करत असत.

इंदुमती राणीसाहेब लग्नाला हजर झाल्या; परंतु पाहुणेरावळे, अहेर, मानपान या गोंधळात राणीसाहेबांना निघायला बराच उशीर झाला. त्यांच्या जिवाची तगमग होऊ लागली; परंतु घरचेच लग्न असल्यामुळे गडबडीने बाहेर पडता येईना. काळजीने राणीसाहेबांचा जीव व्याकूळ होऊ लागला. इकडे केंड्रिकही वाट पाहू लागल्या. त्यांचे सारे लक्ष घड्याळ्याच्या काट्याकडे लागून राहिले होते. जसजसा वेळ होईल तशा दोघीही एकमेकींच्या काळजीने व्याकूळ होऊ लागल्या. केंड्रिक अंधाऱ्या रात्री राणीसाहेबांसाठी लग्नघरी जायला निघाल्या. राणीसाहेबांनी संध्याकाळी सातची वेळ दिली होती. दिलेली वेळ चुकली असे कधीच झाले नव्हते. ठरलेल्या वेळेत राणीसाहेब इंदुमती हॉलमध्ये हजर होत असत; परंतु लग्नघर असल्यामुळे

आणि घरचेच लग्न असल्यामुळे राणीसाहेबांना निघायला थोडा उशीर होत होता. राणीसाहेब घाईघाईने इंदुमती हॉलकडे पोहोचल्या. त्यांना पाहून मिस केंड्रिकचा जीव भांड्यात पडला. राणीसाहेबांना पाहून त्या म्हणाल्या, 'Is it seven?' 'सात वाजले का?' या प्रश्नाने राणीसाहेब भानावर आल्या आणि केंड्रिकचे त्यांच्यावर किती प्रेम होते ते त्यांच्या लक्षात आले.

केंड्रिक अतिशय मायाळू आणि प्रेमळ होत्या. आपल्या पोटच्या मुलीप्रमाणे त्या राणीसाहेबांवर प्रेम करत. प्राणी, पक्षी यांच्यावरही केंड्रिक तेवढेच प्रेम करत. स्वत:च्या जिवाची काळजी न करता त्या सर्वांवरच प्रेम करत. इंदुमती हॉलमध्ये आल्यापासून अनेक बरे-वाईट प्रसंग आले होते; परंतु केंड्रिकच्या साथीने राणीसाहेबांनी ते लीलया पार केले. छत्रपती राजर्षी शाहूंच्या मृत्यूनंतर केंड्रिकने राणीसाहेबांवर अतिशय योग्य आणि मोलाचे संस्कार केले. राणीसाहेबांना विविध ग्रंथसंचयाबरोबरच विविध भाषांचेही ज्ञान मिळवून दिले. राणीसाहेबांचे व्यक्तिमत्त्व भारदस्त आणि बिनधास्त व्हावे म्हणून केंड्रिक झटत होती. राणीसाहेबांच्या एकाकी आयुष्याला केंड्रिकचा आधार होता; परंतु केंड्रिकला कधीतरी आपल्या मायदेशी परतावे लागणारच होते. त्या जाताना त्यांना खूप खूप वाईट वाटले. त्यांनी अश्रूंना वाट मोकळी करून दिली. त्यांना जाताना आपल्या लेकीची खूप खूप काळजी वाटत होती. आपण गेल्यावर राणीसाहेब एकट्या कशा राहतील, याच विचाराने त्यांचे काळीज तिळतिळ तुटत होते. राणीसाहेब कधीच एकट्या राहिल्या नव्हत्या. निघायच्या वेळी केंड्रिकने राणीसाहेबांना घट्ट मिठी मारली. डोळ्यांतून अश्रू ओघळू लागले.

स्टेशनपर्यंत राणीसाहेब सोडायला आल्या होत्या. गाडी निघताना केंड्रिकने हातात रुमाल घेऊन वाऱ्याच्या झोतात फिरवला व सोडून दिला. तो रुमाल राणीसाहेबांनी अलगद पकडला व आपल्या हृदयाशी घट्ट पकडून तो आपल्या मनाच्या कोपऱ्यात जपून ठेवला. अशी आई-मुलीची आगळीवेगळी जोडी विरहाने व्याकूळ होत कायमची अलग झाली. राणीसाहेबांचा शेवटचा आधार सुटला. आता फक्त आणि फक्त एकटेपण सोबतीला राहणार होते. राणीसाहेबांना केंड्रिक या जगण्याचा आधार बनल्या होत्या, म्हणूनच त्यांनी केंड्रिकला काळजात आसरा दिला होता. राणीसाहेबांनी केंड्रिकवर खूप खूप प्रेम केले होते आणि त्याच त्यांच्यापासून दूर दूर निघून गेल्या होत्या.

२५

स्त्रीमुक्ती चळवळ

कोल्हापूरचा इतिहास, सांस्कृतिक परंपरा व औद्योगिक प्रगती याविषयी राणीसाहेबांना उच्चकोटीचा अभिमान वाटत होता. भारताच्या कोणत्याही क्षेत्रात आणि कोणत्याही कोपऱ्यात करवीरकरांनी पराक्रम दाखवला किंवा चांगले काम केले की, राणीसाहेबांना खूप आनंद होत असे. जातिभेद तर त्यांनी कधीच मानला नाही; कारण राजर्षी शाहूराजांचे संस्कार. आबालाल रेहमान, आनंदराव पेंटर, बाबूराव पेंटर, केशवराव भोसले, अल्लादियाँ खाँ, गोविंदराव टेंबे, व्ही. शांताराम, शंकरराव सरनाईक, निवृत्तीबुवा सरनाईक, महादबा मेस्त्री, विष्णुपंत नारळीकर त्यांचे दोन पुत्र जयंत व आनंद या सर्व विख्यात मंडळींविषयी त्यांना विलक्षण आदर व जिव्हाळा वाटत असे. राजर्षी शाहू महाराज तर राणीसाहेबांचे परम दैवत होते. या सर्वांमुळेच आपल्या जीवनाला थोडी का होईना दिशा मिळाली, असे राणीसाहेबांचे ठाम मत होते.

नाशिक येथे अखिल भारतीय मराठा महिला शिक्षण परिषदेचे सहावे अधिवेशन भरले होते. त्या अधिवेशनाचे अध्यक्षपद इंदुमती राणीसाहेबांकडे आले होते. राजर्षी शाहू महाराजांनी सुरू केलेली चळवळ राणीसाहेब पुढे घेऊन जाणार होत्या. स्त्री-मुक्ती चळवळ ही समाजातील रूढ पद्धतीत, विचारधारेत बदल घडवून आणणारी विचारधारा आहे आणि यासाठीच क्रांतिकारी चळवळ आपण सुरू केली पाहिजे, यासाठी राणीसाहेब कामाला लागल्या. क्रांतीचा मार्ग खडतर आहे, हे राणीसाहेब अनुभवतच होत्या. त्यामुळे या चळवळीला राणीसाहेबांनी सुरुवात केली. नाशिकमध्ये अध्यक्षीय भाषणात स्त्री-मुक्ती चळवळीचा त्यांनी अनेक अंगांनी परामर्श घेतला. स्त्रीचे परावलंबित्व, प्रतिष्ठेच्या नावावर तिला कुजवून घरात डांबून ठेवणे, गोषा पद्धत, मुलींना शिक्षण देणे म्हणजे ती वाममार्गाला लागेल अशा समजुती, रूढी-

परंपरा या गोष्टींचा व्यासपीठावर त्यांनी खरपूस समाचार घेतला. स्त्री-मुक्ती चळवळ सत्यात उतरवायला त्यांनी सुरुवात केली. नाशिकच्या अधिवेशनात हा मुद्दा गाजला व स्त्री-मुक्तीला खऱ्या अर्थाने दिशा सापडली, ती नाशिकच्या अधिवेशनात.

नाशिकच्या शांताबाई दौंडकर, अहमदनगरच्या हिराबाई भापकर, अमरावतीच्या पंजाबराव देशमुखांच्या पत्नी विमलाबाई देशमुख, पुण्याच्या मालतीबाई शिरोळे, आनंदीबाई शिर्के इत्यादी स्त्रिया या महिला परिषदेच्या कार्यकर्त्या होत्या. या सर्वांनी मिळून पाच ते सहा हजार निधी जमवला; परंतु खऱ्या अर्थाने स्त्री-मुक्तीला सुरुवात होईना. पुढाकार कोणी व कसा घ्यायचा येथेच सारे गाडे अडले. त्या काळात खानदानी कुटुंबातील स्त्रीने आपली सुधारक मते ठामपणे मांडणे हा खरेतर सामाजिक गुन्हाच होता; परंतु या सर्व गोष्टींना दूर लोटून काहीतरी मार्ग काढला पाहिजे, यासाठी शांताबाई दौंडकर यांनी इंदुमती राणीसाहेबांना त्यांची अस्मिता जागृत करण्यास भाग पाडले. पुढील अधिवेशन कोल्हापुरातच घेऊ या म्हणून आग्रह धरला. इंदुमती देवींनी सर्व गोष्टींचा पुरेपूर विचार करून, पुढील परिणामांचा पण ऊहापोह करून हे अधिवेशन कोल्हापूरला घेण्याचे मान्य केले. नाशिक परिषदेहून आल्यापासून राणीसाहेब स्त्रियांच्या प्रश्नावरच विचार करत होत्या. पुढील अधिवेशन यशस्वी कसे होईल याचाच विचार त्या दिवस-रात्र करत होत्या. महाराष्ट्रातील, महाराष्ट्राबाहेरील व खुद्द कोल्हापूरमधील मराठा राजस्त्रियांनी महिला परिषदेत सहभागी व्हावे, विचारविनिमय करावा यासाठी राणीसाहेब प्रयत्न करू लागल्या.

आपल्या वाट्याला जे आले ते इतर स्त्रियांच्या वाट्याला येऊ नये म्हणून राणीसाहेब प्रयत्न करू लागल्या. गोषा पद्धतीमुळे राजघराण्यातील स्त्रियांचा कोणताही विकास होत नाही यावर त्यांनी विचारमंथन सुरू केले. आपल्या सासऱ्यांनी या सर्व परिस्थितीतून बाहेर काढून आपल्या जीवनाला योग्य दिशा आणि वळण लावले, त्याचा समाजासाठी योग्य उपयोग केला पाहिजे, म्हणून त्या खूप प्रयत्न करू लागल्या. आपण जे घडले आहोत ते इतर समाजासाठीच, तर ते कर्तव्य प्रथम पार पाडले पाहिजे. आपले सासरे राजर्षी शाहू महाराज यांनी आपल्याला योग्य शिक्षण दिले नसते, तर आपलीही अवस्था या स्त्रियांसारखीच झाली असती. म्हणून आपल्या ज्ञानाचा उपयोग इतरांसाठी करून समाजपरिवर्तन केले पाहिजे, हे राजर्षी शाहूंचे तत्त्व त्यांनी अंगीकारले होते. त्याचप्रमाणे त्यांनी कार्याला सुरुवात केली होती. उपेक्षित महिलांची प्रगती करण्यासाठी इंदुमती देवींनी पहिले पाऊल कोल्हापुरातच टाकण्याचे ठरवले आणि त्या दृष्टीने त्या कामाला लागल्या. स्त्रियांना शिक्षण देण्याचा विचार राणीसाहेबांच्या डोक्यात पिंगा घालू लागला. स्त्रियांना शिक्षण नाही दिले, तर त्यांचे परिवर्तन, स्थित्यंतर होणार नाही. कोणतेही परिवर्तन, मग ते सामाजिक असो, वैचारिक असो, आर्थिक असो, त्यासाठी फक्त आणि फक्त

शिक्षणच गरजेचे आहे. त्याशिवाय तरणोपाय नाही. यासाठी सरंजामशाहीतील जहागीरदार, सरदार, संस्थानिक यांच्या सर्व स्त्रियांनी पुढाकार घ्यावा लागेल. उदासीनतेची घट्ट पकड ढिली करायची असेल तर या सर्व स्त्रियांनी एकत्र येऊन काम करायला पाहिजे.

भारतीय मराठा परिषदेचे अधिवेशन मे १९५३मध्ये मोठ्या थाटामाटात कोल्हापुरात भरवले गेले. या अधिवेशनाच्या अध्यक्षपदासाठी बडोद्याच्या शांताबाई गायकवाड यांना आमंत्रित केले गेले. स्वागताध्यक्ष स्वत: इंदुमती राणीसाहेब होत्या. या कार्यक्रमासाठी महाराणी विजयमाला छत्रपती, सोंडूरच्या व अक्कलकोटच्या राणीसाहेब, इतर सरदार व जहागीरदार यांच्या पत्नी आवर्जून हजर होत्या. विषय होता स्त्री-शिक्षण. इंदुमती राणीसाहेब (कोल्हापूर संस्थान) व शांतादेवी गायकवाड (बडोदा संस्थान) या दोन्ही संस्थानांतील दोन राण्या स्त्री-मुक्तीच्या चळवळीसाठी एका व्यासपीठावर येणे यातच फार मोठे यश सामावलेले होते. छत्रपती शाहू महाराज व सयाजीराव गायकवाड यांनी जे काही प्रयत्न केले आहेत त्यामुळेच ही सर्व मंडळी सुशिक्षित आणि सुस्थितीत दिसत आहेत. ही मंडळी अत्यंत उच्च पदावर विराजमान आहेत. शैक्षणिक प्रगतीबरोबर सर्वच स्तरांत महिलांना न्याय मिळायला पाहिजे, हेच या परिषदेचे परिश्रम आणि तपश्चर्या होती. दिवसेंदिवस परावलंबित्व, सामाजिक व शैक्षणिक अडचणी यातून निश्चित मार्ग काढण्यासाठी वरचेवर एकत्र येऊन विचारविनिमय केला पाहिजे. या दृष्टीने या परिषदेचे महत्त्व अनन्यसाधारण होते.

या परिषदेमध्ये इंदुमती राणीसाहेबांनी अत्यंत जोरदार व महत्त्वपूर्ण भाषण केले. त्या म्हणाल्या, 'एक स्त्री शिकली की संपूर्ण कुटुंब शिक्षित होते. पुरुष शिकले तर त्यांचे शिक्षण त्यांच्या स्वत:पुरतेच मर्यादित राहते. मुलांप्रमाणेच स्त्रीलासुद्धा सशक्त, निरोगी करणे आवश्यक आहे. शिक्षणाबरोबरच स्त्रीला इतर अनेक उद्योग शिकवले पाहिजेत. संसार करताना मुलांचे आरोग्य, आहार, सफाई, शुश्रूषा, इतर अनेक कला शिकून स्त्रियांनी स्वतंत्र होऊन आपल्या पायावर उभे राहिले पाहिजे. स्त्रियांतील अंधश्रद्धा, भोळ्या समजुती, धार्मिक श्रद्धा याला कोठेतरी पायबंद घातला पाहिजे.'

अनेक विषयांच्या चर्चेने ही महिला परिषद अत्यंत लक्षवेधी ठरली. एक तातडीची बैठक घेऊन त्यात स्त्रियांसाठी एक शैक्षणिक संस्था काढण्याचा महत्त्वाचा विषय चर्चिला गेला. या शैक्षणिक विषयात मुलींसाठी गृहजीवनशास्त्र घेण्याचे निश्चित झाले. अशी शिक्षणसंस्था कोल्हापुरातच काढण्याचे निश्चित झाले; कारण अशा संस्था दिल्ली व बडोद्यामध्ये आहेत, त्याचा आपल्या मुलींना काही उपयोग नाही हे केव्हाच लक्षात आले होते. ही जबाबदारी इंदुमती देवींनी अवजड शिवधनुष्यासारखी

पेलली. पुऱ्या एक वर्षाच्या अवधीतच संस्था उभी राहिली. आपण राजर्षी शाहूंची सून आहोत हे राणीसाहेबांनी दाखवून दिले.

४ एप्रिल, १९५४ रोजी 'ललिता विहार' या संस्थेची मुहूर्तमेढ कोल्हापुरात रोवली गेली. राजघराण्यात जन्म झालेला असतानाही त्यांना सर्वसाधारण जनतेबद्दल खूप आस्था होती. सर्वसामान्य स्त्रीचा उत्कर्ष होण्यामध्येच सर्व समाजाचा व देशाचा उत्कर्ष आहे अशी त्यांची भावना असल्यामुळे आपला सक्रिय हातभार लावून त्यांनी 'ललिता विहार' या संस्थेची अगदी तातडीने स्थापना केली. ही संस्था महिलांना त्यांच्या सांसारिक जीवनात दिलेल्या शिक्षणाचा पुरेपूर फायदा व उपयोग व्हावा अशा काही ध्येयाने प्रेरित झालेली असावी, असे राणीसाहेबांना वाटत होते. हे घडवण्यासाठी आपल्यालाच समाजापुढे यावे लागेल व स्वत:पासूनच सुरुवात करावी लागेल असे ठरवूनच ही संस्था सुरू केली. याच्या उद्‌घाटनासाठी पुण्याहून आनंदीबाई शिर्के, शांताबाई दौंडकर व मुंबईच्या अनेक महिला हजर झाल्या. सर्व महिलांनी एकत्र येऊन आपली सुख-दुःखे मांडावी, विचारांची देवाण-घेवाण करावी म्हणून ही संस्था निर्माण केली होती. घराच्या वातावरणातून स्त्रियांना थोडीतरी मोकळीक मिळावी म्हणून इतर खानदानी स्त्रियांनी दर बुधवारी एकत्र जमावे, असे राणीसाहेबांनी ठरवले होते. उंबरठ्याबाहेरचे जग किती विशाल आहे, हे बघण्यासाठी व सामाजिक वातावरणात स्त्रियांना येता यावे म्हणून राणीसाहेबांनी ही योजना आखली होती. स्त्रीने पारंपरिक उंबरठा ओलांडून मोकळा श्वास घ्यावा, माणसांत यावे, फक्त चूल आणि मूल ही संकल्पना सोडून द्यावी व आपल्या 'ललिता विहार' या संस्थेमध्ये सहभागी व्हावे, हाच इंदुमती देवींचा 'ललिता विहार' स्थापन करण्यामागे हेतू होता.

राणीसाहेबांच्या मनामध्ये अनेकविध कल्पना, योजना घोळत होत्या. या सर्व योजना प्रत्यक्षात आणण्यासाठी त्या अतोनात प्रयत्न करत होत्या. पाश्चात्त्य संस्कृतीचा अभ्यास करून त्यातील निरीक्षणे नोंदवत होत्या. वादग्रस्त मुद्दे व्यवस्थितपणे बाजूला करून त्यातून पद्धतशीरपणे मार्ग काढत होत्या. सर्व मतमतांतरे यांचा विचार करून आपल्या भारतीय संस्कृतीला साजेसा असा निर्णय त्या घेत होत्या. परक्यांच्या मताला त्या कधीच भुरळत नव्हत्या. जे काही होते ते स्पष्ट आणि बरोबर असे. आजूबाजूच्या महिलांना घेऊन, त्यांच्यात विश्वास निर्माण करून, चर्चा करून त्यांनी संस्था उभी करण्याचा जणू चंगच बांधला. बडोद्याच्या शांतादेवींशी पत्राद्वारे चर्चा करून, विचारविनिमय करून आपला एक आराखडा निश्चित केला. बडोद्याला एक गृहशिक्षण संस्था होती. त्या संस्थेचा चालणारा कारभार, कार्यपद्धती, अभ्यासक्रम, त्या अभ्यासक्रमाचा मुलींच्या व्यक्तिगत जीवनावर होणारा परिणाम याची सखोल चर्चा होत असे. संस्थेसाठीचे साहित्य, होणारा खर्च, शिक्षक किती शिकलेले

असावे या सर्व गोष्टींची बारीकसारीक चर्चा होत असे. कोल्हापूर शहर संस्थानिकांचे, जुन्या विचारसरणीचे शहर होते, तर बडोदा पुरोगामी विचारांचे व नवनवीन कल्पना अस्तित्वात आणणारे शहर होते. या बडोदा संस्थानच्या महाराणी म्हणून शांतादेवींनी इंदुमती देवींना साहाय्य करणे, पुढे सरसावणे, साहजिकच होते. इंदुमती देवी ज्या तळमळीने आवाहन करत होत्या, त्याच तळमळीने शांतादेवी गायकवाड त्यांना साहाय्य करत होत्या. शांतादेवींनी इंदुमती राणीसाहेबांच्या नवीन संस्थेला आर्थिक मदत करण्याचे अभिवचन दिले.

कोणतीही शिक्षण संस्था स्थापन करावयाची असेल तर प्रथम दोन प्रश्न उभे राहतात. एक जागा आणि दुसरा पैसा. जागेचा प्रश्न महाराणी विजयमाला छत्रपतींनी सोडवला. जुन्या राजवाड्यातील काही भाग प्रमिलाराजे छत्रपतींनी संस्थेला दिला आणि शांतादेवी गायकवाड यांनी अखिल भारतीय मराठा महिला शिक्षण परिषदेने जमवलेला निधी देऊ केला. अशा रीतीने संस्था स्थापण्याचा मार्ग मोकळा होताच इंदुमती देवींनी १९ एप्रिल, १९५४ रोजी मोठ्या थाटामाटात, समारंभपूर्वक गृहशास्त्र शिक्षण संस्थेची स्थापना केली. संस्थेचे नाव 'महाराणी शांतादेवी गायकवाड गृहशास्त्र शिक्षण संस्था' असे ठेवले.

२६

शैक्षणिक चळवळ

'महाराणी शांतादेवी गायकवाड गृहशास्त्र शिक्षण संस्था' ही संस्था सुरू झाली. गृहिणी महाविद्यालयाद्वारे गृहशास्त्राचे शिक्षण सुरू केले. सुरुवातीला या शिक्षण संस्थेमध्ये फक्त चार-पाच मुलीच दाखल झाल्या, तेव्हा संस्था चालते की नाही याची काळजी लागली. या संस्थेमध्ये स्वत: राणीसाहेब आहेत म्हणजे ही संस्था खात्रीने आपल्यासाठी नसून खास श्रीमंतांच्या मुलींसाठी असणार अशीच इतरांची समजूत झाली व संस्थेकडे कुणीही फिरकेना. कदाचित जाणे-येणे लांब पडत असेल या समजुतीने मुलींना नेण्यासाठी मोटारीची सोय केली; पण त्याने सर्वांची समजूत आणखी दृढ झाली की हे सर्व श्रीमंतांसाठीच आहे. तेव्हा राणीसाहेबांनी आपल्या सहकाऱ्यांना धीर दिला आणि संस्थेच्या वाढीच्या दृष्टीने त्यांनी अहोरात्र प्रयत्न करून ही संस्था फक्त श्रीमंतांसाठी नसून सर्वांसाठीच आहे, हे पटवून दिले. त्याचबरोबर या संस्थेत दिल्या जाणाऱ्या शिक्षणाचा मुलींना त्यांच्या पुढील जीवनात कसा उपयोग होतो व स्त्री कशी स्वावलंबी बनते हे त्यांनी आत्मीयतेने समजावून सांगितले, तेव्हा मात्र ही गोष्ट सर्वांना पटली व संस्था हळूहळू मूळ धरू लागली.

या संस्थेच्या माध्यमातून सामाजिक प्रश्न सोडवणे, मुलींची समाजातील एकंदर स्थिती, सांसारिक जबाबदारी, आर्थिक स्थिती, मुलींच्या भावी जीवनाशी निगडित असलेल्या सर्व समस्यांवर तोडगा काढता यावा म्हणून या महाविद्यालयाच्या माध्यमातून शिक्षण देण्यात येणार होते. नवनवीन विचारसरणीतून या गृहशास्त्र शिक्षण संस्थेतर्फे नवीन उपक्रम सुरू करण्याचा निर्धार राणीसाहेबांनी केला व त्यानुसार त्यांनी जून १९५५ रोजी 'महाराणी विजयमाला छत्रपती गृहिणी महाविद्यालय' सुरू केले. या संस्थेतून मुलींना केवळ पुस्तकी शिक्षण दिले जात नव्हते, तर त्या गृहिणी म्हणून कशा निर्भय आणि सक्षम होतील याचे शिक्षण देण्याचा तो उपक्रम

होता. महाराष्ट्रात हा विचार अगदी नवा होता.

पुढे इंदुमती राणीसाहेबांनी बहुजन समाजातील, तसेच मध्यम वर्गातील, गरीब घरातील मुलींसाठी 'औद्योगिक कलाभवन' काढले. कोल्हापूरपासून जवळच्या खेड्यातल्या, परगावहून येणाऱ्या मुलींसाठी, स्त्रियांसाठी कोल्हापूरमध्ये वसतिगृहाची स्थापना केली. लग्नावेळी मुलींनी कमीत कमी मॅट्रिक पास तरी असावे अशी आता सामाजिक स्थिती होऊ लागली. लग्न जमवते वेळी मुलींच्या शिक्षणाचा विचार होऊ लागला. आर्थिक परिस्थिती कमी असणाऱ्या लोकांना अर्थार्जनासाठी शिकलेली मुलगी असावी असे वाटू लागले होते. एकट्या पुरुषाच्या पगारात संसार भागत नाही म्हणून पत्नीनेसुद्धा आर्थिक हातभार लावण्याचे दिवस आले होते. ही समस्या आता दिवसेंदिवस कठीण होऊ लागली आहे याची जाणीव राणीसाहेबांना वेळोवेळी होत होती.

राणीसाहेबांना वाटे की एकाने कमवायचे आणि सर्वांनी बसून खावयाचे दिवस आता राहिले नाहीत. शिकलेल्या मुली लग्नाअगोदर आई-वडिलांना जसा आर्थिक हातभार लावतात तसे पुढे लग्नानंतरसुद्धा नवऱ्याला आपल्या संसाराला अशीच आर्थिक मदत करावी लागेल. यासाठी मुलींना केवळ वाङ्मयीन शिक्षण न देता, त्यांना व्यावहारिक शिक्षणसुद्धा द्यावे लागेल. सध्याच्या शिक्षण पद्धतीत पुस्तकी ज्ञानच दिले जाते. व्यावहारिक ज्ञानाचा पत्ताच नसतो. आईच्या घरात असताना मुली बहुतेक वेळ अभ्यास आणि खेळण्यातच घालवतात. लग्न झाल्यावर आपल्या सासरच्या लोकांशी, पतीशी कसे वागावे याचे ज्ञान मुलींना माहेरी क्वचितच मिळते. बालसंगोपन, संसारातील अडचणी, एकत्र कुटुंब पद्धतीत कसे राहायचे याचे ज्ञान मुलींना न मिळाल्यामुळे संसारात वेळोवेळी खटके उडतात व मुली दुःखी होतात. यासाठीच तर मुलींना गृहशास्त्राची जोड देणे आवश्यक आहे, असे इंदुमती राणीसाहेबांना वाटत होते.

गृहशास्त्र हा विषय शिकवणे सर्वच शाळांना सोयीचे होत नाही, मुलांच्या शाळेत हे विषय शिकवले जात नाहीत. कोल्हापूरमध्ये कितीतरी मुली शिक्षण घेत आहेत; परंतु त्यांना गृहशास्त्र शिक्षण मिळत नाही व मुली फक्त पुस्तकी ज्ञान आणि डिग्र्याच घेऊन बाहेर पडतात आणि व्यवहारज्ञानात अपयशी ठरतात. हा सर्व विचार करून राणीसाहेबांनी महाराणी विजयमाला छत्रपती गृहिणी महाविद्यालय शहराच्या मध्यवर्ती जुन्या राजवाड्यात १९५५ सालापासून सुरू केले व शिकलेल्या मुलींना कर्तव्यदक्ष गृहिणी, सुज्ञ माता व जबाबदार नागरिक बनविण्याचे कार्य सुरू झाले. मुलींच्या शिक्षणासाठी राणीसाहेब खूप तळमळीने कार्य करत होत्या. मुलींच्या आयुष्यात गृहिणीपद ही फार मोठी जबाबदारी आहे, ती पार पाडण्यासाठी मुलींना शिक्षण देणे, हे प्रत्येक आई-वडिलांचे पहिले कर्तव्य आहे. मुलींनी काळाप्रमाणे

बदलायला पाहिजे व नेकीने संसार केला पाहिजे, असे राणीसाहेबांना खूप वाटत होते. कधी कधी मुलींना छोट्या घरात संसार थाटावा लागतो. त्यात काटकसरीने राहावे लागते. खर्चाचा अंदाज, पैशाचे नियोजन करून संसार चालवता आला पाहिजे. समाजात वावरताना मुलींनी धीटपणे वागले पाहिजे. राणीसाहेबांनी एस.एस.सी. पास मुलींसाठी गृहशास्त्राचा दोन वर्षांचा सरकारमान्य डिप्लोमा आपल्या कॉलेजमध्ये सुरू केला.

गृहशास्त्राच्या डिप्लोमामध्ये मुलांचे मानसशास्त्र, शरीरशास्त्र, आरोग्यविज्ञान, मातृपद, बालसंगोपन, प्रथमोपचार, रोग्यांची शुश्रूषा, आहारशास्त्र, शिवणकाम, धुलाई, कलाकुसर, स्वयंपाक, कुक्कुटपालन, गृहव्यवस्था, मराठीचा अभ्यास, सामान्यज्ञान, चित्रकला, गायन, भरतकाम हे विषय होते. यावरून गृहशास्त्र हा विषय शिकवताना किती गोष्टींची सखोल माहिती मुलींना मिळावी याचा राणीसाहेबांनी विचार केला. इतर कॉलेजच्या मानाने या कॉलेजची फी अतिशय कमी होती. गरीब मुलींना सवलत मिळत होती. शिकलेल्या मुलींना सहज नोकरी मिळून दोन पैसे मिळवण्याची संधी मिळेल व काही प्रमाणात त्यांना अर्थार्जन करता येईल, समाजात एक प्रकारचे प्रतिष्ठेचे स्थान मिळेल असा विचार राणीसाहेब तळमळीने करत होत्या. राजर्षी शाहूंचे विचार व्यर्थ जाणारे नव्हते. होम सायन्सच्या डिप्लोमा कोर्सशिवाय गरजू, गरीब स्त्रियांना स्वावलंबी आणि आत्मनिर्भर बनवण्यासाठी 'औद्योगिक कलाभवन' या नावाची संस्था चालवली. या संस्थेत इंदुमती राणीसाहेबांनी शिवणकाम, भरतकाम इत्यादी विषयांचे शिक्षण दिले. या संस्थेत तज्ज्ञ शिक्षक व साहित्याची सोय केली. या संस्थेतून शिकून गेलेल्या स्त्रिया स्वावलंबी बनून स्वाभिमानाने जगत होत्या. हीच तर राणीसाहेबांची इच्छा होती.

शिक्षणकार्याची राणीसाहेबांना खूप आवड होती व त्यासाठी त्या पुष्कळ कष्ट घेत होत्या. कोल्हापुरातील काही शिक्षण संस्थांवर त्यांचे अतिशय प्रेम होते. गृहशास्त्र शिक्षण संस्था, मॉडेल हायस्कूल ही त्यांच्या शिक्षणकार्याची प्रमुख क्षेत्रे होती. या संस्थांच्या बारीकसारीक अडचणीतसुद्धा राणीसाहेब लक्ष घालीत व मार्गदर्शन करीत. बाहेरून येणाऱ्या शिक्षण तज्ज्ञांना या संस्था दाखवून व त्यांच्या अडचणींविषयी चर्चा करून त्या तज्ज्ञांचे साहाय्य मिळवत असत. त्या निमित्ताने त्यांचा अनेक शिक्षणतज्ज्ञांशी घनिष्ठ संबंध आलेला होता. त्याचा फायदा त्या आपल्या संस्थेसाठी करून घेत. छत्रपती राजाराम कॉलेजविषयी त्यांना प्रचंड जिव्हाळा वाटत असे. कॉलेजच्या नवीन इमारतीसाठी गावाबाहेर उत्तम जागा निवडण्याच्या कामी त्यांनी कितीतरी राने तुडवली होती. सागर माळची प्रशस्त जागा कॉलेजसाठी मिळवण्यात राणीसाहेबांनी खूपच कष्ट घेतले होते. ही जागा ताब्यात घेण्याचा समारंभ राणीसाहेबांच्या हस्ते केला गेला. त्यावर चांगल्या प्रकारे बांधकाम

व्हावे म्हणून त्या खूप प्रयत्न करत. फिरायला म्हणून त्या रोज सागरमाळला जात व बांधकाम कसे चालले आहे त्यावर नजर टाकत. शिवाजी विद्यापीठाच्या समितीचे कार्यालय राजाराम कॉलेजमध्ये स्थलांतरित झाले, तेव्हा त्यांच्या कार्याला आशीर्वाद व प्रोत्साहन देण्यासाठी राणीसाहेब तेथे भेट द्यायला आवर्जून गेल्या होत्या. शिवाजी विद्यापीठाचा नावलौकिक व्हावा ही राणीसाहेबांची खूप इच्छा होती.

इंदुमती राणीसाहेब कोल्हापुरातील अनेक संस्थांच्या अध्यक्षपदी होत्या. स्त्रीशिक्षण हे राणीसाहेबांचे आवडते कार्यक्षेत्र होते. अखिल भारतीय मराठा शिक्षण परिषदेची अधिवेशने वेळोवेळी महाराष्ट्रातील निरनिराळ्या जिल्ह्यांत भरवली जात. मराठा शिक्षण परिषदेच्या मार्गदर्शनाने निरनिराळ्या जिल्ह्यांत शैक्षणिक कार्य चालू केले होते. १९३६ साली महाड येथे म.शि.प.चे २३वे अधिवेशन भरले. आजपर्यंत मराठा समाजाने स्त्रीशिक्षणाची अक्षम्य उपेक्षा केली आहे, यासाठी लहानशी का होईना मराठा महिला परिषद लवकरच भरविण्यात यावी, परिषदेने मराठा मुलींकरता एक वसतिगृह पुणे येथे स्थापन करावे, असा ठराव या वेळी करण्यात आला. त्यास धरूनच म.शि.प.चे २४वे अधिवेशन पुणे येथे २८,२९ मे १९३८ रोजी झाले. अखिल भारतीय मराठा शिक्षण परिषदेचा एक स्वतंत्र विभाग म्हणून अखिल भारतीय मराठा महिला शिक्षण परिषद पुणे येथे भरवण्यात आली होती. इंदुमती राणीसाहेब कोल्हापुरातील अनेक संस्थांच्या अध्यक्षपदी होत्या. रेडक्रॉस सोसायटीचे कार्य त्यांनी अनेक वर्षे केले.

२७

राणीसाहेबांचा तनखा बंद

सरकारच्या संस्थाने विलीन करण्याच्या धोरणानंतर त्यांनी तनखाबंदी सुरू केली.

काही कारण नसताना राणीसाहेबांचा तनखा बंद केला गेला. छत्रपती शाहू महाराजांनी आपल्या मृत्युपत्राद्वारे राणीसाहेबांच्या खर्चासाठी १५०० रुपये दरमहा देण्याची तरतूद केली होती. १९२२ साली सुरू झालेली ही तरतूद ३० ते ३२ वर्षे चालू होती, ती अचानकच बंद झाली. निर्वाहाची रक्कमच बंद झाल्यामुळे राणीसाहेबांना आर्थिक अडचणीला सामोरे जावे लागले. दोन महिने शहाजी राजांनी आपल्या खासगीतून रक्कम पुरवली. राणीसाहेबांना त्यांच्याविषयी नेहमीच आदर वाटे. १९२२ पासून १९४८ पर्यंत त्या १५०० रुपयांत आपला खर्च कसाबसा भागवत असत. नंतर शहाजीराजांनी ती वाढवून दोन हजार रुपये केली. संस्थान विलीन झाल्यामुळे नोकर, तनखा, घोडी, गाई-म्हशी, वाहने यांचा दरबारातील खर्च पूर्ण बंद झाला. शहाजीराजांनी दरबारातून रक्कम वाढवून अडीच हजार रुपये केली होती, ती बंद करून १ जानेवारी, १९५० पासून परत एक हजार रुपयांपर्यंत आणली. या सर्व प्रकाराने राणीसाहेब अस्वस्थ झाल्या. त्यांनी आपली अस्वस्थता परत छत्रपती शहाजीराजेंकडे मोठ्या तळमळीने व्यक्त केली.

छत्रपती शहाजीराजांना त्रास देणे त्यांना बरोबर वाटत नव्हते; परंतु काही इलाजच नव्हता. छत्रपती शाहू महाराज जिवंत असेपर्यंत त्यांनी इंदुमती राणीसाहेबांना आपल्या मुलीप्रमाणे प्रेमाने वागवून कोणतीच गोष्ट कमी पडू दिली नव्हती. राजाराम महाराजांनीसुद्धा राणीसाहेबांना फारच आधार दिला होता. आपल्यामुळे इतरांना त्रास होऊ नये म्हणून राणीसाहेब खूप प्रयत्न करत होत्या. सात-आठ नोकर कमी करून त्या शक्य तेवढ्या काटकसरीत राहत होत्या. छत्रपती राजर्षी शाहूंच्या सुनेवर मदत मागण्याची वेळ आली. असाच प्रसंग महाराणी येसूबाई राणीसाहेबांवर मोगलांच्या

कैदेत असताना आला होता. छत्रपती शिवाजी महाराजांच्या सुनेवर चिंचवडच्या मोरया गोसावी यांच्याकडे मदत मागण्याची वेळ आली होती. राजघराण्यातील सून असून त्यांना वनवास काही चुकला नाही. सर्वांनाच राणीसाहेबांबद्दल सहानुभूती होती. प्रत्येकजण जमेल तेवढी मदत करतच होते. इंदुमती राणीसाहेबांना मदत घेण्यास खूप अवघड वाटत होते; परंतु नाईलाज होता. वेळच तशी आली होती. ज्या मोठेपणात, दिमाखात आपण दिवस काढले तसेच पुढेसुद्धा असावे असे राणीसाहेबांना वाटणे साहजिकच होते.

छत्रपती शहाजी महाराज याही वेळी राणीसाहेबांच्या मदतीस धावले व त्यांनी इंदुमती देवींना आर्थिक कोंडीतून वाचवण्याचा प्रयत्न केला. बराच पत्रव्यवहार करून इंदुमतींना जी चुकीची शिक्षा भोगावी लागत होती त्यातून सोडवण्याचा छत्रपती शहाजी महाराज जातीने प्रयत्न करत होते. भारत सरकारच्या संस्थानी खात्यास राणीसाहेबांची जबाबदारी संस्थानावर व आता सरकारवर आहे याची जाणीव झाली व पुढे चुकीची दुरुस्ती झाली. राणीसाहेबांसमोर एकामागून एक संकटे आ वासून उभी असत. खरेतर राजघराणी करमुक्त होती; परंतु विलीनीकरणानंतर ती करपात्र गणली गेली. २६ फेब्रुवारी, १९५४ला एकतीस हजार रुपये प्राप्तिकर बाकी लवकरात लवकर भरावी म्हणून नोटीस आली. वेळेत रक्कम भरली नाही तर दंड आकारला जाणार होता. प्राप्तिकर खात्याने राणीसाहेबांना नोटीस लागू केली. कारण नसताना राणीच्या मागे हा त्रास सुरू झाला. खरेतर राणीसाहेबांच्या मालकीचे असे काहीच नव्हते. राहता बंगला संस्थानच्या मालकीचा होता. जमीनजुमला, दागदागिने, नोकरचाकर, वाहन-वाहतूक, राणीसाहेबांचे पालनपोषण, अन्न-वस्त्र-निवारा या सर्व गोष्टी संस्थान आणि सरकारच पार पाडत होते. मग प्राप्तिकराचा प्रश्न येतोच कुठे?

खरेतर राणीसाहेब छत्रपती राजर्षी शाहूंच्या सूनबाई. राजपुत्र प्रिन्स शिवाजीराजांच्या पत्नी, अर्ध्या मालमत्तेची मालकी नक्कीच त्यांच्याकडे असायला पाहिजे होती; परंतु कोणत्याही गोष्टीवर आपला मालकी हक्क न दाखवता त्यांनी सर्वावर पाणी सोडले. प्रिन्स शिवाजी हे राजर्षींचे अत्यंत लाडके चिरंजीव होते. त्यांच्याबद्दल छत्रपती शाहूंनी खूप मोठ्या अपेक्षा ठेवून त्यांना अनेक उद्योगधंदे काढून त्यांची नुकतीच सुरुवात करून दिली होती. त्यामुळे प्रिन्स शिवाजींच्या नावे ज्या इमारती, मोकळ्या जागा, बँक बॅलन्स, बंगला इ. प्रॉपर्टी होती, ती सर्व राणीसाहेबांचीच होती; परंतु त्यांनी कसलाही लोभ ठेवला नाही. लाखो रुपयांची संपत्ती सोडून विरक्तीचे जीवन धारण केले. राजगृह म्हणजे सत्ता, संपत्तीसाठी अनेक वादविवादाचे माहेरच. काही विघ्नसंतोषी लोकांनी राणीसाहेबांचे कान भरायला सुरुवात केली होती. तुमची सर्व प्रॉपर्टी ताब्यात घ्या म्हणून लोकांनी त्यांच्या मागे लकडा लावला होता; परंतु राणीसाहेबांनी कोणत्याही गोष्टीला न भुरळता स्थिरपणाने आपले मार्गक्रमण सुरू

ठेवले. राणीसाहेबांनी आपल्या पतीच्या मृत्यूचा दाखला इम्पिरिअल बँकेत दाखल केला असता तर लक्षावधीची प्रॉपर्टी मिळाली असती. कोल्हापूरच्या अनेक इमारती भाडे कराराने दिल्या असत्या, तर पैसा ठेवायला जागा अपुरी पडली असती; परंतु राणीसाहेबांना त्यांच्या सासऱ्यांनी, त्याग आणि गरिबांसाठी जगणे हीच शिकवण देऊन संस्कार केले होते.

९ ऑक्टोबर, १९५० रोजी हातकणंगले येथील मामलेदारांनी इंदुमती राणीसाहेबांना पत्र लिहून कळवले की, प्रिन्स शिवाजीराजे यांच्या नावावर रुपये १७,४२५ आकार उत्पन्न १२,४४७ रुपये उत्पन्न खर्च आहे. आपण नाव दाखल करावे व वंशावळ सादर करावी. राणीसाहेबांना चांगलीच संधी चालून आली होती; परंतु त्यागी राणींनी आपल्या सर्वस्वाचा त्याग केला होता. त्यांनी ते पत्र निश्चयपूर्वक छत्रपतींकडे पाठवून दिले. खरेतर प्राप्तिकर खात्याची मोठी रक्कम देवींना भरावयाची होती. दुसरी नोटीस आल्यामुळे दंडाची रक्कम वाढवून आली होती. १९५४पासून मासिक तनख्यातून रक्कम कापली जात होती. पुढच्या महिन्यापासून जास्तीत जास्त रक्कम कापली जाणार होती. जगायचे कसे, मोठा प्रश्न होता. केवढा बिकट प्रसंग राणींवर आला होता; परंतु धीर न सोडता त्यांनी काही रक्कम कर्जाऊ व उसनी घेऊन त्या प्राप्तिकराच्या जाळ्यातून मुक्त झाल्या. आपल्या राजघराण्याला कमीपणा येऊ नये म्हणून त्या वारंवार प्रयत्न करत असत.

संस्थानिकांच्या तनख्यासंबंधी विचारविनिमय चालू होता; परंतु या प्रकरणात बिचाऱ्या राणीसाहेबांचा तनखाच स्थगित करण्यात आला. अगोदरच प्राप्तिकर प्रकरणाने हैराण झालेल्या राणीसाहेबांना १९५७च्या तनखाबंदीच्या निर्णयामुळे जीव नकोसा होऊन गेला. राणीसाहेब या सर्व प्रकारामुळे अत्यंत गोंधळून गेल्या.

एके दिवशी छत्रपती शहाजी महाराजांचे सल्लागार सेवानिवृत्त जिल्हाधिकारी कोटावाला कोल्हापूरला आले होते. ब्रिज खेळण्यासाठी ते इंदुमती हॉलवर नियमितपणे येत. कोटावाला यांना विविध प्रकारच्या गाड्या जमवण्याचा फार शौक होता. 'सनबीम' गाडी घेऊन द्या म्हणून कोटावाला कोल्हापुरात आले होते. राणीसाहेबांनी लेफ्टनंट जसवंतसिंह काटकर यांना मद्रासला पत्र लिहून कोटावालांसाठी सनबीम गाडी पाहण्यास सांगितले. योगायोगाने जसवंतसिंह काटकरांना गाडी लगेच मिळाली आणि त्यांनी मद्रासला येऊन गाडी घेऊन जाण्यासाठी कोटावालांना कळवले. कोटावालांना खूप आनंद झाला. त्यांनी आपल्यासोबत मद्रासला येण्याविषयी राणीसाहेबांना खूप आग्रह केला. राणीसाहेबांनी जसवंतराव काटकरांना आपल्या मुलासारखे सांभाळले होते. जसवंतरावांना भेटावे आणि या उबग आणणाऱ्या वातावरणातून थोडेतरी बाहेर पडावे म्हणून राणीसाहेब मद्रासला जायला तयार झाल्या.

८ मार्च, १९५७ रोजी भल्या पहाटे राणीसाहेब मद्रासला जायला निघाल्या. तनखाबंदीच्या निर्णयामुळे त्या अतिशय दुःखी होत्या. तरीही आपल्या मनाची अवस्था लपवतच त्या मद्रास प्रवासाला निघाल्या होत्या. चारशे मैलांवर राणीसाहेबांचा मुक्काम बंगळूर शहरात जेथे शहाजीराजेंनी आपली राजधानी वसवली होती त्या शहरात होता. तेथे अनेक परिचित लोकांनी गाठीभेटी घेतल्या. शहाजीराजांचे कर्तृत्व, छत्रपती शिवरायांचे गुणगान मोठ्या कौतुकाने लोक राणीसाहेबांना सांगत होते. बोलण्याच्या ओघात संस्थान विलीन करण्याच्या प्रश्नावर विचार करून मार्ग काढणारे व्ही. पी. मेनन हे बंगळुरातच राहतात हे राणीसाहेबांना समजले. त्यांना भेटून तनखाबंदीबाबत काही मार्ग निघतो का पाहावे म्हणून राणीसाहेब बंगळुरी मुक्कामास राहिल्या. ९ मार्च, १९५७च्या सकाळी राणीसाहेब व्ही. पी. मेनन यांच्या निवासस्थानी भेटायला गेल्या. राणीसाहेबांना पाहून त्यांना अत्यंत आश्चर्य वाटले व आनंदही झाला. इंदुमती राणीसाहेबांचे तजेलदार, प्रसन्न, प्रभावी वक्तृत्व, बोलण्याची ऐट, भाषेतील गोडवा पाहून ते अचंबित झाले. त्यांनी आपल्या मुलीच्या लग्नासाठी राणीसाहेबांना आग्रहाने बंगळुरात ठेवून घेतले. छत्रपती शाहू महाराजांच्या सूनबाई या भारतीय संस्कृतीचे, सासवडकर जगताप आणि शाहूंच्या संस्काराचे आदर्श प्रतीकच होत्या. त्या जिथे जातील तिथे आपल्या व्यक्तिमत्त्वाचा प्रभाव पाडत होत्या. द्रष्ट्या शाहूराजांच्या दूरदृष्टीचा तो प्रभाव होता.

व्ही. पी. मेनन इंदुमती राणीसाहेबांना भेटायला आले. राणीसाहेबांनी अगदी हसून त्यांचे स्वागत केले. १९२२ पासून ते १९५७ पर्यंत 'तनखाबंदी'चा बसलेला फटका कथन केला. अगदी शांतपणे राणीसाहेबांनी आपली अडचण कथन केली. राणीसाहेबांवर झालेला अन्याय ऐकून व्ही. पी. मेनन साहेबांनाही अतिशय दुःख झाले. खरेतर संस्थानातील अधिकाऱ्यांच्या चुकीमुळे ही समस्या निर्माण झाली होती. मेनन यांच्या भेटीमुळे राणीसाहेबांचे मन हलके झाले. याच्यातून निश्चितच काहीतरी मार्ग निघेल असे वाटले. मद्रासला पोहोचल्यानंतर जसवंतसिंहांच्या भेटीने राणीसाहेब आनंदित झाल्या.

महाविद्यालय सुरू करून आता दीड ते दोन वर्षे झाली होती. महाविद्यालय चालवणे पैशाच्या दृष्टीने सोपे काम नव्हते. हे महाविद्यालय चालवण्याचा धाडसी निर्णय घेतला खरा; परंतु पैशाची कमतरता खूपच तीव्रतेने भासत होती. 'मद्रासच्या जगप्रसिद्ध गायिका सुब्बुलक्ष्मी' यांचे गायन कोल्हापुरात ठेवले, तर झटपट पैसा गोळा होईल व त्या पैशातून संस्थेची प्रगती होईल या विचाराने राणीसाहेब त्यांना भेटायला गेल्या. खरेतर राणीसाहेबांचा आणि सुब्बुलक्ष्मींचा पूर्वीचा अजिबात परिचय नव्हता. सुब्बुलक्ष्मी मद्रासच्या बड्या प्रस्थ होत्या. त्यांना सहजासहजी भेटणे अजिबात शक्य नव्हते. कोणीतरी वजनदार, मोठी व्यक्ती मध्ये असल्याशिवाय

त्यांच्यापर्यंत पोहोचणे शक्य नव्हते. त्यांचे मानधन तर दहा हजार रुपये होते आणि कोल्हापूरसारख्या ठिकाणी त्या येतात की नाही हा वेगळाच विषय होता. मुंबई राज्याचे सेवानिवृत्त इन्स्पेक्टर तेथे राणीसाहेबांना भेटायला आले होते. त्यांच्या मध्यस्थीने मद्रास पोलीसप्रमुखांशी चर्चा केली. कामटे सर म्हणाले, "त्यांना भेटण्याचे अवघड काम फक्त राजाजीच करू शकतात. राजाजींचा शब्द सुब्बुलक्ष्मी सहसा मोडत नाहीत."

आपल्या संस्थेच्या हितासाठी भारताचे शेवटचे गव्हर्नर जनरल अत्यंत हुशार व बुद्धिवान सी. राजगोपालचारी यांच्या भेटीची वेळ ठरवली गेली. भेटीच्या दरम्यान राणीसाहेबांनी अतिशय सूत्रबद्ध व सफाईदार इंग्लिशमध्ये आपले म्हणणे थोडक्यात सांगितले. भाषेतील गोडवा, नेमकेपणाने बोलणे, वेळेचे भान यामुळे सी. राजगोपालचारीही प्रभावित झाले. राणीसाहेबांच्या कार्याने भारावून गेले. ते म्हणाले, "आपण हाती घेतलेले काम अतिशय दूरगामी परिणाम करणारे व समाजाला, राष्ट्राला गरज असणारे, समस्त स्त्री-वर्गाचा उद्धार करणारे आहे. मी सुब्बुलक्ष्मीला कोल्हापुरात कार्यक्रम करायला सांगतो." या कार्यक्रमाच्या कामासाठी राणीसाहेबांना आपल्यापर्यंत यावे लागले याची खंत सी. राजगोपालचारींना वाटली. ते राणीसाहेबांना म्हणाले, "आपण इथपर्यंत यायची काहीच आवश्यकता नव्हती. एक फोन जरी केला असता ना तरी मी आपले काम करून दिले असते." राणीसाहेबांच्या व्यक्तिमत्त्वाचा प्रभावच तसा होता.

राणीसाहेब बंगल्यावर येईपर्यंत स्वत: खुद्द सुब्बुलक्ष्मीच राणींना भेटायला बंगल्यावर आल्या. राणीसाहेबांना आणि सुब्बुलक्ष्मींनाही एकमेकींना भेटून अतिशय आनंद झाला. सुब्बुलक्ष्मी म्हणाल्या, "आपण राजाजींना न सांगता थेट मला जरी सांगितले असले तरी मी आपल्यासाठी कोल्हापूरला हजर झाले असते. मला आपण केव्हाही कोल्हापूरला बोलवा. मी आपल्यासाठी केव्हाही यायला तयार आहे." राणीसाहेबांना अत्यंत आनंद झाला. या घटनेने आपल्या कॉलेजचे दिवस नक्कीच पालटणार हे त्यांना कळून चुकले. मद्रासची ट्रिप अतिशय कारणी लागली. ट्रिपचे सार्थक झाले होते.

२८

राणीसाहेबांचं संगीतप्रेम

राणीसाहेबांना संगीताची खूप आवड होती. आपल्या मनाला विरंगुळा म्हणून त्या संगीतात खूप रमत असत. संगीतातील आलाप, ताना त्यांना विशेष आकर्षित करत. संगीताची आवड खूपच वरच्या पातळीची होती. अनेक गायकांशी त्या मनसोक्त चर्चा करत. एखाद्या गायकाची मैफल आवडली, तर त्याचा खूप चांगल्या प्रकारे सत्कार करत. त्या अनेक संगीत कलाकारांच्या, शास्त्रीय गायकांच्या मैफिली भरवत होत्या. गायन म्हणजे त्यांच्या आवडीचा विषय होता. बालगंधर्व नट आणि गायक म्हणूनही त्यांना आवडत असत. अनेक गायकांच्या ध्वनिमुद्रिकांचा त्यांनी संग्रह केला होता. बालगंधर्वांच्या बरोबर मास्टर कृष्णराव फुलंब्रीकर, महाराष्ट्र कोकीळ शंकरराव सरनाईक, ललित कलादर्श नाटक मंडळीचे व्यंकटेश पेंढारकर, हिराबाई बडोदेकर, केसरबाई केरकर, लक्ष्मीबाई बडोदेकर, सुंदराबाई, गोहरबाई कर्नाटकी, अब्दुल करीम खाँ, दीनानाथ मंगेशकर या सर्व नामवंत गायक-गायिकांच्या ध्वनिमुद्रिकांचा संग्रह केला होता.

बालगंधर्वांचे महाराष्ट्रात अनेक चाहते निर्माण झाले होते. कोल्हापूरमधील बालगंधर्वांच्या गाण्याने मंत्रमुग्ध झालेल्या रसिकांची मैफल भरत होती. त्याचा केंद्रबिंदू इंदुमती राणीसाहेब होत्या. ज्या रेकॉर्ड आपल्याकडे नसतील तर त्या करवून आपल्या संग्रही ठेवत असत. अनेक ध्वनिमुद्रिका त्या व्यवस्थित कपाटात मांडून ठेवत. बालगंधर्वांच्या नाटकांची पुस्तकेही त्यांच्याकडे संग्रही असत. सर्व ध्वनिमुद्रिका अत्यंत निगुतीने ठेवल्या जात. प्रत्येक ध्वनिमुद्रिकांच्या बॉक्सवर पदाचे नाव, नाटकाचे, गायकाचे नाव अशा नोंदी केलेल्या असत. अत्यंत चांगल्या प्रकारे जपून ठेवलेल्या रेकॉर्डला स्वच्छ करण्यासाठी 'हिज मास्टर्स व्हॉइस' याच कंपनीचा ब्रश त्या वापरत असत. प्रत्येक गाण्यासाठी त्या स्वतंत्र नीडल वापरत. ती नीडलसुद्धा

'सॉफ्ट टोन'ची असे. यावरून राणीसाहेब किती चोखंदळ, रसिक व व्यवस्थित होत्या याची कल्पना येते. सर्व ध्वनिमुद्रिका व्यवस्थित ठेवल्यामुळे कित्येक दिवस त्या सुरक्षित होत्या. बालगंधर्वांचे गाणे आता ऐकायला मिळेल की नाही अशी अवस्था झाली होती, त्याचवेळेस राणीसाहेबांकडील ध्वनिमुद्रिका पाहून रसिक श्रोत्यांना आनंद वाटत असे.

ध्वनिमुद्रिकांचा हा सर्व संग्रह महाराष्ट्र सरकारने आपल्या ताब्यात घेऊन जतन करावा अशी कल्पना कित्येकांनी मांडली. ही कल्पना महाराष्ट्र सरकारने उचलून धरली व अग्रगण्य कलावंतांच्या ध्वनिमुद्रिकांचे एक संग्रहालय निर्माण करण्याचा बेत केला. समाजकल्याण खात्याच्या मंत्री निर्मलाराजे भोसले यांनी इंदुमती राणीसाहेबांना शासनाच्या योजनेबद्दल एक पत्र पाठवले. ते पत्र पुढीलप्रमाणे.

समाजकल्याण मंत्री
महाराष्ट्र राज्य
सचिवालय, मुंबई ३२
दिनांक : २८-४-१९६५
श्री. ती. राणीसाहेब यांस शि.सा.दंडवत

आपल्याकडे बालगंधर्व, मास्टर कृष्णराव, श्री. शंकरराव सरनाईक, मास्टर दीनानाथ, कै. गोविंदराव टेंबे इत्यादींच्या जुन्या आणि दुर्मिळ ध्वनिमुद्रिका आहेत असे समजले. महाराष्ट्र सरकार ध्वनिमुद्रित संग्रहाचे आयोजन करत आहे. आपल्याकडील ध्वनिमुद्रिका आपण कृपा करून आमच्या खात्यास टेपरेकॉर्ड करून दिल्या, तर या संग्रहालयात मोलाची भर पडेल असा विश्वास वाटतो. आपण आपल्या ध्वनिमुद्रिका आम्हांस टेपरेकॉर्ड करण्यास देऊ शकाल अशी अपेक्षा आहे. आपण आमच्या खात्यास सहकार्य करावे, अशी नम्र विनंती करत आहे. मे महिन्याच्या पहिल्या पंधरवड्यात मनोरंजन समितीचे चिटणीस हे कोल्हापुरात येतील, तेव्हा या ध्वनिमुद्रिका आपल्या परवानगीने ते ध्वनिमुद्रित करून घेतील. तरी आपण त्यांना सहकार्य द्यावे ही नम्र विनंती.

आपली नम्र
– निर्मलाराजे भोसले

इंदुमती राणींनी शासनाला साहाय्य केले. आपल्या संग्रहातील ध्वनिमुद्रिकांचे टेपरेकॉर्ड शासनाच्या अधिकाऱ्यांना करू दिले. त्यासंबंधी मंत्री निर्मलाराजे भोसले यांनी लिहिलेले पत्र पुढीलप्रमाणे.

समाज कल्याण मंत्री
महाराष्ट्र राज्य
सचिवालय, मुंबई ३२
८ जून, १९६५

श्रीमंत ती. राणीसाहेब यांस नम्र शि.सा. दंडवत

आपले दिनांक २७ मे, १९६५चे पत्र मिळाले. आपण आपल्याकडील असलेल्या बहुमोल अशा ध्वनिमुद्रिकेचे टेपरेकॉर्डिंग आमच्या खात्यास करून दिल्याबद्दल मी व्यक्तिशः, तसेच शासनातर्फे आपले आभार मानते. महाराष्ट्र सरकार ध्वनिमुद्रित संगीताचे जे एक संग्रहालय आयोजित करीत आहे त्यात या टेपरेकॉर्ड्‌सची मौलिक भर पडेल, यात शंकाच नाही. जुन्या ध्वनिमुद्रिकांमधील हे संगीत सामान्य जनतेपर्यंत पोहोचवण्यासाठी आपण जी सूचना केली आहे त्याबद्दल आभारी आहोत. शासनातर्फे यासाठी योग्य ते प्रयत्न केले जातील, अशी आपण कृपया खात्री बाळगावी.

आपण खुशाल असाल, असे इच्छिते.

– निर्मलाराजे

पत्रव्यवहार होऊन शासनयंत्रणा कोल्हापूरला येऊन तंत्रज्ञ काही ध्वनिमुद्रिका रेकॉर्ड करून घेऊन गेले. इंदुमती राणीसाहेबांनी त्यांना रेकॉर्डिंगसाठी संपूर्ण सहकार्य केले. नव्या पिढीला बालगंधर्वांचे स्वर्गीय संगीत ऐकायला मिळावे म्हणून त्यांनी आपल्याजवळील काही ध्वनिमुद्रिकांचा प्रचंड संग्रह पुनर्मुद्रणासाठी प्रसिद्ध एच.एम.व्ही. कंपनीला दिला व त्यातून एक ध्वनिमुद्रिका काढून घेतली. या नवीन ध्वनिमुद्रिकेचा प्रकाशन समारंभ ९ जुलै, १९६८ मध्ये मुंबईला राणीसाहेबांच्याच हस्ते पार पडला. एक ध्वनिमुद्रिका प्रकाशित होणे, तीही एवढ्या थाटामाटात हे कंपनीच्या इतिहासात प्रथमच घडत होते. अद्ययावत तंत्रानुसार आवाजातील मूळ गोडवा कायम ठेवून ती शक्य तेवढी निर्दोष करण्याचा प्रयत्न केला. ही ध्वनिमुद्रिका पुढील अनेक वर्षे रसिक श्रोत्यांना नक्कीच आनंद देणारी ठरणार होती.

इंदुमती राणीसाहेब मुद्दाम कोल्हापूरहून मुंबईला केवळ प्रकाशन समारंभासाठी आल्या होत्या, त्यावरून त्यांचे संगीतप्रेम दिसून येते. तसेच त्यांनी जपून ठेवलेल्या ध्वनिमुद्रिकांवरूनही दिसून येते. इंदुमती राणीसाहेब या माहेरून कऱ्हेकाठच्या असल्यामुळे प्र. के. अत्रे यांनी ध्वनिमुद्रिकेवर गंधर्व गायनाची माहिती नमूद करून आपल्या माहेरवाशिणीचा एकप्रकारे गौरवच केला. येथे 'संस्कृती' आणि 'साहित्याचा' संगम झाला. इंदुमती राणीसाहेबांच्या अध्यक्षपदामुळे मुंबईकरांना खऱ्या भारतीय

संस्कृतीचे दर्शन झाले. या ध्वनिमुद्रिकेचा संग्रह अत्यंत दिमाखात व अनेक अर्थाने संस्मरणीय झाला. या सोहळ्यासाठी राणीसाहेबांनी अत्यंत सुंदर भाषण केले. भाषणामुळे राणीसाहेबांच्या बुद्धीची, सखोल ज्ञानाची, राजर्षी शाहूंच्या संस्कारांची नक्कीच कल्पना आली.

राजर्षी शाहू महाराजांनीच आपल्या सुनेची व बालगंधर्वांची ओळख करून दिली होती. या गोष्टीला कितीतरी वर्षे उलटली; परंतु राणीसाहेबांनी ती ओळख शेवटपर्यंत जपली. बालगंधर्व कोल्हापूरला आले की राणीसाहेब त्यांना भेटायला जात. राजघराण्यातील स्त्रिया गोषापद्धतीमुळे नाटक, सिनेमा पाहायला जात नसत; परंतु शाहू महाराजांनी आपल्या सुनेला सर्व प्रकारची मोकळीक दिली होती. परवानगी होती तरी राणीसाहेब क्वचितच कोल्हापुराबाहेर पडत. पुणे-मुंबईला गेल्यावरच त्या आपली हौस भागवून नाटक, सिनेमा पाहून घेत. मराठी रंगभूमीचे वैभव राणीसाहेबांनी अगदी जवळून पाहिले होते. कित्येक नाटकांचे प्रथम प्रयोग त्यांनी पुण्या-मुंबईला जाऊन पाहिले होते.

बालगंधर्वांच्या गीतांचे चांदणे आणि राणीसाहेबांच्या संस्कारांचे चांदणे हे एकमेकांत मिसळून गेले होते. पती निधनानंतर तब्बल दहा वर्षांनी राणीसाहेब सासवडला माहेरी आल्या होत्या. त्याचवेळी पुण्यात बालगंधर्वांची नाटके तिकीट बारीवर हाऊस फुल्लचा बोर्ड झळकवत होती. राणीसाहेबांनी ही नाटके पाहण्याची संधी सोडली नाही. नाटक असेल त्या दिवशी त्या पुण्यात जात, नाटक पाहत आणि करवीर छत्रपतींच्या पुण्यातील बंगल्यात मुक्काम करत. दुसरे दिवशी सासवडला जात. त्या दोन-तीन दिवसांत त्यांनी पुण्याला जाऊन सर्व नाटके पाहिली. 'स्वयंवर', 'सौभद्र', 'मानापमान', 'एकच प्याला' ही सर्व नाटके त्यांनी मोठ्या आवडीने पाहिली. नाटकातील दुःखद प्रसंग पाहताना त्यांच्या मनाला अतिशय वेदना व्हायच्या.

पुढे काही काळाने बालगंधर्वांना अतिशय वाईट दिवस आले. गंधर्व कंपनीची दुर्दशा झाली. अतिशय दैन्य आले. अशा परिस्थितीत बालगंधर्व सर्व कंपनी घेऊन आश्रयासाठी कोल्हापूरला आले. जवळ पैसा नाही, कंपनीला टेकायलाही जागा नाही अशा अवस्थेत बालगंधर्वांना इंदुमती राणीसाहेबांनी आश्रय दिला. एकेकाळी रोल्स-रॉईस मधून फिरणाऱ्या बालगंधर्वांना नंतर नंतर कित्येक मैलांची पायपीट करावी लागली. दैवाचा फेरा फिरला. एखाद्या राजालाही लाजवेल असा ऐटबाज पोशाख करणारे बालगंधर्व साधी हाफ चड्डी, हाफ शर्ट, टोपी घालून फिरू लागले. इंदुमती देवींच्या बंगल्यावर येऊन बालगंधर्वांनी आपली सारी हकिकत कथन केली. ही हकिकत सांगताना व ऐकताना दोघांचेही नेत्र पाणावले होते. राणीसाहेबांनी त्यांना आश्वस्त केले. पन्हाळ्याला लागूनच असलेल्या रेसकोर्स जवळचा आपला मोठा

बंगला बालगंधर्वांना राहायला दिला. शेरीबागेत 'मानापमान' नाटकाच्या तालमी सुरू झाल्या. बालगंधर्व अधूनमधून इंदुमती राणीसाहेबांना भेटायला इंदुमती हॉलकडे येत असत. आपल्या आयुष्याची घसरलेली गाडी पुन्हा चालती करण्यासाठी ते जिवाचा आटापिटा करत होते; परंतु दैव साथ देत नव्हते. परत मुक्काम हलवण्याची वेळ आली, तेव्हासुद्धा इंदुमती राणीसाहेबांनी पैशाची सोय करून दिली. इंदुमती देवींनी आपल्या परीने खूप मदत केली; परंतु त्याचा काही उपयोग झाला नाही. बालगंधर्व परत नेटाने उभे राहू शकले नाहीत.

२९

राणीसाहेबांची एकसष्टी

इंदुमती देवींचं आयुष्य तसं खडतरच गेलं. अनेक बरे-वाईट प्रसंग आयुष्यात आले. त्यांनी अनेक चढ-उतार पाहिले. इंग्लिश साप्ताहिक 'ईव्हाज वीकली' यांना वाटले की इंदुमतीदेवींचे आयुष्य उलगडण्यासाठी त्यांची मुलाखत प्रसिद्ध करावी; परंतु इंदुमती राणीसाहेबांना वाटे की, आपण काही फार मोठे कार्य केले नाही की, आपली मुलाखत प्रसिद्ध व्हावी. खरेतर प्रसिद्धीसाठी अनेक लोक धडपड करत असतात; परंतु चालून आलेली प्रसिद्धी राणीसाहेबांनी मोठ्या खुबीने नाकारली. 'ईव्हाज वीकली'च्या प्रतिनिधी सौ. लाल मुलाखतीसाठी घरी आल्या होत्या. त्यांचा खूप छान आदरसत्कार राणीसाहेबांनी केला; परंतु मुलाखतीसाठी नम्रपणे नकार दिला.

डॉ. सरलाबाई भोसले राणीसाहेबांच्या संस्थेतील पदाधिकारी होत्या. त्यांना सारखे वाटे की, राणीसाहेबांनी आपली मुलाखत प्रसिद्धीसाठी द्यावी; परंतु राणीसाहेब म्हणाल्या, की आपण जे कार्य करतो ते कर्तव्य म्हणून करतो. मी प्रसिद्धीसाठी किंवा कोणावर उपकार म्हणून काहीच करत नाही. श्रीमद्‌भागवताच्या भाषांतराचा दुसरा भाग प्रकाशित झाला. या ग्रंथ प्रकाशनाला राणीसाहेबांनी आर्थिक मदत केली होती. सर्वांना वाटत होते की, राणीसाहेबांनी आपला परिचय व फोटो या ग्रंथास जोडावा; परंतु राणीसाहेबांनी नम्रतापूर्वक या ग्रंथास आपल्या दिवंगत पतीचा छोटासा परिचय जोडावयास दिला. आपण कोणतीही मदत केली तर त्याची गावभर चर्चा न होता ते दान सत्पात्री लागावे एवढीच त्यांची इच्छा होती. राणीसाहेबांनी अनेक संस्थांना आर्थिक मदतीचा हात दिला; परंतु ते दिलेले दान या कानाचे त्या कानाला न कळू देण्याच्या अटीवरच. राणीसाहेबांच्या आयुष्यात अनेक चढ-उतार आले; परंतु त्याची कोठेही वाच्यता केली किंवा झाली नाही. प्रसिद्धीचा प्रकाश आपल्यावर

न पडेल याची त्या पुरेपूर काळजी घेत असत. त्यांच्यावर अनेक बरे-वाईट प्रसंग येऊन गेले; परंतु त्याचा बोभाटा त्यांनी कोठेच केला नाही. कोणी त्याबद्दल बोलू लागले तर त्या खुबीने तो विषय बदलत. आपल्यावर कोसळलेल्या संकटाचे त्यांनी कधीच भांडवल केले नाही. ५० वर्षांच्या कार्यकाळात त्यांनी अनेक अवघड अवघड प्रसंग शेकड्यांनी अनुभवले होते. या राणीसाहेबांची जडणघडण वेगळीच होती. त्या अशातशा राणीसाहेब नव्हत्या. राजर्षी छत्रपती शाहूंच्या सूनबाई आणि सासवडकर जगतापांच्या लेक होत्या त्या. झालेले संस्कार कधीच वाया जाणारे नव्हते.

राणीसाहेबांचा स्वभाव अत्यंत निष्ठावंत आणि तितकाच करारी होता. त्यांच्या स्वभावाला सुईसारखे टोक होते. टोचणारे नाही पण जोडणारे. शिस्तीत जरा इकडे-तिकडे झालेले त्यांना खपत नसे. प्रेमळही तितक्याच होत्या राणीसाहेब. बोलणे अतिशय प्रभावी होते. बोलताना त्या भल्याभल्यांना चकित करत होत्या. पन्नाशीच्या घरात त्यांनी अनेक संस्थांची उभारणी केली. महाराणी शांताबाई गायकवाड गृहशास्त्र शिक्षण संस्था 'ललिताविहार', महाराणी विजयमाला छत्रपती गृहिणी महाविद्यालय, औद्योगिक कलाभवन, विद्यार्थिनींसाठी वसतिगृह, मॉडेल हायस्कूल फॉर गर्ल्स, पूर्व-प्राथमिक अध्यापिका विद्यालय व बालमंदिर इत्यादींची उभारणी करण्यात कधी दहा-बारा वर्षे गेली ते कळलेच नाही. सर्व कार्यकर्त्या, विद्यार्थी या सर्वांना राणीसाहेबांची एकसष्टी साजरी करण्याचे वेध लागले; परंतु राणीसाहेबांनी या गोष्टीस स्पष्ट नकार दिला.

राणीसाहेब म्हणाल्या, "मी स्त्रीशिक्षणाचे कार्य हाती घेतले आहे ते प्रसिद्धीसाठी नव्हे, तर समस्त महिलांच्या कल्याणासाठी. आपण सर्वांनी मिळून प्रसिद्धीच्या मागे न लागता अगदी तळमळीने हे कार्य करू या. आपले कार्यच समाजाभिमुख असेल तर प्रसिद्धीच्या मागे लागायचे काहीच कारण उरणार नाही. प्रसिद्धी आपल्या कामासाठी असावी. उगीचच एकसष्टी करून प्रसिद्धी करणे मला मुळीच आवडणार नाही." परंतु एकसष्टी करण्याच्या पाठीमागे सर्व मुलींचा, कार्यकर्त्यांचा वेगळाच हेतू होता. राणीसाहेबांनी सर्वांवर केलेले प्रेम, त्यांचे कार्य याबद्दल त्यांना कृतज्ञता व्यक्त करायची होती. एकसष्टी हे फक्त निमित्त होते. राणीसाहेबांनी एका अटीवर मान्यता दिली. त्या म्हणाल्या, "कार्यक्रम एकदम घरगुती पद्धतीने साजरा करावयाचा असेल तरच मी होकार देते." घरगुती समारंभ असल्यामुळे प्रमुख पाहुणे कोणी असणार नव्हते. ज्या राणीसाहेबांमुळे आपण इथपर्यंत आलो, आपल्या जीवनाचे सोने झाले, त्यांची एकसष्टी करून त्यांच्या ऋणातून थोडेतरी उतराई होता येईल या भावनेनेच सर्वांना आनंद झाला. या समारंभाचे स्वरूप घरगुती होते, त्यामुळे राणीसाहेब मनमोकळेपणे बोलू शकत होत्या.

आपल्या भाषणात राणीसाहेब म्हणाल्या, 'कऱ्हा नदीच्या परिसरात मी वाढले,

पंचगंगेच्या परिसरात संसार थाटला. कोल्हापुरात संसार सुरू केला तो मुळी सुख-दु:खाच्या घटनांनी. पारंपरिक रूढी, अज्ञान याचा फार मोठा पगडा कोल्हापुरावर होता. मुलींनी शिक्षण घेणे हे त्या काळात निषिद्ध मानले जात होते. छत्रपती शाहू महाराज माझे सासरे, माझे आबा. हे सर्व या जुन्या परंपरांना झुगारून समाजाचे नेतृत्व करत होते. त्यांचे विचार अतिशय प्रगत आणि पुढारलेले होते. माझे पती आकस्मिक गेले. माझ्यावर बालवयातच वैधव्याची कुऱ्हाड कोसळली. तेव्हा मला आधार दिला तो फक्त आणि फक्त माझ्या आबांनी. आबांनी चांगल्यात चांगल्या शिक्षकांच्या माध्यमातून मला घडवले, वाढवले. या सर्वांचे कृतज्ञतापूर्वक स्मरण करणे हे माझे कर्तव्य समजते. आबांच्या स्मृतीला मी कृतज्ञतापूर्वक अभिवादन करते. आबांनी जर मला शिक्षण दिले नसते तर आज मी या स्टेजवर बसू शकले नसते. माझ्या सासऱ्यांनी मला दिलेली स्फूर्ती, मार्गदर्शन मला पुढील आयुष्यासाठी दिशा देणारे ठरले. आबांनी मला प्रगतीचा मार्ग दाखवला नसता तर आज मी कुठे असते, याची फक्त कल्पनाच केलेली बरी. या सर्व शैक्षणिक संस्थांचे श्रेय फक्त आबांनाच देता येईल. आबांच्या कार्याचा, परंपरेचा वारसा माझ्याकडे आला त्याचा मला प्रचंड अभिमान आहे. अनेक संस्थाने नष्ट झाली, राजसिंहासने नाहीशी झाली; परंतु राजर्षी शाहू महाराजांचे नाव चिरतरुण राहिले, याचाच आम्हाला अभिमान आहे. छत्रपती शाहूंना त्यांच्या अखंडित कार्यामुळे जनतेचे प्रेम, जनतेचा विश्वास मिळाला होता. आजही महाराष्ट्राचे राज्यकर्ते छत्रपती शाहूंचे नाव घेतल्याशिवाय पुढे जात नाहीत व त्यांचा वारसा सांगितल्याशिवाय राहत नाहीत.

'या संस्था जरी फार श्रीमंत वा मोठ्या नसल्या तरी या संस्थांशी माझे आयुष्य जोडले गेले आहे. या संस्थेचे, विद्यार्थ्यांचे प्रश्न तेच माझे प्रश्न आहेत. या संस्थांची वाढ व्हावी, येथील विद्यार्थी शिकून नावारूपाला यावे, हीच तर माझी अपेक्षा आहे. या संस्था सुरू करताना अनेक ज्ञात, अज्ञातांचा पाठिंबा मला मिळाला. मुख्याध्यापिका, शिक्षिका, विद्यार्थिनी या सर्वांनी माझ्यावर भरभरून प्रेम केले. म्हणूनच आजचा समारंभ एवढ्या दिमाखात व आनंदात साजरा होतो आहे. मला आज ६१ वर्षे झाली आहेत. वाढत्या वयाबरोबर आरोग्याची काळजी घेणे क्रमप्राप्त आहे. मला होईल तेवढी सेवा मी करतच राहीन, ती सेवा आपण सर्वांनी गोड मानून घ्यावी.' एवढी प्रार्थना करून राणीसाहेबांनी आपले दोन शब्द संपवले. कार्यक्रम संपला. राणीसाहेबांचा चेहरा अगदी आनंदाने फुलून गेला होता. डोळे भरून आले होते. सर्वांचीच मने प्रफुल्लित झाली होती. देणाराही कृतार्थ झाला होता. अशी ही एकसष्टी साजरी झाली. कुठल्याही वर्तमानपत्रात न आलेली पण सर्वांच्या हृदयात कोरलेली. कर्णाची उदारता फक्त पुराणातच वाचलेली; परंतु त्याचे दर्शन इंदुमती राणीसाहेबांनी सर्वांना घडवले होते. जन्मभर दुसऱ्यांना देण्यातच आयुष्य गेले राणीसाहेबांचे. संस्थेच्या

कामाकरिता त्यांनी कधीच दुसऱ्यांपुढे हात पसरले नाहीत. समारंभाला मुख्य पाहुणे बोलवायचा प्रसंग आला की, शाळेतल्या शिक्षिका म्हणत अमक्याला बोलवू या, त्यांनी दुसऱ्या एका संस्थेला भरपूर देणगी दिली. यावर इंदुमती राणी म्हणत, 'अध्यक्ष आपल्याला पैसे देण्यासाठी बोलवायचा नाही तर त्यांचे चार चांगले शब्द विद्यार्थ्यांना ऐकायला मिळावे म्हणून बोलवायचा. माझ्या सर्व मुलींच्या कानावर चांगले चार शब्द, चांगले चार विचार पडावे एवढीच माझी इच्छा आहे, बाकी काहीच नाही.'

संस्था म्हणजे त्यांचा प्राण होता. रात्रंदिवस त्या संस्थांचीच काळजी करत. सकाळी ११ वाजल्यापासून प्रत्येकाला फोन करत आणि शाळेची चौकशी, शिक्षक, इन्स्पेक्शन, जागा, परवानगी याशिवाय दुसरे काही त्या बोलतच नसत. प्रत्येक गोष्ट अभ्यासपूर्ण आणि योजनापूर्वकच करत असत. आपल्या विद्यार्थ्यांसाठी तळमळणारी ही बहुधा पहिलीच राणी असावी.

३०

अखेरची वाटचाल

१९४६मध्ये बालमंदिर (मॉन्टेसरी) स्थापन केले. त्या नवीन संस्थेच्या अध्यक्षा माईसाहेब बावडेकर व इंदुमती राणीसाहेब या दोघी होत्या. या संस्थेचे उद्‌घाटन मादाम मॉन्टेसरी यांच्या हस्ते झाले. १९६८ पर्यंत म्हणजे तब्बल वीस वर्षे इंदुमती राणीसाहेब विविध सार्वजनिक क्षेत्रांत कार्यरत राहिल्या. छत्रपती शिवाजी महाराज यांच्या पुतळ्याचे व रयत शिक्षण संस्थेच्या कॉलेजमध्ये शाहू छत्रपतींच्या तैलचित्राचे अनावरण करण्यासाठी त्या साताऱ्याला गेल्या होत्या. राजमाता जिजाऊंच्या पुतळ्याचे अनावरणसुद्धा इंदुमती राणीसाहेबांच्याच हस्ते झाले होते. केवढा मान होता राणीसाहेबांना सामाजिक क्षेत्रात! मिस क्लार्क होस्टेलचा सुवर्ण महोत्सव, वैश्य बोर्डिंगच्या इमारतीचे उद्‌घाटन, शाहू बोर्डिंगमधील विद्यार्थ्यांचे सत्कार समारंभ, मेरी ॲनसन स्कूलच्या वसतिगृहाचे उद्‌घाटन अशा सर्व कार्यक्रमांत राणीसाहेबांना आवर्जून बोलवले जाई व त्याही उपस्थित राहत.

अनेक हायस्कूल्स, शाळा यांच्या स्नेहसंमेलनाला हजर राहून शिक्षणाचा विस्तार, मुलींची प्रगती बघून त्यांना खूप समाधान वाटे. शिक्षण म्हणजे राणीसाहेबांच्या जिव्हाळ्याचा विषय. शिवाजी विद्यापीठाचे सुरुवातीचे कार्य, राजाराम हायस्कूलच्या नव्या इमारतीचे बांधकाम या सर्व कार्यात राणीसाहेब तळमळीने भाग घेत. शिक्षणाप्रमाणे नाट्यसंगीत हा त्यांचा जिव्हाळ्याचा विषय होता. संगीताच्या रसिक असल्यामुळे भुरजी खान स्मृतिदिन, लक्ष्मीबाई बडोदेकर स्मृतिदिन, देवल क्लब पारितोषिक वितरण इत्यादी प्रसंगी राणीसाहेब आवर्जून हजर राहत. हस्तकला, चित्रकला या सर्व कलांच्या प्रमुखपदी राणीसाहेब असायच्याच. करवीर ग्रंथालयाच्या उद्‌घाटन प्रसंगी इंदुमती राणीसाहेब व सुप्रसिद्ध साहित्यिक विठ्ठलराव घाटे हे अध्यक्ष होते. १९६१ साली गुरुदेव रवींद्रनाथ टागोरांची जन्मशताब्दी राणीसाहेबांनी मोठ्या

दिमाखदार पद्धतीने साजरी केली. रवींद्रनाथ टागोर वाङ्मय, संगीत, चित्र, नाट्य सर्वच सांस्कृतिक क्षेत्रात वावरले होते. त्यांची दखल राणीसाहेबांनी घेतली.

१९६८ साली बालगंधर्वांच्या दीर्घ ध्वनिमुद्रिका काढण्यासाठी दिलेली चालना या गोष्टी राणीसाहेबांना शोभेशाच होत्या. १९४८ ते १९६८ या कालखंडानंतर इंदुमती देवींना 'नागीण' हा आजार झाला. या रोगावर त्या काळात कोणतेच औषध उपलब्ध नव्हते. नागिणीचे पुरळ लाल होऊन ते फुटे व भयंकर वेदनेने माणसाची तळमळ होई. एके दिवशी छत्रपती शहाजी महाराज व राणीसाहेब इंदुमती देवींच्या भेटीला आले. त्यांच्याशी बोलत असतानाच राणीसाहेबांना नागिणीचा तीव्र झटका आला. त्यांना तीव्र वेदना होऊ लागल्या. महाराज व काकीसाहेबांना राणीसाहेबांचे हाल बघवले नाहीत. त्यांनी डॉक्टरांना बोलावून घेतले. डॉक्टरांनी शर्करामिश्रित गोळ्या दिल्या. खरेतर राणीसाहेबांना मधुमेह होता; परंतु आता शर्करायुक्त गोळ्या देण्याशिवाय काही इलाजच नव्हता. या गोळ्यांच्या परिणामाने नागिणीचे झटके आटोक्यात आले; परंतु शुगर ६००च्या वर गेली. डॉक्टरांनी आता प्रयत्नांची पराकाष्ठा करायला सुरुवात केली. राणीसाहेबांच्या खाण्यापिण्यावर कडक निर्बंध आले. सॅकरीन वापरायचेही बंद झाले. कशातूनही साखर जायला नको, म्हणून अत्यंत काळजी घ्यावी लागली. तीन दिवसांच्या कठोर प्रयत्नाने धोक्याची पातळी कुठे थोडी कमी झाली. या सर्व आजारपणामुळे राणीसाहेब खूप थकून गेल्या. त्यांनी सार्वजनिक जीवनातून निवृत्ती स्वीकारली. शैक्षणिक संस्थेचा कारभार मात्र त्या पाहत होत्या.

२४ नोव्हेंबर, १९७१ रोजी सकाळी त्या स्नानासाठी गेल्या तिथेच त्यांना अ‍ॅटॅक आला. धावपळ करून बेशुद्ध राणीसाहेबांना मिरजला मिशन हॉस्पिटलमध्ये हलविण्यात आले. सर्व नामवंत डॉक्टरांनी जिवाची पराकाष्ठा केली. चार-पाच दिवस राणीसाहेब मृत्यूशी झुंज देत होत्या. शेवटी ३० नोव्हेंबर, १९७१ रोजी पहाटे राणीसाहेबांची प्राणज्योत मालवली. राजर्षी शाहू महाराजांचे कार्य अखंडपणे चालवणाऱ्या ताऱ्याचा अस्त झाला. ज्या व्यक्तीने आपले डोंगराएवढे दुःख जगापासून लपवले, स्वाभिमानाने, जिद्दीने येईल त्या प्रसंगाला तोंड दिले, आपली मान समाजात नेहमीच ताठ ठेवली. संस्थेच्या लोकांचा आधारस्तंभ कोसळला. सामाजिक कार्यातील एक आधारस्तंभ कोसळला. तनखेबंदी झाली. राजघराण्याचे हक्क गेले. मानमरातब गेला; परंतु राणीसाहेबांनी आपले आयुष्य सन्मानाने काढले आणि शेवटी त्या अत्यंत सन्मानाने गेल्या. शिंगतुऱ्यांच्या ललकाऱ्या, पालखीचा मान, पाठीमागे अनवाणी छत्रपती, सर्व उच्चपदस्थ सरकारी अधिकारी, कलेक्टर, डी.आय.जी., गोरगरिबांचा समुदाय त्यांच्या अंत्ययात्रेत सामील झाला होता.

राणीसाहेबांच्या मायेचा आणि प्रेमाचा कोल्हापुरात सर्वांना आधार होता. त्यांच्यामध्ये

दिसून येणारे राजतेज, कुलीनता, शालीनता, संयम व संतुलन यांचे मिश्रण परत कोठेच दिसून येणार नाही. त्यांचे भारदस्त व्यक्तिमत्त्व, गौरवर्ण, प्रसन्न व सुहास्य मुद्रा, कोणत्याही विषयावर अभ्यासपूर्ण व शांतपणाने बोलण्याची शैली यांचा प्रभाव त्यांच्या सान्निध्यात येणाऱ्या प्रत्येक व्यक्तीवर पडत असे.

त्यांच्या ६५ वर्षांच्या आयुष्यात त्यांनी विविध क्षेत्रांत, विशेषत:, स्त्री-शिक्षणाच्या क्षेत्रात कोल्हापूरमध्ये फार मोठे कार्य केले. त्यांनी निर्माण केलेल्या संस्था कायम स्मारक म्हणून जिवंत राहतील. कोणत्याही प्रकारच्या प्रसिद्धीची हाव न धरता त्या सेवेत कर्तव्यरत होत होत्या. स्वत:च्या दु:खामुळे त्यांचे मन दुसऱ्याच्या दु:खासंबंधी अत्यंत संवेदनशील झाले होते व गौतम बुद्धाप्रमाणे परदु:ख निरसन करण्यात त्या आनंद मानीत होत्या. पूज्य इंदुमती राणीसाहेब हे महान व्यक्तिमत्त्व होते. त्यांच्या सान्निध्यात आलेली प्रत्येक व्यक्ती त्यांच्यासमोर नतमस्तक होत असे.

एक

श्री. पु. छत्रपती विजयमाला राणीसाहेब खासदार निवडून आल्याबद्दल संस्थेने केलेल्या सत्कार प्रसंगी

संस्थेच्या स्थापन समारंभ प्रसंगी
१९५४

छत्रपती शाहू महाराजांनी इंदुमती राणीसाहेबांना आत्मनिर्भरतेसाठी कार चालविण्याचे प्रशिक्षण दिले. त्यातून त्यांची ड्रायव्हिंगची आवड वाढत गेली. त्यांनी डाइम्लर कंपनीकडून स्वत:साठी स्वतंत्र धाटणीची कार बनवून घेतली. (१९३७)

इंदुमती राणीसाहेब यांच्या हस्ताक्षरातील पत्र

इंदुमती हॉल,
कोल्हापूर. ता. २४-८-६१.

श्री. वामनराव देशपांडे यांसी नमस्कार वि. वि.

आपलें ता. २४-७-६१ चें कृपापत्र पोहोंचलें व फोटोहि मिळाले. पत्र वाचून आनंद वाटला. आपण हातीं घेतलेलें काम दुर्दम्य असतांनादेखिल, आपण जिवा पिच्छा पुरवून छडा लावलांत याबद्दल आपलें कौतुक करावें तेवढें थोडें आहे. आपल्या परिश्रमांना मोल नाहीं, व त्याबद्दल मी आपली अत्यंत ऋणी आहे.

आँनाच्या चीरनिद्रेच्या स्थळाची निश्चित माहिती लागली हें उत्तम आहे.

आपणांस फोटोंचा व अन्यत्रेचा जो खर्च पडला असेल तो कृपा करून कळवावा, म्हणजे तो पाठविला येईल.

आपला कोल्हापूरास येण्याचा योग आहे हें समजतांच बहुआनंद झाला, व आम्हीं आपली प्रतीक्षा करीत आहोत.

आपण माझ्या हस्ताक्षराचें केवढें कौतुक केलेंत! त्याबद्दल मी आपली शतशः आभारी आहे. खरोखर आपल्यासारख्या गुणग्राही व निष्ठ व्यक्तीची ओळख झाली, ही समाधानाची गोष्ट आहे.

आपल्या आगमनाची वाट पहात आहे. आपणांसाठीं रेकॉर्डसंगीताचा कार्यक्रम एक दिवस नक्की ठेवत आहे.

प्रि. ढेकणे, श्री. राजोपाध्ये, व करकर यांनीं आपणांस सप्रेम नमस्कार सांगितला आहे.

कळावें लोभाची वृद्धी व्हावी ही वि. वि.

— आपली —
इंदुमती.

ता. क. हें पत्र पोस्टांत पडणेंपूर्वीच आपलें दुसरें पत्र पोहोंचलें. दिरंगाईबद्दल क्षमा असावी.

इंदुमती राणीसाहेब यांच्या हस्ताक्षरातील पत्र

Indumati Hall,
Kolhapur.
16th June 1961

Dear Mr. Deshpande

Ever so many thanks for both of your charming letters, and all the nice things attributed to me therein; I hope I shall prove to be worthy of them -

What a Herculean effort you have made in discovering all the antecedents of Anna! I am very grateful to you for your promptness & the trouble you have taken. - It is so interesting to go through Anna's life, which is so picturesque, pathetic, turbulent & inspiring; and Gurudev's association with her makes it more divine and sublime -

I am looking forward to your next letter after your excursion to Pandharpur & research work about Annas last resting place - I shall look out for "Manohars" July number, & please tell Shri B. Joshi, that due to his article on Anna in last month's "Manohar" I have endorsed his suggestion, so the moral responsibility rests with him also to ascertain the place!

Please convey my heartfelt thanks to all your literary friends, who have helped you in this work; without it I would have been stranded -

I am so glad you enjoyed that musical evening with me, during your short stay in Kolhapur - All the credit goes to Dr. Dhekane for introducing the "Trinity" to me, but he is such a good friend of mine, so helpful, unassuming and sincere - I always like to share my joy with my friends, and it made me so happy to see you enjoying those records, I am fortunate in possessing -

Thanking you over again and with kindest regards,

Yrs. sincerely,
Indumati
Princess.

उपसंहार

सध्याच्या परिस्थितीत संस्थानिक व राजेरजवाडे यांच्याविषयी जनतेत फारसे प्रेम किंवा आकर्षण दिसून येत नाही. या सर्वांना इंदुमती राणीसाहेब अपवाद होत्या. राणीसाहेबांविषयी वाटणारे प्रेम व आकर्षण पूर्वीच्या संस्थानी प्रजेपुरते मर्यादित नव्हते. त्यांच्याविषयीचे प्रेम त्या राजघराण्यातील व्यक्ती होत्या त्यावरही आधारलेले नव्हते. त्यांच्यामधील काही अंगभूत गुणांमुळेच त्यांच्याविषयी सर्वांना प्रेम व जिव्हाळा वाटत होता. राजघराण्यातील स्त्री असूनसुद्धा त्यांचे जवळजवळ सर्व वास्तव्य राजवाड्याबाहेरच होते व त्यामुळे राजवाड्यातील एकूण वातावरणापासून त्या बऱ्याच अलिप्त राहत होत्या. राणीसाहेबांजवळ सत्ता किंवा संपत्ती नव्हती; परंतु त्यांच्यामुळेच कोल्हापुरातील सांस्कृतिक जीवनाला निराळेच तेज येत असे. राणीसाहेबांकडे प्रसंगानुरूप सरलता, गुणग्राहकता, दक्षता, करुणा, संयम, विवेक इत्यादी गुण होते. गुणांचे ऐश्वर्य म्हणजे राणीसाहेब होत्या.

केव्हाही पाहिले तरी त्या आनंदी असत. स्वभावात शांतता, आनंदमयता, मर्मज्ञता, उदारता आणि समरसता असल्यास त्यास स्वभावाचे ऐश्वर्य असे म्हणतात. ते ऐश्वर्य क्वचितच लोकांच्यामध्ये असते. ते इंदुमती राणीसाहेबांच्या स्वभावात सर्वांनी अनेक वेळा पाहिले आहे. परोपकारापेक्षा राणीसाहेबांनी दुसरे काहीच केले नाही. दुसऱ्यांचा उत्कर्ष व्हावा यासाठी त्या सारख्या प्रयत्नशील असत. राणीसाहेब म्हणजे राजकुळातील सर्वांगीण ऐश्वर्य होते. राणीसाहेबांचे भारदस्त व्यक्तिमत्त्व, गौरवर्ण, प्रसन्न व सुहास्य मुद्रा कोणत्याही विषयावर अभ्यासपूर्ण व शांतपणे बोलण्याची शैली यांचा प्रभाव त्यांच्या सान्निध्यात येणाऱ्या प्रत्येक व्यक्तीवर पडत असे. त्यांच्या ६५ वर्षांच्या आयुष्यात त्यांनी विविध क्षेत्रांत, विशेषत:, स्त्री शिक्षणाच्या क्षेत्रात अत्यंत भरीव कामगिरी केली. त्यांनी निर्माण केलेल्या संस्थेबद्दल त्यांना

नेहमीच समाधान वाटे. भगवद्‌गीतेच्या परिशीलनाने त्यांच्या वृत्तीत एक प्रकारचे संतुलन, सम्यक्‌वृत्ती निर्माण झाली होती. त्यामुळे कोणत्याही प्रकारच्या प्रसिद्धीची हाव न धरता आपले कार्य शांतपणे त्या करत होत्या. त्यांच्या जीवनाकडे पाहणाऱ्या कोणत्याही सहृदय माणसाला त्यांच्या वैयक्तिक जीवनाची शोकांतिका कळल्यावर दु:ख झाल्याशिवाय राहत नसे.

राणीसाहेबांच्या पत्रलेखनाच्या व लिफाफ्याच्या छापील कागदावरील such is life म्हणून चित्रित केलेली भग्न नौका पाहताच डोळ्यांत अश्रू आल्याशिवाय राहत नसत. राजर्षी शाहूंनी मोठ्या हौसेने घरात आणलेल्या राजबिंड्या स्नुषेला वर्षभरातच वैधव्य यावे व तिच्या जीवनाच्या व आबांच्या आशा-आकांक्षांचा चक्काचूर व्हावा यापेक्षा अजून वाईट ते काय असते. सर्व गोष्टी जर राणीसाहेबांच्या व राजर्षी शाहूंच्या मनासारख्या झाल्या असत्या तर सर्वांना, जनतेला अखिल भारतीय कीर्तीचे प्रभावी व्यक्तिमत्त्व पाहण्यास मिळाले असते.

स्वत:बद्दल राणीसाहेब चकार शब्दही काढत नसत. दुसऱ्याला समजून घेण्याची एक अद्वितीय कला त्यांचे अंगी होती. समोरच्या स्त्रीबरोबर घरदार, मुलेबाळे, शिक्षण, संसार याबद्दल त्या चर्चा करीत; परंतु स्वत:चे सर्व आयुष्य एकाकीपणे व दु:खाशी झगडण्यातच गेले त्याबद्दल त्या चकार शब्दही काढत नसत. सहज बोलता बोलता एखादा शब्द निघाला की त्यांनी भोगलेल्या अपार दु:खाचे ओझरते दर्शन होई; पण तेही तेवढ्यापुरतेच. स्वत: अनेक दु:खे भोगली असल्याने दुसऱ्यांबद्दल त्यांचे मन काठोकाठ सहानुभूतीने भरलेले असे. एखादे दु:ख, एखादे व्यंग असलेली व्यक्ती जर समोर आली तर राणीसाहेबांना फार सहानुभूती वाटे.

प्रत्येक गोष्ट अभ्यासपूर्वक, योजनापूर्वक करावयाची. उगीच काहीतरी, कसेतरी करणे त्यांना अजिबात आवडत नसे. वक्तशीरपणाबद्दल त्या अत्यंत काटेकोर होत्या. साधी कार्यकारिणीची सभा जरी असली व त्यांना पाच मिनिटे उशीर झाला तरी आल्याबरोबर 'माफ करा हं, उशीर झाला मला' असे म्हणत. कोणताही कार्यक्रम जी वेळ दिली त्यावेळेला सुरू झाला पाहिजे व ठरावीक वेळेतच संपला पाहिजे असा त्यांचा कटाक्ष असे. राणीसाहेबांच्या शिकवणीचा प्रभाव एवढा होता की, एकदा त्यांच्या एका संस्थेत मुंबईचे गव्हर्नर श्री. चेरियन यांनी सपत्नीक भेट दिली. संस्थेच्या कार्यकारिणीला दहा मिनिटे वेळ दिली होती. मुख्य पाहुणे संस्थेत आल्यानंतर संस्थेची पाहणी, हस्तकौशल्याच्या छोट्या प्रदर्शनाला भेट, एक-दोन छोटे करमणुकीचे कार्यक्रम, ओळखी, पाहुण्यांचे भाषण असे कार्यक्रम होते. आभार होऊन नवव्या मिनिटाला पाहुणे परत जायला निघाले. जाताना त्यांचे पी.ए. म्हणाले की, आज दिवसभराच्या कार्यक्रमात फक्त तुमचाच कार्यक्रम वेळेत पण अगदी सुबक व देखणेपणाने साजरा झाला. हा सर्व राणीसाहेबांच्या वक्तशीरपणाचा

परिणाम होता.

माणसाने जगावे कसे? दु:ख सोसावे परी वाचे न बोलावे, गुण सर्वांचे घ्यावे, दोष कुणाही न द्यावा, सदा कार्यमग्न व्हावे, श्रेय देवालागी द्यावे, अंगी नम्रता असावी परी दीन होऊ नये, हे जीवनाचे सार राणीसाहेबांनी शिकवले. स्वत:च्या खानदानाचा रुबाब कायम ठेवत सर्वांना सामावून घेतले. एक अत्यंत महान व्यक्ती नव्हे, एका महान पर्वाचा अनुभव राणीसाहेबांनी सर्वांना दिला. इंदुमती राणीसाहेबांनी आपल्या आयुष्याची घडी मोठ्या धैर्याने बसवली. झाल्या गोष्टीची खंत करत आपले आयुष्य काळवंडून टाकले नाही. ही त्यांच्या मन:शक्तीची आणि राजर्षींच्या संस्काराची फलश्रुती होय. त्यांनी आपला जीवनक्रम पुस्तकाच्या सोबतीने आखून घेतला होता. स्वत:च्या ग्रंथसंग्रहात गृहशास्त्र, प्राणिजगत, शिक्षणशास्त्र, इतिहास, राज्यशास्त्र, भारतीय धर्मग्रंथ, इंग्रजी भाषा आणि साहित्य या विषयीची उत्तमोत्तम पुस्तके त्यांनी जमा केली होती. कोशवाङ्मयही त्यांच्या जोडीला होते. विशेषत:, देशी आणि परदेशी अशी अनेक नाट्यविषयक पुस्तके त्यांच्या ग्रंथालयात होती. संस्कृत, मराठी आणि इंग्रजीतील नाटके आणि नाट्यविषयक संदर्भग्रंथ त्यांच्याकडे होते.

राणीसाहेबांचे व्यक्तिमत्त्व फार भारदस्त होते. त्यांना वाचनाची खूपच आवड होती. कोणत्याही विषयावर त्या चर्चा करत, संभाषण करत. अध्यात्माचीही आवड होती. पंडित जेरे शास्त्रीबुवांचे प्रवचन त्या आवडीने ऐकत असत. आपल्या बंगल्यावरही जेरे बुवांना प्रवचनासाठी बोलावून घेत. राणीसाहेबांच्या अंगी संभाषणचातुर्य, बहुश्रुतता व विविध विषय हाताळायची ताकद होती. विविध विषयांतील मंडळी त्यांचेकडे जाऊन गप्पागोष्टी करत; कारण या सर्व बुद्धिवंत वर्गाला राणीसाहेबांशी जाऊन बोलणे म्हणजे, एक पर्वणीच वाटे. त्यांचे बोलणे मोजके, माफक असे. स्वत:चे मत आग्रही नसे किंवा दुसऱ्यांचे मत त्या केव्हाही खोडून काढत नसत. कोणी त्यांच्या विरोधात मत मांडले तरी त्यांना कधी राग येत नसे. जोरजोरात हसणे नाही किंवा आवाज मोठा करणे नाही. सारे कसे शांत, मंद, मधुर आणि शीतल.

खानदानी वागणुकीचे बाळकडू राजघराण्यातील स्त्री या नात्याने नक्कीच आले असणार; परंतु श्रीमंतीच्या इतर पाऊलखुणा कोठेच दिसून आल्या नाहीत. ऐश्वर्य आणि श्रीमंतीत वाढलेल्या संस्थानिकांच्या आणि राजघराण्यातील स्त्रिया आत्मकेंद्रित आणि गर्विष्ठ असतात. त्या स्वत:चीच स्तुती करतील आणि समोरच्याने पण आपल्याबद्दल नेहमीच चांगले बोलावे अशी त्यांची इच्छा असते. राजघराण्यातील स्त्रियांना भरपूर वेळ असतो, पैसा खेळता असतो, नोकरचाकर यांची काही कमी नसते; परंतु या सर्वांना इंदुमती राणीसाहेब अपवाद होत्या. आपली श्रीमंती आणि मोठेपणा दुसऱ्यांना जाणवू नये म्हणून त्या अत्यंत दक्ष असत. त्यांच्या मागे दुर्दैवाचे दशावतार लागले होते, तरीही त्या आपले दु:ख कोणाला बोलून दाखवत नसत.

राणीसाहेबांचे हस्ताक्षरही सुरेख त्यांच्या व्यक्तिमत्त्वाला साजेसे होते. त्यांच्यासारखे सुंदर, रेखीव, कलात्मक हस्ताक्षर कोणाचेच नव्हते. अक्षराबद्दल त्यांचा अतिशय कटाक्ष होता. अगदी छापल्यासारखे अक्षर असावे असे त्यांना नेहमीच वाटे. राणीसाहेबांना जर एखादा कार्यक्रम ठरवायची वेळ आली, तर त्या अतिशय सूत्रबद्ध पद्धतीने नियोजन करत. लग्न, पार्टी, छोटी ट्रिप, लांबवरचा प्रवास, तीर्थयात्रा असो, तो नियोजनबद्ध पार पाडत. त्यांची कार्यक्रम आखण्याची पद्धतच न्यारी होती. या आखणीत सहजता आणि कलात्मकता असे. त्यांना भेटायला जाणाऱ्या प्रत्येक व्यक्तीला नित्य नवा आनंद मिळे. त्यांनी कला, शिक्षण, ज्ञान संपादन करून त्यातच समाधान मानले नाही, तर नव्या पिढीने त्याचा लाभ घ्यावा, त्याचा उपयोग करावा अशी त्यांची नेहमी धडपड असे. कोणतीही कला टिकावी, वाढावी याबद्दल त्या नेहमीच प्रयत्नशील असत. सर्वांना त्या नेहमीच हव्याहव्याशा वाटायच्या. मुलांच्यात मूल होऊन रमायच्या, तरुण पिढीमध्ये तरुणांसारखेच, वृद्धांमध्ये वृद्धांसारखेच वागत असत. गरीब-श्रीमंत, सुशिक्षित-अशिक्षित, अधिकारी-बिगर अधिकारी, परजातीय, परप्रांतीय, परदेशीय अशा सर्वांनाच सारखी वागणूक मिळत असे. सर्वजणच त्यांच्या भाषेने, सहवासाने भारून जात. त्याचे कारण म्हणजे राणीसाहेबांचे व्यक्तिमत्त्व. याबरोबरच राणीसाहेब म्हणजे निर्व्याज प्रेमाचा झराच होता. या झऱ्यामध्ये कोणीही त्यांना भेटणारे न्हाऊन निघत होते. राणीसाहेब कसल्याही राजकारणात कधी पडल्या नाहीत. कोणत्या पक्षात गेल्या नाहीत. राजघराण्याबरोबरच त्या सर्वांच्या हितचिंतक म्हणूनच राहिल्या. कर्तेपणाची हाव न धरता त्या सतत काळाबरोबर चालत राहिल्या.

छत्रपती शाहूंनी मुलाच्या मृत्यूचे दुःख बाजूला ठेवून आपल्या सुनेवर आलेल्या प्रसंगाचा व दुःखाचा विसर पडावा म्हणून त्यांच्या शिक्षणाला सुरुवात केली. आपल्या देखरेखीखाली तज्ज्ञ शिक्षकांची नेमणूक केली. छत्रपती राजर्षींचा एवढाच हेतू होता की, संस्थानमधील स्त्री-शिक्षण खाते राणीसाहेबांकडेच सोपवून महिला शिक्षणाची सोय व्हावी. छत्रपती शाहूंनी राणीसाहेबांकडून रामायण, महाभारत, थोरांची चरित्रे अवगत करून घेतली. राणीसाहेबांची विद्यालयीन प्रगती खूप चांगली होती. संस्कृत विषय आवडता होता, त्याचप्रमाणे त्यांना फ्रेंच भाषाही अवगत होती. त्या फ्रेंच भाषेत पत्रव्यवहार करू शकत होत्या. विद्यालयीन शिक्षणाबरोबर राजघराण्याला शोभेल असे इतरही शिक्षण त्यांनी घेतले होते. त्यांना मोटार ड्रायव्हिंग चांगलेच अवगत होते. यांत्रिक रचनेचीही त्यांना संपूर्ण माहिती होती. नेमबाजीत त्या अत्यंत पटाईत होत्या. हरणाच्या शिकारीसाठी वापरण्यात येत असलेली चार घोड्यांची गाडी त्या चालवत असत. घोड्याच्या रपेटी तर नेहमीच चालत. वाचनाचा व्यासंग तर फारच मोठा होता. भल्याभल्यांना चर्चा करताना त्याचा अनुभव आला आहे.

त्यांची अभ्यासिका व ग्रंथालय अगदी अद्ययावत होते. त्यांनी अनेक ग्रंथ जमा करून त्यांच्या प्रकाशनाला सक्रिय मदत केली आहे. संगीताची त्यांना खूप आवड होती. चांगल्या चांगल्या रेकॉर्ड्सचा त्यांचा संग्रह बहुमूल्य होता. राणीसाहेबांना नाट्यसंगीताची फार गोडी होती. त्यांच्याकडे बालगंधर्वांच्या कितीतरी मूल्यवान ध्वनिमुद्रिका होत्या. बालगंधर्वांच्या नाटक मंडळीशी त्यांचा स्नेह होता आणि बालगंधर्वांच्या अखेरच्या दिवसांत राणीसाहेबांनी त्यांना पुष्कळ मदत केली. त्यांच्या गाण्याची लाँग प्ले रेकॉर्ड काढण्याची कल्पनाही इंदुमती देवींच्या धडपडीमुळेच 'हिज मास्टर्स व्हॉइस' सारख्या विख्यात कंपनीने प्रत्यक्षात आणली. अध्यात्माचासुद्धा त्यांचा गाढा अभ्यास होता. त्यांच्या बंगल्यावर नेहमीच विद्वान मंडळी, शास्त्री-पंडितही असत. निरनिराळ्या विषयांवर नेहमी भरीव, उपयुक्त चर्चा होत असे.

संगीताबरोबरच चित्रकला, शिल्प, साहित्य इत्यादींचीही राणीसाहेबांना फार आवड होती. त्यांच्या बंगल्यावरील पेंटिंग्ज, विविध वस्तू, साहित्यसंग्रह या कशाकडेही नजर टाकली तर त्यांची अभिरुची कशी होती आणि त्यात सौंदर्यदृष्टी किती होती याची प्रचिती येत असे. वाचनाची फक्त आवडच होती असे नाही, तर अत्यंत चांगल्या दर्जाचे साहित्य वाचत आणि संग्रही ठेवत. गुरुदेव टागोरांच्या जन्मशताब्दी वेळी राणीसाहेबांनी विविध तऱ्हेचा अभ्यास केला. आतिथ्य करणे हे तर राणीसाहेबांच्या आवडीचे क्षेत्र होते. कर्णाची उदारता फक्त पुराणातच वाचलेली; पण त्या उदारतेचे दर्शन इंदुमती राणीसाहेबांच्या स्वभावात सर्वांना पाहायला मिळते. त्यांनी सर्वांना भरभरून दिले. देताना आपला कोण आणि परका कोण याचा विचारही कधी राणीसाहेबांनी केला नाही. फक्त द्यायचे एवढेच त्यांना माहीत. घेणाऱ्याने आभार मानावे हेही त्यांनी कधी उच्चारले नाही. एकदा सुहासिनी मुळगावकर कोल्हापूरला कार्यक्रमासाठी आल्या होत्या. त्यांना घरी बोलावून राणीसाहेबांनी खूप आदरातिथ्य केले. बोलता बोलता सुहासिनी मुळगावकर म्हणाल्या की, आता पैसे देऊन पण चांगल्या शालू-पैठण्या मिळत नाहीत. लगेच राणीसाहेबांनी आपले कपाट उघडून त्यांना दाखवले आणि म्हणाल्या, "हे बघा बाई, माझ्या शालू-पैठण्या पाहा, तुम्हाला यातले काही हवे आहे का?"

एकदा श्रीमती सरोजिनी बाबर भेटीला आल्या होत्या. त्या वेळी तेथे काही दागिन्यांची जडणघडण चालली होती. मोत्यांचे झुबे हातात घेऊन सरोजिनीबाई म्हणाल्या, 'छान दिसतो नाही हा दागिना!' सरोजिनीबाई एवढेच म्हणाल्या तर राणीसाहेबांनी लगेच झुबे घडवून सरोजिनीताईंच्या बंगल्यावर पाठवून दिले. राणीसाहेबांना देण्याचा विलक्षण आनंद होता. त्यांच्याकडे होते तोपर्यंत त्यांनी भरभरून सर्वांना दिले. परिस्थिती बदलत चालली तेव्हा अनेक अडचणी येऊ लागल्या. त्या वेळी राणीसाहेबांना एकच दुःख होते की, आपण आता कोणाला काही देऊ शकत नाही.

दुसऱ्याचे आदरातिथ्य करण्याचे, खाऊ घालण्याचे त्यांना अत्यंत वेड होते. कोणीही केव्हाही अचानक राणीसाहेबांच्या बंगल्यावर गेले तर नुसता चहा किंवा सरबत न देता अनेक पदार्थ त्या खाऊ घालत. कोल्हापुरात कोणीही थोर व्यक्ती आल्या तर त्या राणीसाहेबांना भेटल्याशिवाय जात नसत. कै. धनंजयराव गाडगीळ, प्रा. न. र. फाटक, प्रा. अनंत काणेकर, प्रा. ना. सी. फडके, डॉ. वि. भि. कोलते, डॉ. जयंत नारळीकर या सर्व व्यक्तींना आपल्या बंगल्यावर बोलावून राणीसाहेबांनी यथोचित सत्कार केला. संगीत क्षेत्रातील तज्ज्ञ श्री.वामनराव देशपांडे, प्रा. अरविंद मंगरुळकर, श्री. बाबूराव जोशी यांच्याविषयी राणीसाहेबांना अतिशय प्रेम व जिव्हाळा होता.

इंदुमती राणीसाहेब सतत स्त्रियांच्या उद्धाराचा विचार करत असत. त्यांना त्यांच्या दुःखाची व अडचणींची पूर्ण जाणीव होती. त्यांच्या मनाने एक गोष्ट निश्चित घेतली होती की स्त्रियांना चांगले शिक्षण मिळाले पाहिजे आणि तेसुद्धा त्यांच्या समाजातील स्थानाला व गरजांना धरून असले पाहिजे. आजच्या स्त्री-शिक्षणात दिसणारे दोष त्यांना घालवायचे होते. ते दोष घालवण्यासाठीच राणीसाहेब समाजात मोकळेपणाने वावरू लागल्या. त्यांनी थेट राजर्षी शाहू महाराजांचा आदर्श डोळ्यांसमोर ठेवला होता. कोल्हापूरला १९५१ मध्ये महिला शिक्षण परिषदेचे अधिवेशन होते. त्या अधिवेशनात राणीसाहेबांनी पुढाकार घेऊन बडोद्याच्या महाराणी, सावंतवाडीच्या राणीसाहेब, सोंडूरच्या राणीसाहेब, सर्व राजघराण्यांतील व इतर सामान्य स्तरातील सुशिक्षित महिलांना आमंत्रित केले होते. या सर्वांच्या सहकार्याने मुलींच्या शिक्षणासाठी महाराणी शांतादेवी गायकवाड गृहशास्त्र शिक्षण संस्था काढून राणीसाहेब त्याच्या अध्यक्ष राहिल्या होत्या. या संस्थेमार्फत त्यांनी निरनिराळ्या संस्था नंतर सुरू केल्या. प्रौढ स्त्रियांना व कुमारिकांना शिवणकाम, भरतकाम व कलाकुसरीचे काम शिकवण्यासाठी 'कला भवन', उत्तम गृहिणी तयार करण्यासाठी 'महाराणी विजयमाला गृहशास्त्र शिक्षण संस्था,' आदर्श माध्यमिक शिक्षण देण्यासाठी 'मॉडेल हायस्कूल फॉर गर्ल्स' पूर्वप्राथमिक व मराठी चौथीपर्यंत शिक्षण देण्यासाठी लागणाऱ्या शिक्षिका तयार करण्यासाठी 'पूर्व प्राथमिक आणि प्राथमिक अध्यापिका विद्यामंदिर' आणि एक मॉन्टेसरी स्कूल अशा चार-पाच संस्था काढण्यात आल्या.

राणीसाहेबांचे व्यक्तिमत्त्व अतिशय भारदस्त होते. त्यांचा वाचनाचा व्यासंग दांडगा होता. त्या कोणत्याही विषयावर परिणामकारक संभाषण करत. संस्थेतील प्रत्येक कार्यकर्त्यावर त्यांची फार माया होती. लहानापासून मोठ्यापर्यंत त्या सर्वांना जातीने ओळखत होत्या. त्यांची राहणी, त्यांचा रुबाब, त्यांचे बोलणे-चालणे व त्यांचे सामान्य जनतेशी वागणे अतिशय आपुलकीचे व प्रेमाचे, मायेचे होते. त्यांचा दिनक्रम व चारित्र्य पाहताना सर्वांना पुण्यश्लोक अहिल्याबाई होळकरांची आठवण व्हायची. माणसातील माणुसकीवर त्यांचा पूर्ण विश्वास होता. महात्मा फुले व

राजर्षी शाहू महाराज यांची सामाजिक तत्त्वे त्यांच्या मनावर चांगलीच बिंबली होती. ही सर्व तत्त्वे त्यांनी अमलातही आणली होती. राणीसाहेब प्रेमळ होत्या, तितक्याच शिस्तीच्या भोक्त्या होत्या. त्या प्रत्येक गोष्ट शिस्तीने करवून घ्यायच्या. त्यांच्या शिस्तीची छाप त्यांनी चालविलेल्या संस्थांवर व तेथे शिकत असलेल्या मुलींवर, संस्थेत काम करणाऱ्या शिक्षकांवर पडलेली दिसायची. राणीसाहेब गुणी माणसांवर प्रेम करायच्या आणि त्यांना उत्तेजनही द्यायच्या. राणीसाहेबांचा एक प्रकारचा दबदबा सर्वत्र असायचा. त्यांच्या व्यक्तिमत्त्वासारखेच त्यांचे सौंदर्य आणि रुबाबही असामान्य होता. त्यांचा साधेपणा सर्वांवर प्रभाव टाकून जाई. क्षात्रतेज व राजतेज यांचा सुंदर मिलाफ त्यांच्या ठायी दिसून येई.

परिसाच्या स्पर्शाने लोखंडाचे सोने होते म्हणतात, त्याप्रमाणे राणीसाहेबांच्या चिरकाल सान्निध्याने कोल्हापूरच्या संस्थेचा वटवृक्ष उज्ज्वल भवितव्याकडे वाढत जाताना उजळून निघत होता. राणीसाहेबांच्या जाण्याने संस्थेचा मोठा आधार नष्ट झाला. सर्वांनी केलेल्या मुजऱ्याचा स्वीकारही त्या किंचित मान लववून स्मितवदनाने करीत असत. शाळेच्या शिक्षणाबरोबरच शिक्षकाची आणि त्याच्या पगाराचीही त्या अगत्याने चौकशी करत. पारिजातक जसा वैराग्यशील वृत्तीने परोपकारी जीवन जगतो, आसमंत आनंदी, सुगंधी करून टाकतो, तसेच राणीसाहेबांचे जीवन होते. त्यांच्यामध्ये जे सात्त्विक खानदानी गुण होते, ते त्यांच्या चांगल्या संस्काराचे प्रतीक होते. त्यांचे चारित्र्य निष्कलंक व पवित्र होते. कितीतरी स्त्रियांना राणीसाहेबांमुळे प्रकाश दिसला.

इंदुमती देवींनी सार्वजनिक क्षेत्रातही भरीव कामगिरी केली. स्त्रीशिक्षण हेच त्यांचे आवडते क्षेत्र राहिले. त्यांच्या कामाची सुरुवात बालमंदिरापासून झाली. श्रीमती माईसाहेब बावडेकरांनी स्थापन केलेल्या 'मादाम मॉन्टेसरी इंटरनॅशनल' या संस्थेचे अध्यक्षपद राणीसाहेबांकडे होते. प्रत्यक्ष मादाम मॉन्टेसरीबाईशीही याबाबत त्यांची चर्चा झाली होती. तेव्हापासून म्हणजे १९४८ सालापासून १९६१ पर्यंतच्या काळात इंदुमतीदेवींनी सातत्याने पुरोगामी उपक्रमांना पाठबळ दिले.

छत्रपती शाहूंच्या निधनामुळे इंदुमती देवींना जाणवणाऱ्या पोकळीची कल्पना त्यावेळचे कोल्हापूर संस्थानचे रेसिडन्ट कर्नल पॉटिंजर यांना होती. त्यांनी राणीसाहेबांच्या करमणुकीसाठी 'वनिता समाज' नावाच्या लेडिज क्लबची स्थापना केली. प्रथम बॅडमिंटन किंवा टेनिससारखे खेळ आणि चहापार्ट्या किंवा डिनर पार्ट्या एवढ्यापुरताच हा क्लब मर्यादित होता. हळूहळू स्त्री-शिक्षणाचे महत्त्व आणि आवश्यकता जाणवू लागल्यावर इंदुमतीदेवींनी स्त्री-शिक्षणाच्या प्रत्यक्ष चळवळीचे काम सुरू केले. 'ललिताविहार' या नावाने स्त्रियांच्या प्रश्नांचे एकत्र विचारमंथन करणारे व्यासपीठ असे त्याचे स्वरूप बनले. शिक्षणासाठी इंदुमतीदेवींनी पुष्कळ किंमत दिली होती.

शिवाय छत्रपतींच्या सुधारणा कार्याचा वारसा त्यांच्याकडे त्यांच्या अंगभूत गुणांमुळे चालत आलेला होता. त्यामुळे कोणत्याही व्यासपीठावर बोलताना स्त्री-शिक्षणाची आवश्यकता आणि ते साध्य करण्याच्या मार्गातील अडथळे यांचा नेमका परामर्श त्यांनी घेतला होता. शिक्षणाच्या द्वारा स्त्रियांची मने भोळसट रूढी, समजुतींमधून मुक्त होण्याची आवश्यकता त्यांनी परिषदेत आग्रहाने मांडली.

इंदुमतीदेवी या जशा कोल्हापूरच्या अभिमानी होत्या, तशाच त्या हजरजबाबीही होत्या. आचार्य अत्र्यांसारख्या साहित्यश्रेष्ठाने केलेल्या उपहासगर्भ विनोदी विधानाला त्यांनी उत्स्फूर्ततेने जे उत्तर दिले, त्यावरून त्यांच्यातील करवीरचा अभिमान व समयसूचकता या दोन्ही गुणांचे प्रकर्षाने दर्शन घडते. आचार्य अत्रे हे सासवडचे. इंदुमतीदेवीही सासवडच्या. देवींच्या वाड्यात बालपणी अत्रे येत व इंदुमती राणीसाहेब त्यांच्याकडून शिक्षणाचे धडे घेत. आचार्यांना इंदुमतीदेवींविषयी अत्यंत आदर होता. इंदुमती राणीसाहेबांच्या निधनाने राजर्षी शाहू महाराजांच्या पिढीला जोडणारा एक मौल्यवान दुवा निखळून पडला. राणीसाहेबांजवळ सत्ता किंवा संपत्ती नव्हती; परंतु त्यांच्यामुळे कोल्हापुरातील सांस्कृतिक जीवनाला एक वेगळेच परिमाण लाभले. कोल्हापुरातील राजाराम हायस्कूल, शिवाजी विद्यापीठ यांसारख्या शिक्षण संस्थांशी, ग्रंथप्रसारक मंडळींशी आणि ग्रंथालयांशी त्यांचा स्नेहाचा संपर्क होता. ग्रंथ प्रकाशनाला आर्थिक उत्तेजन होते. अमेरिकन मिशनसह अनेक परदेशी मंडळींशी त्यांचे स्नेहाचे संबंध होतेच; पण राजकुळांशी, विद्वान आणि कलाप्रेमींशी, थेट निलगिरीच्या कुशीतल्या तोडा आदिवासींपासून पुण्या-मुंबईकडच्या सामाजिक-सांस्कृतिक नेत्यांपर्यंत अनेकांशी त्यांचा व्यक्तिगत आणि जिव्हाळ्याचा संबंध होता.

ता. २५ नोव्हेंबरला सकाळी १० वाजेपर्यंत राणीसाहेब नेहमीप्रमाणे कामात होत्या. त्या दिवशी ११ वाजता त्या नेहमीप्रमाणे स्नानासाठी बाथरूममध्ये गेल्या व तेथे त्यांना अर्धांगवायूचा झटका आला. त्या तेथेच कोलमडून पडल्या. राणीसाहेबांची शुद्ध हरपली व त्यांना मिशन हॉस्पिटलमध्ये उपचारासाठी ॲडमिट केले. चार दिवस डॉक्टरांनी आटोकाट प्रयत्न केले, सर्व वैद्यकीय उपचार केले; पण राणीसाहेब शुद्धीवर आल्या नाहीत. ता. ३० नोव्हेंबर, १९७१ ला पहाटे राणीसाहेबांचा आत्मा अनंतात विलीन झाला. राणीसाहेब सर्वांना दुःखसागरात लोटून गेल्या. राणीसाहेब महासाध्वीच नव्हे तर आधुनिक विचारांनी सुसंपन्न असूनही गीतेत श्रीकृष्णांनी सांगितलेले स्थितप्रज्ञाचेच जीवन त्या जगल्या. शेवटी शेवटी त्या महिलांच्या शैक्षणिक कार्यासाठीच जगल्या. अनेक मुलींचे जीवन त्यांनी समृद्ध केले. त्यासाठी त्यांनी अनेक संस्था काढल्या आणि या संस्थांची धुरा त्यांनी वाहिली. भावी पिढीच्या संसारात वसंत बहरावा याकरिता त्यांनी अफाट प्रयत्न केले. ईश्वराने त्यांना आपल्यामधून फार लवकर नेले हे आपले दुर्दैव.

राणीसाहेबांचे ६५ वर्षांचे आयुष्य बघताना मनाला आनंद आणि दु:ख, हळहळ वाटते. आनंद अशासाठी की, प्रतिकूलतेवर मात करीत जीवनवैफल्याच्या कडवटपणाला दूर सारीत त्यांनी येणारा दिवस अखेरपर्यंत उच्च अशा आदर्शाच्या उजेडात घालवला. जीवन सार्थकी लावणारे छंद जोपासले. संकुचित होऊन त्यांनी स्वत:ला दु:खात बुडवून घेतले नाही. मर्यादांविरुद्ध ओरड केली नाही. आक्रोश करून न्याय मागितला नाही. कुटुंबाला, समाजाला व दैवाला दूषणे दिली नाहीत. स्वत:चा विकास शक्य त्या सोज्वळ मार्गाने आणि प्रतिष्ठितपणाने त्यांनी करून घेतला. त्या विकासाच्या योगे त्यांनी स्वत:चे जीवन उन्नत केलेच; पण इतरांनाही सतत मदतीचा हात दिला.

पण काळ तुमच्या-आमच्या इच्छेनुसार वागणारा नाही आणि इंदुमती राणीसाहेबांसारखी व्यक्तिमत्त्वे पुन:पुन्हा दिसणारी नाहीत. राजर्षी शाहू महाराजांसारखी थोर माणसे तर शतकांमधून एखादी जन्माला येतात. तेव्हा या दोघांचे स्मरण सदैव प्रेरक ठरेल. इंदुमती राणीसाहेबांची स्मृती तमाम स्त्री-वर्गाला सतत अभिमानास्पद वाटेल.

परिशिष्ट

महाराणी शांतादेवी गायकवाड गृहशास्त्र शिक्षण संस्था, कोल्हापूर संस्थेचा अल्प परिचय

ही संस्था कै. श्री. पु. इंदुमतीदेवी राणीसाहेब यांच्या प्रयत्नाने १९ एप्रिल, १९५४ रोजी स्थापन झाली. भारताच्या स्वातंत्र्यकाळात स्त्रियांवर ज्या विविध जबाबदाऱ्या पडणार आहेत त्या पेलण्यासाठी स्त्रियांना स्वावलंबी बनवावे अशा उदात्त विचाराने कै. श्री. राणीसाहेबांनी ही संस्था सुरू केली.

सुरुवातीला 'औद्योगिक कलाभवन' ही स्त्रियांना महाराष्ट्र तंत्र शिक्षण विभागाकडून शिवणकामाचे सर्टिफिकेट देणारी शाखा सुरू करण्यात आली.

या शाखेमधून सोळा वर्षे पूर्ण झालेल्या व कमीत कमी चौथी पास झालेल्या स्त्रियांना शिवणकाम व भरतकामाचे शिक्षण देण्यात येऊन उत्तीर्ण झालेल्या विद्यार्थिनींना महाराष्ट्र शासन तंत्र शिक्षण विभागाकडून अनुक्रमे टी.सी.डब्ल्यू. सी.जी. व डी. ई. एफ. डब्ल्यू. अशा तऱ्हेच्या पदविका देण्यात येतात. या वर्गाला शिकविणाऱ्या सर्व शिक्षिका विनीत व दीर्घानुभवी आहेत. या शाखेमध्ये अंदाजे पाऊणशे विद्यार्थिनी दरवर्षी शिक्षण घेतात. तंत्रशिक्षण विभागाकडून, तसेच महाराष्ट्र राज्य समाज कल्याण सल्लागार बोर्डाकडून तपासणी होऊन अनुदानही मिळते.

परंतु एवढ्या गोष्टीने इंदुमतीदेवी राणीसाहेबांचे समाधान होणे शक्य नव्हते. शिक्षण सर्वांगीण असावे असा त्यांचा दृष्टिकोन असल्यामुळे जून, १९५५ मध्ये त्यांनी महाराणी विजयमाला छत्रपती गृहिणी महाविद्यालय सुरू केले. या विद्यालयाकरिता मातोश्री विजयमाला छत्रपतींनी अत्यंत उदारपणे जुन्या राजवाड्यातील बरीचशी जागा विनामूल्य वापरावयाला दिल्यामुळे संस्थेला आधार मिळाला. अशा तऱ्हेचे

गृहशास्त्राचे मराठी माध्यमातून शिक्षण देऊन दोन वर्षांमध्ये पदविका देणारे महाराष्ट्रातील हे पहिलेच व एकमेव विद्यालय आहे. या विद्यालयाचा अभ्यासक्रम दिल्ली व बडोदा येथील गृहशास्त्राच्या नामवंत महाविद्यालयाच्या अभ्यासक्रमांचा अभ्यास करून अत्यंत काटेकोरपणे तयार करण्यात आला आहे. त्याचप्रमाणे बदलत्या काळाच्या गरजेप्रमाणे या अभ्यासक्रमामध्ये भर घालण्याची सोयही ठेवली आहे.

या अभ्यासक्रमामध्ये पाकशास्त्र, शिवणकाम, भरतकाम, धुलाई, कुक्कुटपालन, गृहव्यवस्था, मातृत्व, चालू घडामोडी, मराठी, इंग्रजी, सर्वांगसुंदर व्यायाम, शरीर-आरोग्यशास्त्र, आहारशास्त्र, मानसशास्त्र, चित्रकला, गायन इत्यादी अनेक विषयांचा समावेश करण्यात आला आहे. तसेच पोस्ट व बँकांचे व्यवहार, खर्चात काटकसर करणारी गृह-अंदाजपत्रके, आदर्श घरे कशी असावी या सर्वांबद्दल प्रात्यक्षिकांद्वारे कल्पना दिली जाते. दर वर्षअखेर विद्यार्थिनींच्या हस्तकौशल्याच्या नमुन्यांचे जंगी प्रदर्शन भरविण्यात येऊन विद्यार्थिनींना भरघोस बक्षिसे देण्यात येतात. ही बक्षिसे देण्याकरिता संस्थेने एक बक्षीस ठेव योजना सुरू केली व त्याला कोल्हापूरच्या जनतेने उदार सहकार्य दिले.

गरीब व मध्यमवर्गीय मुलींना सुगृहिणी व सुमाता बनविण्याचे कार्य या शाखेद्वारा केले जाते. याकरिता महाराष्ट्रातील इतर सर्व गृहविज्ञानाचे शिक्षण देणाऱ्या संस्थांपेक्षा गृहिणी महाविद्यालयामध्ये कमी फी आकारली जाते. तसेच एस.एस.सी. परीक्षेला बसलेल्या व बसून उत्तीर्ण झालेल्या अशा दोन्ही तऱ्हेच्या मुलींना प्रवेश दिला जातो. सध्या या शाखेमध्ये ८० विद्यार्थिनी शिक्षण घेत आहेत.

मन:पूर्वक लावलेल्या रोपट्याला वेळेवर खतपाणी मिळाल्यास त्याच्या विस्तारित शाखांचा वृक्ष बनणे सहज शक्य होते. इंदुमती राणीसाहेबांनी काही उत्साही व सामाजिक कार्य करणाऱ्या महिलांना हाताशी घेऊन निरलसपणे संस्थेची जोपासना केल्यामुळे सन १९६१मध्ये मॉडेल हायस्कूल फॉर गर्ल्स, सन १९७० मध्ये मॉडेल हायस्कूलची निम्न माध्यमिक शाखा व सन १९७१मध्ये पूर्व प्राथमिक अध्यापिका विद्यालय, अशा तऱ्हेने संस्थेची वाढ झाली.

मॉडेल हायस्कूल फॉर गर्ल्समध्ये सध्या ८ वी ते ११ वीचे प्रत्येकी दोन वर्ग व ५वी ते ७वी प्रत्येकी एक वर्ग आहे. खालच्या वर्गांच्याही दोन दोन तुकड्या करणे आवश्यक आहे. वास्तविक, खालच्या वर्गांना अनुदान मिळत नाही; परंतु आर्थिक झळ सोसूनही शैक्षणिक दर्जा वाढवणे हे संस्थेचे ध्येय असल्यामुळे संस्थेने आत्मविश्वासपूर्वक हे पाऊल उचलले आहे.

या शाखेमधूनही गृहशास्त्राचे शिक्षण दिले जाते. महाराष्ट्र सरकारच्या नवीन सुधारित अभ्यासक्रमामध्ये या विषयाला बरेच महत्त्व मिळालेले आहे.

पुस्तकी शिक्षणाबरोबरच मुलींना एखादे व्यावसायिक शिक्षण मिळावे अशा

हेतूने पूर्व प्राथमिक अध्यापिका विद्यालयाची स्थापना केली. अशा तऱ्हेचे विद्यालय जिल्हानिहाय एकच उघडावयाचे असा शासनाने निर्णय घेतला आहे. या विद्यायलामध्ये एस.एस.सी. पास झालेल्या विद्यार्थिनींना प्रवेश दिला जातो. हा अभ्यासक्रम दोन वर्षांचा आहे. प्रथमवर्ष उत्तीर्ण झालेल्या विद्यार्थिनींना बालमंदिरावरील शिक्षिका व द्वितीय वर्ष उत्तीर्ण झालेल्या विद्यार्थिनींना इ. १ली ते ४थी चे वर्ग शिकविणारी शिक्षिका म्हणून नोकरी मिळू शकते. बदलत्या अभ्यासक्रमामुळे याही शाखेला आता खूपच महत्त्व येणार आहे. इंग्रजी, गणित व शास्त्र घेऊन व ४५ टक्क्यांवर गुण मिळवून एस.एस.सी. पास होणाऱ्या विद्यार्थिनींना सरकारकडून विद्यावेतन मिळते.

संस्थेने आर्थिकदृष्ट्या काही काळ बऱ्याच प्रतिकूल परिस्थितीमध्ये घालविला; पण कै. राणीसाहेबांच्या दुर्दम्य उत्साहामुळे या काळातही तगून राहणे संस्थेला शक्य झाले. लोकांच्या पुढे मदतीकरिता हात पसरण्यापेक्षा इतर काही प्रयत्नांनी आर्थिक बळकटी आणावी अशी त्यांची धारणा असल्यामुळे संस्थेच्या तहहयात सभासदांची संख्या वाढविणे किंवा काही मनोरंजनाचे कार्यक्रम करून त्यातून निधी उभारणे यांसारख्या उपक्रमावर संस्थेने लक्ष केंद्रित केले. ही संस्था पूर्णपणे स्त्रियांनी चालविलेली असूनही संस्थेचा हा वाढता व्याप ध्यानात घेतला की कोणत्याही सुजाण नागरिकाला त्याचे कौतुक वाटल्याशिवाय राहत नाही.

कार्य करणाऱ्याला नेहमीच समस्यांना तोंड द्यावे लागते. त्याचप्रमाणे आमच्याही संस्थेपुढे काही समस्या डोके वर काढीत आहेत.

इंदुमती राणीसाहेब यांच्या हयातीमध्ये त्या संस्थेच्या आजीव अध्यक्षा होत्या व त्यामुळे संस्थेपुढे कोणतीही समस्या उभी राहिल्यास त्याच्या काळजीचा भार अधिकाधिक त्याच वाहत असत; पण त्यांच्या आकस्मिक निधनामुळे आता मात्र संस्था पोरकी झाली आहे.

आर्थिक बळ व जागा असे दोन यक्षप्रश्न संस्थेपुढे उभे आहेत. सतत वाढत्या व्यापामुळे विजयमालादेवी छत्रपती यांनी दिलेली मुबलक जागाही अपुरी पडू लागली व त्यामुळे मध्यंतरीचा काही काळ आमच्या काही शाखा भाड्याच्या इमारतीमध्ये भरविणे आम्हाला भाग पडले; परंतु विजयमालादेवी छत्रपती यांनी आमच्या अडचणींचा परत सहानुभूतिपूर्वक विचार करून आम्हाला आणखी मुबलक जागा दिली व त्यामुळे जागेची अडचण तात्पुरती का होईना पण बाजूला झाली.

तरीदेखील आज ना उद्या परत हीच अडचण निर्माण होणार हे लक्षात घेऊन व सर्व शैक्षणिक गरजा व्यवस्थितपणे भागल्या पाहिजेत याची जाणीव ठेवून संस्थेची स्वत:ची इमारत बांधण्याचा आता निर्धार झाला आहे. कोल्हापुरातील काही खासगी गृहनिर्माण सहकारी संस्थांनी या बाबतीत जागेच्या दृष्टीने सहकार्य देण्याचे

मान्य केले आहे. चांगल्या कार्याच्या मागे परमेश्वर उभा असतो याचीच ही प्रचिती होय.

अशा तऱ्हेने आमची जागेची अडचण भागण्याची जरी शक्यता दिसत असली तरी त्यावर अद्ययावत इमारत उभारण्याकरिता महाराष्ट्र सरकार व शिक्षणप्रेमी समाज यांचे सहकार्य घेणे अत्यंत आवश्यक आहे. अर्थात इंदुमतीदेवी राणीसाहेब यांच्या आशीर्वादाने व संस्थेच्या पदाधिकाऱ्यांच्या अविरत प्रयत्नांनी हे साध्य होईल व राणीसाहेबांचे हे अपुरे स्वप्न पूर्ण होईल, असा विश्वास वाटतो.

संदर्भ ग्रंथ सूची

१. करवीर रियासत - स. मा. गर्गे
२. मराठी रियासत - गो. स. सरदेसाई
३. करवीर छत्रपती घराण्याच्या इतिहासाची साधने : एम. व्ही. गुजर
४. ताराबाईकालीन कागदपत्रे - अप्पासाहेब पवार
५. ऐतिहासिक पत्रव्यवहार - गो. स. सरदेसाई
६. मराठ्यांच्या इतिहासाची साधने - वि. का. राजवाडे
७. मोगल आणि मराठे - सेतुमाधवराव पगडी
८. मराठा मोगल संघर्ष - सेतुमाधवराव पगडी
९. छत्रपती संभाजी महाराज - वा. सी. बेंद्रे
१०. श्री शिवछत्रपती - त्र्यं. श. शेजवलकर
११. भोसले कुळाचा इतिहास - म. ग. डोंगरे
१२. भाऊसाहेबांची बखर - चितळे - जोशी
१३. मराठ्यांच्या सत्तेचा उत्कर्ष - न्या. म. गो. रानडे
१४. पानिपतची बखर - रघुनाथ यादव
१५. शाहू महाराज यांची रोजनिशी. - ग. वि. वाड
१६. पवार घराण्याचा इतिहास - मा. वि. गुजर
१७. मराठी आरमार - द. ब. पारसनीस
१८. राजर्षी शाहू गौरवग्रंथ - डॉ. जयसिंगराव पवार
१९. राजर्षी शाहू गौरवग्रंथ - प्रा. डॉ. रमेश जाधव
२०. मराठेशाहीचा मागोवा- डॉ. जयसिंगराव पवार
२१. सोलापूर जिल्ह्याचा इतिहास- गोपाळराव देशमुख

२२. शंकरजी नारायण पंतसचिव - कृ. वा. पुरंदरे
२३. मराठे व इंग्रज - न. चिं. केळकर
२४. शेजवलकरांचे निवडक लेख - ह. वि. मोटे
२५. राजा जयसिंग व शिवाजी महाराज - वा. सी. बेंद्रे
२६. मराठा कुळांचा इतिहास - गो. दा. दळवी
२७. मराठ्यांचे स्वातंत्र्ययुद्ध - सेतुमाधवराव पगडी
२८. समाजक्रांतिकारक राजर्षी शाहू - डॉ. सुवर्णा नाईक - निंबाळकर
२९. पुरंदरचे धुरंधर - शिवाजीराव एक्के
३०. मराठ्यांची धारातीर्थे - प्रवीण भोसले
३१. इंदुमती राणीसाहेब - कृ. गो. सूर्यवंशी
३२. स्मृतिगंध - चरित्र अंक

करवीर छत्रपती घराण्याचा वंशवृक्ष

शककर्ते शिवाजी महाराज

- संभाजी महाराज
- राजाराम महाराज (पहिले)
  - १. शिवाजी महाराज, करवीर (पहिले) (१७०० ते १७१४)
  - २. संभाजी महाराज (१७१४ ते १७६०)
    - ३. शिवाजी महाराज (दुसरे) (द.) खानवटकर घराण्यातून (१७६२ ते १८१३)
      - ४ संभाजी महाराज ऊर्फ आबासाहेब (१८१३ ते १८२१)
      - ५ शहाजी महाराज ऊर्फ बुवासाहेब (१८२१ ते १८३८)
        - ६ शिवाजी महाराज (तिसरे) ऊर्फ बाबासाहेब (१८३८ ते १८६६)
          - ७ राजाराम महाराज (द.) पाटणकर घराण्यातून (१८६६ ते १८७०)
            - ८ शिवाजी महाराज (चौथे) (द.) सावर्डेकर घराण्यातून (१८७१ ते १८८३)
              - ९ शाहू महाराज (द.) कागलकर घाटगे घराण्यातून (१८८४ ते १९२२)
                - १० राजाराम महाराज (१९२२ ते १९४०)
                  - ११ शिवाजी महाराज (पाचवे) (द.) चावरेकर घराण्यातून (दत्तक विधान १८-११-४२, निधन २८-९-४६)
                  - १२ शहाजी महाराज (द.) (पूर्वीचे विक्रमसिंह महाराज, देवास, थोरली पाती) (१९४७-)
                    - युवराज शाहूराजे (द.) नागपूरकर भोसले घराण्यातून (जन्म ७-१-१९४८, दत्तक विधान २८-६-१९६५)
                      - संभाजीराजे (जन्म ११-२-१९७१)
                        - शहाजी राजे
                      - मालोजीराजे (जन्म ३०-७-१९७६)
                        - यशराजराजे
                - प्रिन्स शिवाजी
        - शाहू ऊर्फ चिमासाहेब